உள்பரிமாணங்கள்

உள் அட்டையில் காணும் சிற்பக் காட்சியில் பகவான் புத்தரின் அன்னை மாயாதேவி கண்ட கனவின் பலனை மன்னர் சுத்தோதனருக்கு நிமித்திகர் மூவர் விளக்குகின்றனர். அவர்களுக்குக் கீழே அமர்ந்து அந்த விளக்கத்தை எழுதுகிறார் ஓர் எழுத்தர். எழுதும் கலையைச் சித்திரிக்கும் முதல் இந்தியச் சிற்பம் இதுவாகவே இருக்கலாம்.

(நாகார்ஜுன மலைச்சிற்பம் பொ.யு. இரண்டாம் நூற்றாண்டு, படஉதவி : நேஷனல் மியூசியம், புது தில்லி)

உள்பரிமாணங்கள்
(சாகித்திய அகாதெமி விருது பெற்ற கொங்கணி சிறுகதைகள்)

கொங்கணி மூலம் : கோகுல்தாஸ் பிரபு

தமிழாக்கம் : என். கோபிநாத் ஹெக்டே

சாகித்திய அகாதெமி

Ullparimaanangal: Tamil translation by N. Gobinath Hegde of Gokuldas Prabhu's Award winning Konkani short stories titled 'Antarayami', Sahitya Akademi, New Delhi, (2022), Rs. 240/-

உரிமை © சாகித்திய அகாதெமி		
ஆசிரியர்	:	கோகுல்தாஸ் பிரபு
மொழியாக்கம்	:	என். கோபிநாத் ஹெக்டே
பொருள்	:	சிறுகதைகள்
வெளியீடு	:	சாகித்திய அகாதெமி
முதல் பதிப்பு	:	2022
ISBN	:	978–93–5548–291–4
விலை	:	ரூ.240/–

All rights reserved. No part of this book may be reproduced or utilized in any form or by any means, electronic or mechanical including photocopying, recording or by any information storage and retrival system, without permission in writing from Sahitya Akademi.

சாகித்திய அகாதெமி

தலைமை அலுவலகம் : இரவீந்திர பவன், 35, பெரோஸ்ஷா சாலை, புது தில்லி 110 001.
secretary@sahitya-akademi.gov.in | 011-23386626/27/28.

விற்பனை அலுவலகம் 'ஸ்வாதி' மந்திர் சாலை, புது தில்லி 110 001
sales@sahitya-akademi.gov.in | 011-23745297, 23364204.

கொல்கத்தா 4, டி.எல். கான் சாலை, கொல்கத்தா 700 025
rs.rok@sahitya-akademi.gov.in | 033-24191683/24191706.

சென்னை குணா வளாகம், 443, இரண்டாம் தளம், அண்ணா சாலை, தேனாம்பேட்டை, சென்னை 600 018.
chennaioffice@sahitya-akademi.gov.in 044-24311741 | 24354815

மும்பை 172, மும்பை மராத்தி கிரந்த சங்கிரகாலய சாலை,
தாதர், மும்பை 400 014
rs.rom@sahitya-akademi.gov.in 022-24135744 | 24131948.

பெங்களூரு மத்தியக் கல்லூரி வளாகம், பல்கலைக்கழக நூலக கட்டிடம், டாக்டர் அம்பேத்கர் வீதி, பெங்களூரு 560 001
rs.rob@sahitya-akademi.gov.in. 080-22245152, 22130870.

ஒளி அச்சு : R. Udhayabaskar, NN Seven, Chennai - 32
அட்டைப்படம்: Spectrum Graphic Studio, Chennai
அச்சகம்: Mani Offset, Chennai - 77
Visit our website at http://www.sahitya-akademi.gov.in

வெளியிடுபவரின் குறிப்பு

கொங்கணி மொழி என்றால் 'ஓர் சமூகம் - ஓர் எழுத்து வடிவம்' - இந்த தத்துவத்தை அடிவேராக நாம் கொண்டுள்ளோம். இதே தத்துவத்தைக் கொண்டு எங்களுடைய சேவை தொடர்ந்து கொண்டிருக்கிறது.

கோவா மாநிலத்திற்கு வெளியே வெவ்வேறு எழுத்து வடிவத்தில் இருக்கும் இலக்கியத்தை தேவநாகரி வடிவத்திலே கொண்டு வர முடிவு எடுத்து நாம் ஒரு அடி எடுத்து வைத்திருக்கிறோம். கன்னட வடிவத்தில் எழுதும் மங்களூரில் உள்ள பிரபலமான எழுத்தாளர் சா. ஃபிரா. டிகோஸ்டாவின் 'நாய் பூனை சிரிக்கிறது' எனும் ஒரு செயல் நாடகம் நாங்கள் தேவநாகரி வடிவத்தில் பிரசூரித்துள்ளோம்.

இன்று நாங்கள், கொச்சியின் இளமையான எழுத்தாளர் திரு. கோகுல்தாஸ் பிரபுவின் அந்தராயாமி எனும் இந்த சிறுகதைகளின் தொகுப்பை அச்சிடுகிறோம்.

திரு. கோகுல்தாஸ் பிரபுவின் பூர்வீகம் கொச்சி. அவர் மலையாள வடிவத்தில் கொங்கணி எழுதுபவர். ஆனாலும் அவர் முன்பிருந்தே கதை எழுதுவதற்காக தேவநாகரி வடிவத்திலே எழுதி வருகிறார். மென்மேலும் வாசகர்களைச் சென்று அடைய வேண்டும் என்பதற்காக அவர் இன்றைய காலத்திற்காக, இப்படிப்பட்ட நடையையும் கையாள்கிறார். ஆனாலும், கதையில் வரும் பாத்திரங்களின் உரையாடலில் அவருடைய கொச்சி நடை தெரிகிறது. அவருடைய இந்த நடையை மக்கள் ஏற்றுக் கொண்டுள்ளார்கள். கொங்கணி மொழியின் புகழ்பெற்ற எழுத்தாளரும், கொங்கணி மொழிக்காக போராடிய திரு. உதய்பாப் பெம்ரே இந்த புத்தகத்தின் முன்னுரையில், இந்த நடையை படித்துப் பார்த்து, அதை வரவேற்று, முழு மனதுடன் இந்த எழுத்தாளரை பாராட்டி உள்ளார்.

திரு. கோகுல்தாஸ் பிரபுவின் கதைகளுக்கு, வாசகர்கள் இதற்கு முன்பே நல்ல பாராட்டுதல்களை அளித்துள்ளனர். அவருடைய இந்த எழுத்து வலிமை, கொங்கணி கதைகளுக்கு மெருகூட்டி உள்ளது. மற்றும் கொங்கணி எழுத்தாளர்களின் மத்தியிலே ஒரு உயர்ந்த இடத்தைப் பெற்றுள்ளது.

அவருடைய இந்த தொகுப்புக்கு வாசகர்கள் நல்ல வரவேற்பு அளிப்பார்கள் என்று நம்புகிறேன்.

- ஹேமா நாயக்

மொழிப்பெயர்ப்பாளரின் உரை

மனிதர்கள் பல விதமான உணர்ச்சிகளோடு தினந்தோறும் போராடி வருகிறார்கள். அந்த உணர்ச்சிகளின் ஒவ்வொரு நிலையைப் பற்றியும் திரு. கோகுல்தாஸ் பிரபு அவர்கள் இந்த சிறுகதைகளில் விவரித்துள்ளார். இந்த கதைகளில் குடும்பத்திற்கு முக்கியத்துவம் தந்திருக்கும் அதே நேரத்தில், ஒவ்வொருத்தருடைய வலிமையையும் குறைப்பாடுகளையும் நம் கண் முன்பே படைக்கிறார். அவருடைய இந்த கதைகள் கிட்டத்தட்ட முப்பது வருடங்களுக்கு முன்னதாக படைக்கப்பட்டு இருந்தாலும், இன்னும் பல ஆண்டுகளுக்கு பொருந்தக் கூடியது.

எல்லா வயது கதாபாத்திரங்களும் - பிறந்த பச்சிளம் குழந்தை முதல் ஒரு கிழவியின் மனோநிலை வரை - பல கதைகளில் உள்ளது உள்ளப்படி சித்தரித்துள்ளார். நடுத்தரவர்கம் சந்திக்கும் கொடுமையான கஷ்டங்களை நாம் படிக்கும் போது, அதிலேயே முழ்கி விடுகிறோம். நாம் அந்த கதாபாத்திரத்துடன் ஒன்றிணைவது பார்க்க முடிகிறது.

நான் மொழி பெயர்ப்பின் போது கதாபாத்திரத்தின் பெயர்களை மாற்றவில்லை. தமிழ்நாட்டில் பேசும் "பேச்சு மொழி நடையில்" உரையை அமைத்துள்ளேன். கதைகளுக்கு மொழி ஒரு தடையல்ல. இதிலே குறிப்பிட்ட சம்பவங்கள், உலகத்தில் எந்த மூலையிலும் நடக்க கூடியது. அதனால் தமிழ் மொழியில் மொழி பெயர்த்துள்ளதால் பல வாசகர்கள் பயன் பெறுவார்கள் என்று ஆத்மார்த்தமாய் நம்புகிறேன்.

- நி. கோபிநாத் ஹெக்டே

மனம் திறந்த பேச்சு

கோவா எழுத்தாளர்களின் கதைகளைப் படித்து பழக்கமானவர்களுக்கு, இந்த கதைகளின் தொகுப்பிலுள்ள இலக்கியம், ஒரு புதிய உலகத்தின் கதவை திறக்கிறதாக அமைந்துள்ளது. இவ்வாறு கோவா எழுத்தாளர்களின் கதையில் எந்த நடுத்தரவர்கத்தின் வாழ்க்கையை குறித்த கதைகளை கூறுகிறார்களோ, அவர்களின் வாழ்கையின் பிரதிபலிப்பு இந்த கதைகளில் உள்ளது. ஆனால் இங்கே பிரச்சனைகளும், சம்பவங்களும், அதை பகுப்பாய்வு செய்வதும் - ஒவ்வொன்றும் வெவ்வேறு விதமாக உள்ளது. இந்த கதைகளில் நடுத்தர வர்கத்தின் வேறு ஒரு நிறமும், வாசனையும் உண்டு. அது நன்மைக்கா தீமைக்கா, அல்லது உயர்வுக்கா தாழ்வுக்கா என்று நிர்ணயிக்க இயலாது. அது வேறு தான். அதனாலே இது நம்மை ஈர்க்கிறது.

திரு. கோகுல்தாஸ் பிரபு கொச்சியை சேர்ந்தவர். வங்கியின் அதிகாரியாக பணியாற்றுகிறார். பல விதமான மனிதர்களையும் அவர்களுடைய வெவ்வேறு வண்ணமயமான சுபாவம், சந்தோஷம், துக்கம், ஆவல், வருத்தம் ஆகியவற்றை அவர் பார்ப்பதால், தினமும் அவருக்கு இது போன்ற அனுபவம் கிடைக்கிறது. இந்த அனுபவத்தின் பலனாக அவர் வாழ்கையை நோக்கும் பார்வை, கூர்மையாகி இருக்கலாம். கண்ணிலே எது தெரிகிறதோ அதையும் தாண்டி, அதன் உள்ளே ஆழமாக சென்று பார்ப்பதற்கு அவராலே முடியும். இந்த அனுபவத்தாலே அவருக்கு கிடைக்கும் முடிவை, ஒரு ஜல்லடையைக் கொண்டு அதன் முக்கிய சாரத்தை எடுத்து படைப்பதில் அவர் வாகை சூடி உள்ளார்.

மனதின் கதை

மேலோட்டமாக பார்த்தால் இந்த கதைகள் மனிதர்களுடையது போல இருக்கிறது. இந்த கதைகளிலே மனிதர்கள் வேலை செய்கிறார்கள், பேசுகிறார்கள், சண்டையிடுகிறார்கள், ஒருவரை ஒருவர் புரிந்துக் கொள்ள முயற்சி செய்கிறார்கள். ஆனால் கதைகள், சுத்தமானவர்களுடையது அல்ல - அது மனதுடையது. கதைகளில் அந்த மனது தான் பேசுகிறது, சண்டையிடுவதும் அந்த மனது தான், புரிந்துக் கொள்வதும் அந்த மனம் தான். 'தேமல்' என்னும் கதையிலே வரும் அந்த கிழவியின் கண்ணீர், 'கோழை' கதையிலே வரும் கதாசிரியர், மேலும் வினுவின் கண்ணீர் மற்றும் 'எதிர்பார்ப்பு' கதையில் சாயத்தரக்காவின் கண்ணீர்களில் அந்த மனம் பிரதிபலிக்கிறது. திரு. பிரபு அவர்கள், தாம் எழுதிய கதைகளிலுள்ள பாத்திரங்களின் மனதின் குளத்திலே குதித்து, அதன் ஆழத்தை அளக்கும் கலையைத் தெரிந்து வைத்துள்ளார். அதனால் எதுவும் சிறப்பு என்று சொல்ல முடியாத கதைகளில் கூட வாசகர்களின் மனதிலே எங்கோ ஒரு வலியை உணர முடிகிறது.

இந்த கதைகள் படிக்கும் போது மனம், மனித வடிவம் எடுத்து பாத்திரங்களாக செயல்படுகின்றன. அதனால், இந்த கதைகளில் வரும் வர்ணனை ஒரு வட்டத்திற்குள்ளே அடங்கி நிற்காது. இந்த கதைகள் உளவியல் பகுப்பாய்வினால், உலகம் முழுவதும் பரவுவதற்கு ஏதுவாகிறது. 'கோழை' எனும் கதையில் வரும் கதாசிரியர், பப்லா மற்றும் வினுவின் சுபாவத்திற்கு தேசம், காலம் கிடையாது. அந்த மனிதர்கள் - சுபாவத்தின் வடிவமாக அவர்களுடைய தேகத்தை விட மேலோங்கி மனிதத்துவ அனுபவத்தின் ஆகாயத்தில் உயிரோட்டத்துடனும், தேஜஸுடனும் தெரிகிறார்கள்.

பொருளடக்கம்

1 தேமல் 9
2 கரை 19
3 தனிமையின் மாலை 28
4 கோழை 36
5 அடையாளம் 42
6 வெள்ளம் 63
7 புத்துணர்ச்சி 73
8 விருந்தினர்களுக்காக 92
9 மரணத்தின் நிழல் 105
10 எதிர்பார்ப்பு 115
11 அவன் பைத்தியக்காரன் 138
12 உத்சவம் 143
13 காயம் 154
14 தயவில்லாதவன் 164

1. தேமல்

வீட்டின் முன் கதவு சாத்தியிருந்தது. யாரும் எழுந்திருந்ததாக தெரியவில்லை. கிழவி திரும்பினாள். இந்த காலத்திலே, முன்பு போல, கோழி கூவும் போதே யார் எழுந்திருக்கிறார்கள்? காமத்தின் வயதான தாய் மட்டும் தான் முன்பு போலவே இன்றும் அதிகாலையில் எழுந்திருக்கிறாள். இப்போதும் அவள் மட்டும் வீட்டினுள்ளே எழுந்திருப்பாள்.

கிழவி திரும்பி, சமையலறைப் பக்கம் சென்று, அங்கிருக்கும் கதவைத் தட்டினாள். அதிகாலையில், அந்த கருநீல வானத்தில் நட்சத்திரங்கள் மினுமினுத்துக் கொண்டிருந்தன. ஆனாலும் அந்த சோம்பலான நேரத்தில் கூட, மெதுவாக எட்டிப் பார்த்தது. மரத்திலும், ஆகாயத்திலும், பல விதமான பறவைகள், ஒலிகளை எழுப்பிக் கொண்டிருந்தன. இந்தப் பறவைகளின் பரபரப்புகளுக்கு நடுவே, காக்கைகளின் கரையும் சத்தமும் சேர்ந்தது! இதை எதுவும் கிழவி கண்டு கொள்ளவில்லை! தான் தட்டிய சமையலறைக் கதவை யார் வந்து திறப்பார்கள் என்று காது கொடுத்து கேட்டுக் கொண்டிருந்தாள். அந்தக் கதவிலேயிருக்கும் ஒரு வளையத்தை தட்டி, மீண்டும், தான் வந்திருப்பதை உணர்த்தினாள். உள்ளே இருந்து யாரோ வரும் காலடி சத்தம் அவளுக்குக் கேட்டது. கதவு திறந்தது. கிழவி எதிர்பார்த்தபடி, அங்கு மணியகாரர் காமத்தின் தாயார் நின்று கொண்டிருந்தாள். கிழவி உள்ளே நழையும் போது கேட்டாள், "மணியகாரரு இன்னும் எழுந்திருக்கலையா?"

"இல்லே அம்மா. ராமு நேத்து வரும் போதே ரொம்ப நேரம் ஆச்சு"

"ஓ..."

கிழவி, கொண்டு வந்திருந்த பாத்திரங்களை கீழே வைத்து, அங்கேயிருந்த எச்சில் பாத்திரங்களையும், குவளைகளையும், மற்ற பாத்திரங்களையும் ஒன்றாக சேர்த்துக் கொண்டு, குளத்தின் அருகிலே வைத்து விட்டு, மீண்டும் வீட்டினுள்ளே வந்தாள்.

வீட்டின் கூரையில் செருகி வைத்திருந்த தேங்காய் நாரை எடுத்து, சாம்பல் டப்பாவை தேட ஆரம்பித்தாள். அந்த சாம்பல் பாத்திரத்தை குடத்திலே வைக்கும் போது, அந்த பெரியம்மா கேட்டாள் - "அம்மா, இன்னிக்கி உன்னோட பேத்தி வரலையா?"

"இல்லே அம்மா, அவளுக்கு இன்னிக்கி தலைவலி இருக்கரதுனாலே அவ வரமாட்டா"

கிழவி நடந்து கொண்டே பாத்திரம் கழுவும் இடத்தில், சாம்பல் டப்பாவை தூரமாக வைத்தாள். குடத்தில் நீர் நிரப்பினாள். பிறகு, எல்லா பாத்திரத்தின் மீதும், நீர் தெளித்தாள். மூப்பினாலே கூனாகிப் போன அவளுடைய உடலைக் கொண்டு மீண்டும் குடத்தை நிரப்பி, வீட்டுக்குள்ளே வந்தாள். காமத் இப்பொழுது எழுந்து வந்தார். கிழவி அவருக்கு வழி விட்டு நின்றாள். சமையலறைக்கு சென்று, அங்கு வைத்திருந்த ஒரு துடைப்பத்தை எடுத்து முன் வாசலுக்கு வந்து பெருக்க துவங்கினாள். முழுவதுமாக வாசலை பெருக்கி சுத்தப்படுத்தினாள். குடத்தின் நீரிலே சாணியை கரைத்து வாசலிலே தெளிக்க ஆரம்பித்தாள். இப்பொழுது குளத்துக்கு அருகிலே செல்லும் போது, மீண்டும் காமத்தை சந்தித்தாள். அவர் அருகிலே வரும் போது, அவருடைய தலையிலும், நெஞ்சிலும் இருக்கும் நரைத்த முடி, அவள் கண்ணிலே பட்டது. நேற்றைய சிறுவன்! - அவள் யோசித்தாள். இவனை இடுப்பிலே சுமந்தது - என்று? நேற்றா, முன்தினமா?

அம்மாவுடன் முதன் முதலில் இங்கே வரும் போது, இவனுக்கு இரண்டு வயது. எனக்கு பதினான்கு. அதன் பிறகு என்னவெல்லாம் நடந்தது! எனக்கு திருமணம் நடந்தது. ஐந்து பெண்களும் ஒரு ஆணும் பிறந்தனர். காலம் நகர, ஐந்து மகள்களுக்கும் திருமணம் செய்து வைத்தேன். பையன் என்னை விட்டு சென்றுவிட்டான். படகு சாய்ந்து என்னுடைய கணவரும் இறந்து விட்டார். என்னுடைய உயிரை மட்டும் கையிலே பிடித்துக் கொண்டு இந்த வேலைக்கு வந்துவிட்டேன். இடுப்பிலே தூக்கி வளர்த்த அந்த சிறுவன், இன்று மணியகாரர் ஆகிவிட்டான். தந்தையும் ஆகிவிட்டான்! இன்று இவனுடைய முடி நரைத்துவிட்டது!.

“ம்...ம்..” கிழவி பெருமூச்சு விட்டாள். காலம் இவ்வாறு ஓடிக் கொண்டேயிருக்கிறது!

குடத்தை மீண்டும் குளத்திலே மூழ்கி, தண்ணீர் நிரப்பி, பின், பாத்திரத்திலே ஊற்றினாள். பாத்திரத்திலுள்ள காய்ந்த எச்சில் சாதம், தண்ணீர் தெளித்தவுடன் பெருத்து நழுவின. அதன் பிறகு, பாத்திரம் கழுவுவது எளிதானது.

மரக்கிளைகளின் நடுவிலே இருந்து, சூரிய ஒளி, இப்பொழுது நன்றாக படரத் துவங்கியது. ஆனாலும், சூரியன் கண்ணிலே படவில்லை. ஆகாயத்தில், சிவப்பு நிறமில்லை! நீல நிறமும் மிகவும் குறைந்திருந்தது. குளிர் காற்று மட்டும் வீசிக் கொண்டேயிருந்தது. கிழவி உள்ளே சென்று, அறையை பெருக்க துவங்கினாள். பெரியம்மா, சுண்ணாம்பு தடவிய வெற்றிலைக்காக பாக்கு மற்றும் புகையிலையை தரையிலே வைத்து, தட்டிக் கொண்டிருந்தாள். கிழவி சீவக்கட்டை எடுத்து வருவதைப் பார்த்தாள்.

"அம்மா பெருக்க வறீயா?"

"ஆமா...பெரியம்மா"

"ஹா...பெருக்கு...பெருக்கு"

அவள் தட்டிக் கொண்டிருந்த அனைத்துப் பொருட்களையும் ஐந்து விரல்களாலும் ஒன்று சேர்த்து, வாயிலே போட்டுக் கொண்டாள் -

"உன்னுடைய பையனோட கடிதாசி - ஏதாவது உண்டா?"

"என் பையனோட கடிதாசியா?" - கிழவி சிரித்தாள்.

"என்னோட பையனின் கடிதமா? அவன் எங்கே இருக்கிறான்னு யாருக்குத் தெரியும்? அவனுக்கு என் மீது எங்கே பாசம்? இங்கு இருக்கும் போதே சாராயம் சாப்பிட்டு, என்னை அடிக்க வருவான். இனி இப்போ மட்டும் அவன் கடிதமா போடப்போறான்?"

"காசு எதாவது அனுப்புறானா?"

இதைக் கேட்ட கிழவி மிகவும் வருத்தப்பட்டாள் -

"உங்களுக்கு தெரியாதா பெரியம்மா? அவன் என்னை விட்டு சென்று எத்தனை வருஷம் ஆச்சு! என்னோட மகள் இறந்த போதுக் கூட அவன் வரலே! உதவாக்கரை!"

"இருக்கட்டும் கிழவி. இருக்கட்டும். காலங்காத்தாலே திட்டாதே". கிழவி பல்லைக் கடித்தாள். திட்டக் கூடாது என்கிறாள். பிறகு என்ன செய்வது?. இப்படிப்பட்டவர்களுக்கு ஜன்மம் தருவதே தவறு. பாவம்.

வயதான பொழுது தாங்கிப் பிடிப்பான் என்று பிரசவிப்பது - ஆனால் அவனுக்கென்ன? இந்த பையன் சாராயம் குடித்தும் சண்டை போட்டும் இப்பொழுது எங்கு உள்ளானோ? மூன்றாவது பெண். பாவம் முதல் பிரசவத்தின் போதே இறந்துவிட்டாள். என் தலைவிதி! அதன் பிறகு, இந்த பேத்தி இருக்கிறாள். அவள் இருக்கிறாள் என்பது தான் எனக்கு ஆதாரம். மற்ற மகள்களை என்னால் எவ்வாறு காப்பாற்ற முடியும்? கிழவி பெரு மூச்சு விட்டாள். பேத்தி என்னிடம் இருக்கிறாள் என்பதே பெரிய பாக்கியம் தான். பெண் அழகாக இருக்கிறாள், உடம்பினாலும் நன்றாக இருக்கிறாள். எந்த வேலையும் உடனுக்குடன் செய்வாள். எல்லோரும் அவளை பாராட்டுகிறார்கள். ஆனால் ஒரு விஷயத்தில் மட்டும், கிழவிக்கு பயம் - வயதுக்கு வந்த பெண். இரண்டு மூன்று வருடத்தில் மணம் முடித்துத் தர வேண்டும். பார்க்கலாம்.

அடுத்த அறையில், சின்னம்மா, தூங்கிக் கொண்டிருந்தாள். கிழவிக்கு அது சரியாகப் படவில்லை. ஏழு மணி ஆகியும், இன்னும் நன்றாக தூங்கிக் கொண்டிருக்கிறாள். இப்பொழுது, ராமுவின் தந்தை இருந்திருந்தால், அவளின் மீது தண்ணீர் கொட்டியிருப்பார். ஆனாலும், இப்படி ஏழு - எட்டு மணி வரை யார் தான் தூங்குவார்கள்? கிழவிக்கு ஞாபகம் இருக்கிறது. தானும் தன்னுடைய தாயாருடன் முன்பு வந்து கொண்டிருந்த போது, அதிகாலையில் வந்து சேருவோம். ராமுவின் அப்பா, அதிகாலையில் எழுந்து, குளித்து, சந்தியாவந்தனத்திற்கு உட்காருவார். பெரியம்மாவும், ராமுவும் அவருடனேயே எழுவார்கள். பெரியம்மா, சந்தியாவந்தனம் செய்வதற்கு முன்னாலே, அறை சுத்தப் படுத்தவில்லை என்றால், அவருடைய கோபத்தினாலே வீடே ஆடிப் போய்விடும். இப்பொழுது, இந்த ராமுவின் மனைவி -

“என்ன சின்னம்மா, இன்னும் தூக்கம் முடியலையா?” என்று கிழவி அதட்டினாள்.

காமத்தின் மனைவி கண் திறந்தாள் -

“ஓ...”

வேறு யாராவது இருந்திருந்தால், அவள் கோபித்து கடிந்திருப்பாள். இவள் சாமானிய குண்பி இன பெண் அல்ல! இவள் தாய் போலிருப்பவள். நாற்பது வருடமாக இந்த வீட்டின் வேலைக்காரி குடும்பத்தின் இதிகாசத்தில், நம்மைப் போலவே முழ்கி இருக்கிறாள். கஷ்டப்பட்டு முன்னேறி வந்திருக்கிறாள். நம் கஷ்டத்தில், அவளும் பங்கு எடுத்திருக்கிறாள். நம் சுகத்திலும் அவள் மகிழ்ச்சியாய் இருந்திருக்கிறாள். நம் அன்பினால், அவளுடைய உயிரே மூழ்கி உள்ளது.

“கிழவி, மணி என்னாச்சு?”

“ஏழு - எழுந்திரு! எழுந்திரு” கிழவி வேகப்படுத்தினாள். காமத்தின் மனைவி, கொட்டாவி விட்டுக் கொண்டே எழுந்தாள். பாய் மற்றும் படுக்கையை கிழவி மடித்து வைப்பதை அவள் பார்த்துக் கொண்டிருந்தாள். சுருக்கு விழுந்த, மெலிந்த கைகளுடன், படுக்கையை மடித்து வைப்பதைப் பார்த்து, வருத்தப்பட்டாள்.

“வேண்டாம் அம்மா. நானே மடிச்சு வச்சுக்கிறேன். விடு”

“சின்னம்மா, விடுங்க. நானே மடித்து வச்சுக்கிறேன். இன்னிக்கு நேத்தா? நாப்பது வருஷமா நா இத செய்யிறேன்...சின்னம்மா...போங்க -போய் கொஞ்சம் தேனீர் செய்து கொடுங்க.” காமத்தின் மனைவி உள்ளே சென்றாள். கருணையினால் தான் இந்த கிழவி இருக்கிறாள்.

வீட்டின் எல்லா வேலைகளையும் அவளே அடம்பிடித்து செய்வாள். இத்தனை வயதானாலும், அவளுடைய குடிசையிலிருந்து ஓய்வு எடுக்க முடியவில்லை!

கிழவி கட்டிலிலிருந்த படுக்கையை மடக்கி வைத்து, துடைப்பத்தால் பெருக்க துவங்கினாள். குப்பையை எல்லாம் ஒரு இடத்திலே தள்ளி, மற்றொரு அறையிலே போட்டாள். அங்கு கதவின் அருகிலே சுவற்றின் அருகில் இருந்த கட்டிலிலே, இளவரசன் தூங்கிக் கொண்டிருந்தான். கதவும், ஜன்னலும் சாத்தி இருந்ததால் அந்த அறை இருட்டாக இருந்தது. கிழவி நிமிர்ந்து, அந்த அறையின் ஜன்னலையும் கதவையும் திறந்து வைத்தாள். அறையில் வெளிச்சம் பரவியது. திரும்பும் போது, அவளுடைய பார்வை இளவரசன் மீது பட்டது. அவனுடைய உடலில் வெறும் உள்ளாடை மட்டும் இருந்தது. அவனை பார்க்கும் போது பெருமையுடன் அவளுடைய இதயம் ஆனந்தத்தில் பூரித்தது. - சிறுவன் இப்பொழுது வளர்ந்துவிட்டான். அவனுடைய இளமை பருவத்தினால், மார்பு விரிந்து, வலுவாக இருந்தது. மார்பிலும். மூக்கின் கீழேயும் முடி வளர்ந்திருந்தது. கையிலும் தொடையிலும், சதை போட்டிருந்தது. கிழவிக்கு அவனுடைய வெளுத்த தொடையில் அப்பளம் அளவுக்கு இருந்த கருப்பு தேமல் தென்பட்டது.

அப்போது, அவளுடைய நெஞ்சு, ஈரமானது. உடனே அவளுக்கு அவன் மீது மதிப்பு தோன்றியது - என் ராசா! என்னுடைய தாய்ப்பால் குடித்து பெரியவனானவன். என்னுடைய உடம்பின் ரத்தத்தையும், என்னுடைய இதயத்தின் அன்பையும் பெற்று...

அவனுடைய தாயின் வயிற்றில் அறுவை சிகிச்சை செய்து தான் அவனை வெளியே எடுத்தார்கள். அந்த நேரத்தில், மருத்துவமனையில் இருக்கும் போது, பெரியம்மா, அழைத்து - கிழவி, உனக்கு தாய்ப் பாலிருக்கிறது என்றால், குழந்தைக்கும் கொடு! நான் மகிழ்ச்சியுடன் தந்தேன். அவன் பிறப்புக்கு இரண்டு வருடம் முன்பு, எனக்கு கடைசி குழந்தை பிறந்திருந்தது. நான் அவளுக்கு தாய்ப்பால் கொடுத்துக் கொண்டிருந்தேன். தலை நிறைய கருப்பு முடியுடன், கோதுமை நிற உடம்புடன் இருக்கும் இந்த சிறுவன், என்னுடைய கையிலே பெற்று, அவனுடைய முகத்தை மார்பின் அருகிலே கொண்டு போகும் போது, கை நடுங்கியது. அப்பொழுதே, நான் பார்த்தேன் - குழந்தையின் வலது தொடையிலுள்ள பெரிய கருப்பு தேமல். பெரியம்மாவையும், ராமுவையும் அழைத்துக் காட்டினேன் - சிறுவனின் காலில் உள்ள இந்த தேமல் கண்டீர்களா? இவன் உங்களுக்கு பெருமை சேர்ப்பான். அந்த தேமல் வளர, வளர என்னுடைய அன்பும் பெருகிக் கொண்டே வந்தது.

கிழவிக்கு தோன்றியது - கட்டிலிலே அமர்ந்து அன்று போல், அவனை தன்னுடைய மடியிலே படுக்க வைத்து, அவனுடைய தலையை கையிலே பிடித்து, பால் தருவது போல். இல்லை என்றாலும் அவனை கட்டிப்பிடித்து அவனுடைய தலைமுடியிலே விரல் ஓட்டி, என்னுடைய உதட்டினால் அவனுடைய கன்னத்தில் முத்தமிட்டு, மெதுவாக தடவுவது போல். திடீரென்று, கிழவிக்கு மனதிலே பட்டது - இவன் இப்போது அந்தக் குழந்தை அல்ல! இருபத்து மூன்று வருடத்திற்கு முன்பு, இடுப்பிலே தூக்கி சுற்றியவன் அல்ல! இவன் உன்னுடைய தாய்ப் பால் குடித்து, தவழ்ந்து வந்த அந்தக் குழந்தை அல்ல. இவன் ஒரு இளைஞன் - இருபத்து மூன்று வயதுக்காரன். கிழவி பெருமூச்சு விட்டாள். கட்டிலிலே தாறுமாறாக இருந்த போர்வையை எடுத்து, அவனுடைய உடம்பை மறைத்தாள். அதன் பின், சீவக்கட்டையை கையிலே எடுத்துப் பெருக்க ஆரம்பித்தாள்.

சூரியன், இப்பொழுது உச்சிக்கு வந்துவிட்டான். வெயில் தக தகத்தது! சூரிய ஒளி, மரத்தின் வழியாக இறங்கி, பூமியிலே பரவியது. குளத்தின் ஓரத்திலே இருக்கும் மரத்தின் நிழல், தண்ணீரில் பிரதிபலித்துக் கொண்டிருந்தது. அதில், வெயில் உடையதும் நிழலின் ஒளியும் ஒன்றோடு ஒன்று சேர்ந்திருந்தது. அந்த நேரத்தில் சுற்றுப்புறம் முழுவதும், அமைதியாக இருந்தது. ஆனால் சற்று தள்ளி, அரச மரத்தின் இலைகள், பூதத்தைக் கண்டதுப் போல நடுங்கிக் கொண்டிருந்தன.

கிழவி, வெறுமையுடன், குளத்தின் கரையிலே அமர்ந்து பாத்திரம் கழுவிக் கொண்டிருந்தாள். வயிறு நிறைய உண்டதாலும், சூரிய வெப்பத்தினாலும், கண்கள் தானாகவே மூடிக் கொண்டிருந்தன.

இன்று, ஷக்கு வராததால், துணி துவைக்க முடியாது. துணி துவைப்பதற்கு இப்பொழுது எனக்கு என்ன பதினாறு வயதா? இறைவனின் அருளால் இப்பொழுதும் குருடாகவோ, செவிடாகவோ இல்லை. பல் விழுந்துவிட்டது. தோல் சுருங்கிவிட்டது, சதை இளகிவிட்டது. முன்பு போல் ஓடி ஆட முடியாது. வயது ஆகிவிட்டதல்லவா? இந்த பேத்திக்கு என்னுடைய வயது எட்டும் போது எப்படி இருப்பாளோ பார்க்கலாம்!

இவ்வாறு நினைக்கும் போதே, கிழவிக்கு பேத்தியின் ஞாபகம் வந்தது. இப்போது எல்லாம் ஷக்குவுக்கு அடிக்கடி தலைவலி வருகிறது. என்ன ஆகிவிட்டதோ? இறைவனுக்கே வெளிச்சம். சரி, இன்றாவது அவளை மருத்துவரிடம் அழைத்து செல்ல வேண்டும்.

கிழவி பாத்திரம் தேய்த்து எழுந்தாள். அதன் பிறகு, குட்டையிலிறங்கி குடத்தில் தண்ணீர் நிரப்பினாள். தேய்த்த பாத்திரங்களை கழுவினாள். அதன் பிறகு, அவள், அவற்றை எடுத்து

சென்று, வீட்டில் சமையல் அறையிலுள்ள அலமாரியில் அடுக்கினாள். இனி, இன்று பெரிய வேலை ஒன்றும் கிடையாது. காமத்தின் மனைவியும், தாயும் தூங்கிவிட்டார்கள். பேரன், வெளியே சென்றுள்ளான்.

அந்த சமையல் அறையின் வெளிக் கதவை சாற்றி, வெளியே அமர்ந்தாள். இப்பொழுது முன்பு வேலை செய்தது போல செய்ய முடியவில்லை. பத்து பன்னிரெண்டு வருடங்களுக்கு முன்னால் வரை, இவ்வாறு சீக்கிரமாக வேலை முடிந்து, ஓய்வு எடுக்க முடியாமலிருந்தது. ஏதாவது ஒரு வேலையை செய்து கொண்டிருந்தாள் - மாவாட்டுதல், அரிசி சுத்தப்படுத்துதல் மற்றும் பல வேலைகள். இங்கே வேலை இல்லை என்றால், அவளுடைய குடிசைக்குச் சென்று அங்கிருக்கும் வேலைகளை பார்த்துக் கொண்டிருந்தாள். தற்பொழுது அவ்வாறு செய்ய முடியவில்லை. காலையில் வேலை துவங்கினால், மதியமாகும் பொழுதே சோர்வு அடைகிறாள். மற்றும் வெயிலில் வெளியே செல்வதென்றாலே முடியவில்லை. அதனால் தற்பொழுது இதே வீட்டிலேயே மதியம் உறங்குகிற பழக்கம் ஆகியுள்ளது.

கிழவி, தரையிலேயே முந்தானையை விரித்து, யோசனை செய்து கொண்டே படுத்தாள். இதே போல இன்னும் எத்தனை நாட்கள் கழியுமோ? இந்த வீட்டிலே மூன்று தலைமுறைகளைப் பார்த்த ஒரு வேலைக்காரியாகவே இருந்திருக்கிறேன். என்னுடைய சொந்த காலிலேயே நின்று, காலத்தை கழிக்கலாம். மற்றது நடப்பது போல நடக்கட்டும். ஷக்குவை கட்டிக்கொடுக்கும் ஒரு முக்கியமான வேலை மீதியுள்ளது. இது ஒன்றும் பெரிய வேலை அல்ல. ஏன் என்றால், யாருடைய உதவியும் இல்லாமல் நான் ஐந்து மகள்களின் திருமணம் செய்து வைத்துள்ளேன். இப்பொழுது அவர்கள் அனுபவிக்கும் சுக - துக்கங்கள் அவர்களுடைய தலைவிதி! மூன்றாவது மகள், ஷக்கு பிறக்கும் போதே இறந்துவிட்டாள். தாயாரில்லை என்ற குறையே இல்லாமல் வளர்த்தேன். சும்மா சொல்லக் கூடாது - பெண், நான் நினைத்தது போலவே வளர்த்திருக்கிறாள். இனி இரண்டு மூன்று வருடங்களில், அவளுக்கும் ஒரு துணையைத் தேட வேண்டும். ஹ்ம்... எனக்கு கஷ்டம் ஏற்படாது - பெண் அழகாக இருக்கிறாள். கருப்பு தான். ஆனால், மீண்டும் ஒரு முறை திரும்பிப் பார்க்க தூண்டும் உருவம்.

கிழவி மனதிற்குள்ளே சிரித்து பொறு பொறு... அதற்குள் என்ன அவசரம்? இப்பொழுது தான் பெண்ணுக்கு பதினேழு வயது ஆகிறது! அதற்குள் உனக்கு அவளது திருமணத்திற்கு என்ன அவசரம்!

திடீரென்று, கிழவி எழுந்து அமர்ந்தாள் - நான் அதிக நேரம் தூங்கி விட்டேனோ? இப்போது மணி என்ன? அவள் சுற்று, முற்றும்

பார்த்தாள். வெயிலின் தாக்கம் மற்றும் நிழலின் நீளத்தைப் பார்த்து, முடிவு செய்தாள் - மாலை மூன்றிலிருந்து நான்கு மணி ஆகியிருக்கும். எழுந்தாள். அவள் வெளியே செல்லும் போது, காமத்தின் மனைவி, அடுப்பறையில் தேனீர் தயார் செய்து கொண்டிருந்தாள். கிழவி குளத்தின் அருகே சென்று, வரப்பின் வழியாக கீழே இறங்கி, இரண்டு கைகளாலும் தண்ணீர் எடுத்துக் கொண்டு, முகத்தை கழுவினாள். மேலே வரும் போது யோசிக்க ஆரம்பித்தாள் - ஷக்குவை மருத்துவரிடம் அழைத்து செல்லலாம்! அவள் அதிகாலை புறப்படும் போது, தலை வெடிக்கும் அளவிற்கு வலிக்கிறது என்று கூறியிருந்தாள். இது போல, அடிக்கடி கூறிக் கொண்டிருக்கிறாள். காலை நேரத்தில் மட்டும், இவ்வாறாகிறது போலும்! காலை நேரத்தில் தலை வலிக்கிறது என்று படுத்துக் கொண்ட பெண், மாலையில் நான் செல்லும் வரையில் அவளை கவனிக்க முடியவில்லையே! இப்படியே விட்டுவிட முடியாது. வைத்தியரிடம் காண்பிக்க வேண்டும். அவள், நாளை வேறு ஒரு வீட்டிற்கு செல்ல வேண்டியவள். அந்த நேரத்தில், அவர்கள் என்னை குற்றம் சொல்லக் கூடாது.

கிழவி, சமையலறைக்கு சென்றபோது, காமத்தின் மனைவி, அவளுக்கு தேநீர் கொடுத்தாள். தேனீர் ஒரு வாய் அருந்திக் கொண்டே-

“அம்மா - நான் புறப்படுறேன்”.

“ஏன் கிழவி?” காமத்தின் மனைவி கேட்டாள் -

“இன்னிக்கு சீக்கிரம் கிளம்புரியா?”

“ஆமா. இப்போ கிளம்ப வேணும் அம்மா. பேத்தி தலை வலிக்கிறதுன்னு சொல்லியிருந்தா. தனியா இருக்கிறா.”

“ஷக்குவிற்கு அவ்வப்போது தலை வலிக்கிறதே. வைத்தியரிடம் காட்டேன்”.

“இன்னிக்கு நான் அவளை வைத்தியரிடம் கூட்டிட்டு போறேன்.”

“இரு கிழவி” காமத்தின் மனைவி, உள்ளே சென்று, ஒரு பாத்திரத்தில், மதியம் சமைத்த உணவைக் கொண்டு வந்து கொடுத்தாள். ஒரு சிறிய பாத்திரத்தில் குழம்பை ஊற்றி, மூடி வைத்தாள். அதில் ஊறுகாயும், அப்பளமும் இட்டாள். அந்த பாத்திரத்தை, வாழை இலைக் கொண்டு மூடி, கிழவியிடம் கொடுத்தாள். கிழவி எப்பொழுதும் போல, அவளுடைய இடது தோளிலே வைத்துக் கொண்டு புறப்பட்டாள். “அம்மா வரேன்”

நான்கு மணிக்குண்டான வெயில், அவளின் கருத்த மேனியில்

பட்டது. அவளுடைய சுருக்கம் விழுந்த தோலில், அந்த வெயில், அவளை குளிப்பாட்டியது. அவளின் குதிகாலில் வெயில் படர, அதனால், நீண்ட நிழல் வந்தது. உடம்பிலே பட்ட அந்த வெயிலினாலே, அவளுக்கு வேர்த்தது. ஆனால், தோலுக்கு எரிச்சல் ஏற்படவில்லை. கிழவிக்கு இதமாகயிருந்தது.

வழியில், சிறுவர்கள் விளையாடிக் கொண்டிருந்தார்கள். இந்த கிழவி வருவதைக் கண்டும் அவர்கள் வழி விடவில்லை. அந்த அழகான சிறுவர்களின் முகங்களை பார்த்துக் கொண்டும், அவர்களுடைய விளையாட்டை பார்த்துக் கொண்டும், முன்னோக்கி நடந்தாள். அவள் நடந்து செல்லும் போது, பின் பக்கமாக அவர்களுடைய உற்சாகமாக சிரிக்கும் சத்தம், அவளுடைய செவிக்குள் புகுந்தது.

வீதி முனையில் திரும்பும் போது, அவளுடைய காலடியிலிருந்த நிழலும் சிறிது திரும்பியது. அவளின் எதிரில், ஹனுமான் கோயில் தெரிந்தது. அங்கே சென்று ஏன் கும்பிடக் கூடாது? செல்லலாம். ஆனால் கோவிலின் கதவுகள் திறந்திருக்கவில்லை. கதவு திறக்கும் வரை காத்திருந்தால், நேரமாகிவிடும். வெளியிலேயே நின்று, கும்பிடுகிறேன்.

அவளின் கால்கள் தானாக கோயிலின் பக்கம் திரும்பியது. அங்கே சென்றவுடன் அவள் தோளிலேயிருந்த பாத்திரத்தை கீழே வைத்தாள்! கையெடுத்து கும்பிட்டாள், கண்களை மூடினாள்.

"கடவுளே! ஆஞ்சநேயா!... காப்பாத்து... பையனுக்கு நல்ல புத்தியை கொடு... இளவரசனுக்கு சீக்கிரம் வேலை அமைச்சுக் கொடு... மகள்களை பட்டினியிருக்கும் படி செய்யாதே... காப்பாத்து... எல்லோரையும் காப்பாத்து."

பாத்திரத்தை எடுப்பதற்காக குனிந்த போது, அவளுக்கு, காலையில் அபிஷேகம் பண்ணிய தீர்த்தம் தெரிந்தது. அதை எடுத்துக் கொண்டு செல்லலாம் என்று, அவள் அமர்ந்து, வாழை இலை எடுத்து, சிறிய பாத்திரத்தில் உள்ள குழம்பை, சாதத்தில் ஊற்றி, முந்தானை எடுத்து துடைத்தாள். பாத்திரத்தை எடுத்துக் கொண்டு கோவிலை சுற்றி வந்தாள். கோயிலின் வலது புறமுள்ள சுவற்றின் வெளியே, காலையில் செய்த அபிஷேக தீர்த்தம் அங்கே தேங்கியிருந்தது. பாத்திரத்தில் அதை நிரப்பி, "சாமி! ஷக்குவை காப்பாத்து. அவள் தான் எனக்கு ஒரே துணை. அவளைத் தவிர, என்னவர் என்று சொல்லிக் கொள்ள யாருமில்லை. சாமி, நீ தான் காப்பாத்தணும்."

கிழவியின் மனபாரம் குறைந்தது, அவள் உற்சாகத்துடன் சென்றாள். அவளுடைய குடிசையின்அருகில் சென்ற போதே, தெரிந்தது - முன் கதவு பூட்டியிருக்கிறது. பாவம், அவள் தூங்கிக் கொண்டிருப்பாள்.

அவள் மீது பரிதாபப்பட்டாள். அங்கே சென்று, பேத்தியின் தலையை பிடித்து தடவ வேண்டுமென எண்ணினாள். மெதுவாக அந்த முன் கதவை தள்ளினாள் - ஆமாம், கதவு பூட்டியுள்ளது. சிறுமி தூங்கிக் கொண்டிருக்கிறாள். எழுப்ப வேண்டாம். அவள் எழுந்த பிறகே, தீர்த்ததைக் கொடுக்கலாம். அவள் திரும்பி பின்பக்கமாகச் சென்றாள். அங்கே, கதவை வெளியிலிருந்தே திறக்க முடியும். இடது கையாலே தோளிலிருந்த பாத்திரத்தை தாங்கிக் கொண்டு, வலது கரத்தாலே அந்தக் கதவைத் திறந்து உள்ளே சென்றாள்.

அவள் அதிர்ந்தாள். உள்ளேயிருக்கும் அறையிலே ஷக்கு மற்றும் இரண்டு தொடைகள் ஆடையில்லாமல் இருந்தது அவளுக்குத் தென்பட்டது. தோளிலிருந்த பாத்திரம் கீழே விழுந்தது. வாழை இலை தெரித்தது. சாதமும், குழம்பும் தரையிலே கொட்டியது. பாத்திரத்திலுள்ள தீர்த்தம் கீழே வழிந்தோடியது. ஒரு வினாடிக்குள் அவள் மனதில் ஓடிய எண்ணம் என்னவென்றால் - அங்கே விழுந்த விறகு கட்டையை எடுத்து இரண்டு பேரையும் அடித்து நொறுக்குவது என்று. ஆனால், அவள் துக்கத்துடன் இருந்த கண்களில், ஷக்குவின் தேகத்தின் மேலிருக்கும் தொடையில், கருப்பாக அப்பளம் அளவிலிருக்கும் அந்த தேமல் தெரிந்தது. அவளே கல்லாகி இறுகி விட்டாள்.

– தேமல்–'குலாகர்'–தீபாவளி மலர்–1982

2. கரை

அந்தி சாயும் நேரம் ஆகிவிட்டதா?. தெரியவில்லை. முன்பெல்லாம் வெளிச்சமும் நிழலும் பார்த்தே நேரத்தை முடிவு செய்ய முடிந்தது. ஆனால், இப்பொழுது கண்களில் இருட்டு மட்டும் தான் தெரிகிறது. காதிலே மௌனம் தான் கேட்கிறது.

அல்ல. அது உண்மையல்ல. வெளிச்சத்தின் கதிர்கள் கண்களுக்குள் செல்கின்றன. ஆனால், அதன் விளைவு தங்குவதில்லை. காதுகளின் பக்கத்தில் யாராவது உரக்கப் பேசினால், தெளிவில்லாத வார்த்தைகள் தான் கேட்கின்றன.

அந்தி சாயும் நேரமாகிவிட்டது. இப்போதைய நிலையில், இப்படியே காலத்தைப் போக்கலாம். எல்லாம் விதி.

புறப்படலாம். இப்படியே உட்கார்ந்திருந்தால், நேரம் தான் வீணாகும். பக்கத்திலுள்ள கோயிலுக்குப் போகலாம்! - எதுவுமில்லை என்றாலும் நன்கு காற்றோட்டமாவது இருக்கும்.

உள்ளே யார் இருக்கிறார்களோ?. அதைப் பற்றி சிந்திக்க வேண்டாம். எல்லோரும் கோயிலுக்கு இல்லையென்றால், சந்தைக்குச் சென்றிருப்பார்கள். யாருமில்லை என்றாலும், மனைவி இருப்பாள். அவள் எங்கும் செல்ல மாட்டாள். என்னைப் போலவே அவளும் குருடாகிவிட்டாளே.

"சாவித்திரி நான் வெளியே போறேன் - சரியா?".

அவள் கேட்டாளா? மறுபடியும் சத்தமாக சொல்லலாம்.

"சாவித்திரி நான் கோயிலுக்கு போறேன்".

அவள் சரி என்று சொல்லி இருப்பாள். போகலாம்.

என்னுடைய வாழ்க்கையில் இணைந்தேயுள்ள கோயில், என்னுடைய கையிலே ஆடும் மணி. என்னுடைய தோளில் பல்லக்கில் சுவாமி, இப்பொழுது எதுவும் கண்ணில் தெரியவில்லை.

ஆனாலும், எனக்கு தேவைப்படும் போதெல்லாம் தெளிவாக என் முன்னாலே தெரிகிறது. நினைவிலே இருக்கும் படத்தை காண, கண்கள் தேவையில்லை. நினைவிலேயிருக்கும் வார்த்தை கேட்பதற்கு, காதுகள் தேவையில்லை. அவ்வாறு, குருடனின் கண்களில், என்னுடைய உலகம் உயிரோட்டமாக இருக்கிறது! கடவுளே, இது உன் கருணை.

அவ்வாறு, என் முன்னே ஒரு தெளிவான படம் தோன்றுகிறது. அந்த நேரத்தில் எனக்கு என்ன வயது? இருபத்தி இரண்டு? இருபத்தி நான்கு? இல்லை இருபது. ஆமாம் இருபதே. காரணம், இருபத்தி ஒன்றில், எனக்கு திருமணம் நடந்தது. பன்னிரெண்டு வயதான சாவித்திரியுடன்.

கோயிலில் மஹா உற்சவத்தின் கடைசி நாள். மதியத்தின் வெயிலினால் தலையே வெடித்துவிடும் போலிருக்கிறது.

"தாத்தா"

அந்த நேரத்தில் வாத்தியம் இசைக்கப்பட்டது. அதன் முன்னாலே தாளத்துடன் மக்கள் நடனமாடினர். அவர்கள் பின்னால், நான்கு குண்பி இன மக்கள், தலையிலே படகை கவிழ்த்து நின்று கொண்டிருந்தனர். அந்த படகின் மீது நான்.

"தாத்தா...தாத்தா"

நான் என்ன பண்ணுகிறேன்? ஆடுகிறேன். ஹ- ஹ-ஹ

"தாத்தா"

"ம். யார் - யார் அது?. என்னை இழுத்துக் கொண்டேயிருப்பது?"

"யாருடா?"- மூன்று அடி உயரமுள்ள ஒருவனின் தேகம் பட்டுக் கொண்டேயிருந்தது. மெல்லியதான பளபளக்கும் தோல். நீளமான முடி...ஆ..

"ரமாவா?"

....

"ரமாவா? காதை அவள் உதட்டுக்கு அருகிலே கொண்டு போகலாம். இப்பொழுது, சிறிது கேட்க முடிகிறது.

"தாத்தா...நான் சுசி!"

"அடியே! நான் உன்னை ரமான்னு நினைச்சேன். ஆ..."

"என்னடி?"

அவளுடைய தெளிவில்லாத பதில்.

"ரமா. இல்லை சுசே, சத்தமா பேசு. எனக்கு கேட்கலே."

"நான் என்ன சொன்னேன்னா... நீங்க இங்கே நின்னு ஏன் சிரிக்கிறீங்கன்னு கேட்டேன்".

“நான் சிரிச்சேனா?. எப்போ?”. “ஆஆ.... பழைய ஞாபகத்திலே, ஆமா”.

“தாத்தா - நீங்க எங்கே போறீங்க?”

“கோயிலுக்கு”

“நானும் வரட்டுமா?”

“வா“

என்னுடைய கையிலே அவளுடைய கன்னம் படுகிறது. என் கடவுளே! மிருதுவுடன், பளபளக்கும் தோல். குழந்தைகள் என்றாலே தேவதூதர்கள் தான். அவர்களுடைய முகமே கடவுளின் முகங்கள். அவர்களுடைய பேச்சு, இயற்கையைத் தாண்டியிருக்கும் சங்கீதம். அவர்களுடைய நடை, வாழ்கையில் வைக்கும் சிறிய அடிகள். அவர்களுடைய - டு எனக்கு வலிக்கிறது, வலிக்கிறது. எனக்கும் ஒரு காலமிருந்தது. நான் ஒரு சிறுவனாக இருந்தேன். அப்பொழுது பார்க்கும் ஒவ்வொன்றிலும் ஒரு புதுமையைக் கண்டேன். மதிய நேரத்தில் அடிக்கும் வெய்யிலுக்கு வெப்பமில்லாமல் இருந்தது. மழைக் காலத்தில், மழையினால் எந்த பாதிப்புமில்லாமல் இருந்தது. ஒவ்வொரு மூன்று மணி நேரத்திற்கும் வயிற்றிலே பசி எடுத்தது. நரம்பில் ரத்தமும், தலையிலே வண்ணமயமான கனவுகளுடனுமிருந்தேன்.

முடிந்தது - எல்லா கனவுகளும். வெறும் கனவுகள் தானே. இனிமையானது - ஆனால் குறுகிய காலத்திற்குள் முடிந்தது. இப்பொழுது என்ன இருக்கிறது? இப்பொழுது? ஆ! சைத்தானின் தோலைப் போல் தடித்து, சொரசொரப்பான தோலிருக்கிறது. அதில் லட்சகணக்கான சுருக்கங்கள். கண்கள் என்றாலே இருள் தான். காது இறந்தே போனது. காய்ந்து போன குச்சி போல் விரல்கள். மெழுகு போல மிருதுவான சதைகள். எங்கு தொட்டாலும் வலி தான். இனி மரணத்தின் அருகிலே செல்லும் காலடிகள். ஒரே ஒரு இதயம் தானே இருக்கிறது. கடவுளே!

“இதயமே, அமைதி கொள். எல்லாமே இப்படித் தான் நடக்கும். இப்படித் தான் எல்லோருக்கும் நடக்கும். ஒரு சிறிய விதை நட்டால், அது துளிர் விட்டு, பெரிய மரமாகி இறுதியில் அது பட்டு, காய்ந்து, கருகிப் போகிறது. அதே போல் -

அதே போல எனக்கும் நடக்கும். இன்று வரை இருந்த ஞாபகம் மற்றும் அனுபவம் எல்லாமே வீண். எதுவும் செய்வதில் அர்த்தமில்லை. மறக்க வேண்டும்.

மறக்க முடியாது. ஞாபகம் நன்றாக இருக்கிறது. பழைய அனுபவம் தெளிவாக வருகிறது.

இளமை. இள ரத்தம். திடமான சதை. உடம்பைப் போலவே தன்னம்பிகை. கோயிலின் மகோத்சவத்தின் இறுதி நாளில், திடமான குண்பி இன மக்களின் தலையிலே கவிழ்த்து வைத்த படகின் மேலே ஏறி நடனம்.

படகு எனும் போது, மற்றொரு நினைவு. ஒரு தாசியின் உடம்பின் கவர்ச்சி. கோயிலின் பல்லக்கின் முன்பு, தாசிகள் நடனமாடினார்கள். அதில் ஒரு தாசி, என்னுடைய இதயத்தை தைத்து விட்டாள். வா. என்னுடைய தோளில் பல்லக்கு. பல்லக்கில் கடவுளின் கருணை. இல்லை கருணை அல்ல. கடவுளின் சிலை. அது பஞ்சலோக சிலை. தாசிகளின் கருணை. ஒரு தாசியின் முகம் - பொம்மையின் முகம் - கண்களில் தெரிந்தது. அவளின், காலடி சத்தம் - காதில். அவளுடைய உதடு, கன்னங்கள், மூக்கு, கழுத்து. கடவுளே! கடவுளே! பார்வை ஒரே இடத்தில் நிற்கவில்லை. அவளின் மார்பு, தொடை...

இரவு, புறப்படுகிறேன். அம்மா, அப்பா, சகோதர, சகோதரிகள், அனைவரும் நன்றாக தூங்குகிறார்கள். நான் வெளியே. நதிக் கரையில். எட்டு கிலோ மீட்டர் அகலத்தில் நதி. நதியின் எதிர்க்கரையில், தாசியின் வீடு. ஒரு படகை எடு. அதில் ஏறு. அந்தக் கரைக்கு கொண்டு போ. என் அன்பே, நான் வருகிறேன், வருகிறேன். உன்னுடன் நான் சேர வேண்டும். உன்னுடைய கையிலே என்னை ஏந்து. நாம் இருவரும் ஒன்றாவோம்.

இதயமே சாந்தமாக இரு. இப்பொழுது உனக்கு இருபது வயது அல்ல -அறுபது. பழைய அனுபவத்திற்கு இப்போது அர்த்தமில்லை. மற...மற. கோயில் பக்கத்திலே வந்து விட்டதா?

"சுசே, கோயிலுக்கு வந்து விட்டோமா? "

"....."

கேட்கவில்லை. என்னுடைய காதை அவளுடைய உதட்டுக்குப் பக்கத்திலே கொண்டு போனேன்.

"என்னடி சொன்னே?"

"சேர்ந்து விட்டோம் தாத்தா"

"ஆ"

"தாத்தா"

"என்ன?"

"நான் பேசினால் உனக்கு கேக்குதா?"

"என் காதுகள் செத்து போச்சு, இல்லையா?"

அவள் யோசித்துக் கொண்டு இருக்கலாம் - காதுகள் செத்துவிட்டது என்றால் என்ன?

"சுசே"

"என்ன தாத்தா"

"அடியே, இருட்டு ஆயிடுச்சா?"

"இல்லே"

"இல்லே? சூரியன் இன்னும் ஆகாயத்தில் இருக்கா?"

"இல்லே"

"அப்படின்னா சூரியன் அஸ்தமனம் ஆகியிருக்கணுமே"

"தெரியாது தாத்தா"

"ஆகாயம் சிவப்பாக இருக்கா?"

"ஆமா...ஆமா..."

அப்படி என்றால், அந்தி சாய்ந்துவிட்டது. என்னுடைய கணக்கிலே தவறில்லை.

"சுசே, எத்தனை மணின்னு கேட்டுட்டு வா பெண்ணே"

ஆறரை... ஆறே முக்கால் ஆகியிருக்கும்.

இப்பொழுது இங்கே நிறைய பிள்ளைகள் விளையாடிக் கொண்டு இருக்கின்றன. எனக்குத் தெரியும். அவர்கள் குழந்தைகள் தான். எங்கிருந்தாலும் அவர்கள் இருப்பார்கள். அவர்களுக்கு, கோயிலும் இழவு நடந்த வீடும் ஒன்று தான்.

இப்பொழுது, இங்கே ஆடவர்களும், பெண்களும் என்ன செய்து கொண்டிருக்கிறார்கள்? அவர்கள் என்ன செய்ய? சுவாமியை தொழுது, சுவாமியை சுற்றி வந்து நமக்கு பிடித்தவர்களோடு, பிடித்தமான இடத்திலே பேசிக் கொண்டே இருப்பார்கள்.

ம் - யார்?

"சுசியா?"

காதிலே, மூச்சுவிடும் காற்றும் அதன் வெப்பமும்.

"தாத்தா"

"ம். சுசியே".

"தாத்தா. ஆறு மணி ஆச்சாம்."

"ஆறு? அவ்வளவு தானா?"

நான் ஏழு ஆகிவிட்டது என்று நினைத்தேன். சரி. ஆறு மணி தான் ஆகியிருக்கிறது. நடை இன்னும் திறக்கவில்லையே.

"சுசே, ஒலிப் பெருக்கியில் பாடல் கேக்குதா?"

"இல்லை தாத்தா. முன்னாலே எல்லோரும் நின்னுட்டு இருக்கா"

அப்படி என்றால், இப்பொழுது நடை திறக்கும் நேரம் ஆகிவிட்டது. மணி ஒலிக்கப்படும்.

மணி!

மூன்று நான்கு அடி உயரத்தில் ஒரு பெரிய மணி. பன்னிரெண்டு அடி உயரத்தில் தொங்கி கொண்டிருக்கிறது. அரை டன்னுக்கு மேலே எடை இருக்கும். தாமிரத்தால் செய்த மணி கீழே விழுந்தால் என்னவாகும் என்று பல முறை யோசித்திருக்கிறேன். நடப்பதற்கு என்ன இருக்கிறது? கீழே இருப்பவன் சுக்குநூறாக ஆவான்.

இப்படி யோசிக்க... யோசிக்க... பைத்தியம் பிடித்தது போலாகும், ஏன் என்றால், மணியின் கீழே நிற்பது நான் தானே. மணி அடிப்பது, பல்லக்கு தூக்குவது, ரதத்தை இழுப்பது, இந்த சேவைகளை சேவை பதினைந்து வயதில் செய்ய ஆரம்பித்தேன்.

செய்தி உண்டு. கண் தெரிகிறது - இப்படியே கம்பத்திலே, ஏறுவது - மணியுடைய சங்கிலி அங்கே வைத்துள்ளார்கள். அதை கையிலே வாங்கித் துள்ளி குதிப்பது - சங்கிலி விட்டு விட்டு பிடிப்பது - மணியின் தண்டம் ஆடும் - நடைத் திறக்கப்படும் - தீபாராதனை தெரியும் - சங்கிலியை பலமாக இழுப்பது - மணி சத்தமாக ஒலிப்பது. டண்... டண்... டண்... மணி ஒலிக்கும்..

ஆம். மணி ஒலிக்கவும். மணி அடிப்பதற்கு, கண்கள் தேவையில்லை. காதுகள் தேவையில்லை. இளமை வேண்டாம். பக்தியும் ஒரு கையும் போதும் - ஆமாம், மணி ஒலிக்கவும்.

"சுசே"

பதில் இல்லை. கேட்கவில்லை.

சுசே, எங்கே?

"சுசே"

ஆம். சிவந்த மிருதுவான கைகள் அவனுக்கு பட்டது. அவளே தான்.

"பெண்ணே, அந்த மணி அடிக்கிற இடத்துக்கு என்னை கொஞ்சம் கூட்டிட்டுப் போ. பாக்கலாம்".

அவள் இழுத்தாள். முன்னாலே செல். செல்.

அவள் நின்றாள், நில்.

யாரு டா... யார் அது மணி அடிப்பது.... ஆ... ஆ....

"ஏய் பையா, அந்த சங்கிலிய இங்கே கொடு பாக்கலாம். நானும் அடிச்சுப் பாக்குறேன். நாலு அஞ்சு வருஷமாயிடுச்சு. இப்படி சாமி முன்னாலே நின்னு, மணி அடிச்சு. எங்கே சங்கிலி?"

சங்கிலி கையிலே படுகிறது. பிடி.

சங்கிலி ஆடிக் கொண்டேயிருக்கிறது. ஆடிக் கொண்டே இரு.

"மகனே, நடை தொறக்கும் போது என்னை கொஞ்சம் இழு. சரியா? அப்புறமா, நான் மணி அடிக்கிறேன்".

சங்கிலியை ஆட்டிக் கொண்டே இரு. அதிகமாக ஆட்டாதே. மணியின் தண்டம் மணியின் மேலே பட்டு சத்தம் எழும். நடை திறக்கும் முன் மணி சத்தம் எழக் கூடாது. அதனால் மெது... மெதுவாக, சங்கிலியை மட்டும் ஆட்டிக் கொண்டே இரு. ஆட்டிக் கொண்டே இரு-

யாரோ கையை இழுத்தனர்.

அ... அ இப்பொழுது சங்கிலியை பலமாக இழு. மணியின் தண்டம் சரியாக மணியை அடிக்குமாறு அடி. டோன் என்ற சத்தம் வருவதற்கு விடு. டோன் ஆகவில்லை. மணி ஒலிக்கவில்லை.

இன்னும் பலமாக அடி.

சப்தம் எழவில்லை. ஏன்?

நிறைய பலம் கொண்டு தண்டம் மணியை அடிக்கும் படி விடு -

இல்லை. கடவுளே சப்தம் வரவில்லை.

இன்னும் இழு.

இழுக்க முடியவில்லை.

யாரோ என்னுடைய கையிலுள்ள சங்கிலியை பலமாக இழுத்தனர். என் விரல் வலிக்கிறது. ஏய்... யாருடா அது? நாயே! - என்னுடைய கையிலிருந்த சங்கிலியை பறிக்க, யாருக்கு தைரியம் உள்ளது - எந்த -

அமைதி. இதயமே அமைதி. இது கோயில். நினைவில் கொள். இப்பொழுது நீ இருபது வயது இளைஞன் அல்ல. மரண விளிம்பில் இருப்பவனுக்கு கோபம் வருவது சரியல்ல. விடு. மன்னித்து விடு. இறைவா மன்னித்து விடு.

இருட்டிலே கடவுளின் சிலை தெரிகிறது. தீபத்தின் ஒளியில் மின்னும் தங்கச் சிலை தெளிவாக தெரிகிறது. கடவுளே காப்பாற்று. வந்து சேர். என்னை உன்னிடத்தில் சேர்.

இனி இப்பொழுது எங்கே போய் உட்காரலாம்.

“சுசே எங்கே”.

“சுசே”

“........”

“சுசே.....எங்கே போய்விட்டாய் மகளே?”

பதில் இல்லையே -

“சுசே, மகளே எங்கே”-

“....”

ஆ. மிருதுவான விரல்கள் என்னுடைய சொர... சொரப்ப்பான தோலில் படுகிறது. ஆ... அ... இங்கே இருக்கிறாள்.

“சுசே, எங்காவது போயி உட்காரலாம்”.

அரை மணியோ ஒரு மணியோ இருந்து புறப்படலாம். வீட்டிற்கு சென்று பண்ணுவதர்க்கு ஒன்றுமில்லை. சிறிது நேரம் இங்கேயே இருக்கலாம்.

சுசே, கையைப் பிடித்து இழுத்தாள். “என்னடி?”

“.............”

தரித்திரம் பிடித்த காது!. அவளுடைய வாயின் பக்கத்திலே கொண்டு போ.

"என்னப்பா?"

கேட்கவில்லை.

"சுசே,... எனக்கு கேட்கவில்லை. சத்தமாக சொல்"

"........"

"சுசே, நீ எதாவது பேசினாயா? இல்லையா?"

காதிலே அவளின் மூச்சு. அவளின் வாயிலிருந்து வரும் மூச்சு, காதிலே வந்து தொடுகிறது. கடவுளே, எனக்கு பக்கத்திலே யார் வந்து உட்கார்திருக்கிறார்?". சுசே தானே -

மிருதுவான தோல், நீளமான முடி, மூன்று அடி உயரம், சூசியே தான் -

"நீ சுசே தானே?"

சூடான காற்று காதிலே நுழைகிறது. எதுவும் கேட்கவில்லை, எதுவும் -

எப்படி?

கேட்பதில்லை!

கடவுளே! எதுவும் கேட்கவில்லை! கேட்கவில்லை! என் கடவுளே. இருதயமே சாந்தமாக இரு. அமைதி. அமைதி. இப்பொழுது நீ இருபது வயதுக்காரன் - அல்ல. இருதயம் அமைதி அடையவில்லை. என் கடவுளே, கடவுளே -

அழாதே, அழக் கூடாது. அறுபது வயதுக் கிழவன் அழக் கூடாது. உன்னுடைய உணர்ச்சிகளை கட்டுப்படுத்து. உன் உதடுகளை கடித்திரு. உன்னுடைய - இல்லை முடியவில்லை. எல்லாமே போய் விட்டது, வருத்தமாக இருக்கிறதா? ஆகட்டும் வருத்தபடட்டும். கையைப் பிடித்த சுசேயின் விரல்கள் தளர்ந்து விட்டன. பாவம் பெண்ணே, இனி உன் பேச்சை நான் கேட்கவே முடியாது. இனி யாருடைய பேச்சும் எனக்கு கேட்காது. இனி சேவலின் சத்தம், பறவையின் பாட்டு, மனிதர்களின் சத்தம் கேட்க முடியாது.

இனி என் கண்களின் முன்னால் சூரியன் உதிக்காது. அதே போல் காதுகளில் சத்தம் கேட்காது.

ஆ...!

— கரை—'கொங்கன் டைம்ஸ்' - தீபாவளி மலர்-1989

3. தனிமையின் மாலை

சர்.....

கடலின் அலை வீசியது. அது கரை சேர்ந்த உடன், வேகம் குறைகிறது மற்றும் அதன் தலை அடித்து, சுக்குநூறாகிறது. யாரோ அதன் காலைப் பிடித்து இழுப்பது போல பின்னாலே செல்கிறது. அந்த அலைகளை தொடர்ந்து வந்த வேறு ஒரு அலை அதன் மீது வந்து பின் சென்றது. கால் வழுக்கி விழுகிறது. ஃபா... த்... தீ.

வாசந்தி தனிமையில் அமர்ந்திருக்கிறாள். அவள் முன்னால் ஆச்சரியத்துடன் பார்ப்பதற்கு ஒன்றுமில்லை. இந்த கடல், இந்த அலை ஒன்றும் அவளுக்கு புதியதல்ல. அவளுடைய வீடு இருப்பதே கடற்கரையில்தான். மற்றும் முதல் மூச்சிலிருந்து, இன்று வரை அவள் இந்தக் கடலையும், அலையையும் பார்த்திருக்கிறாள். கடலின் முழுப் பரிமாணம் அவளுக்குத் தெரியும். அந்த அலையின் ஓசை அவளுடைய தொண்டையிலிருந்து வரும் ஓசையைப்போல அவளுக்கு அறிமுகம். எனினும், தினமும் மாலை நேரத்தில் இந்த கடற்கரைக்கு அவள் வரவேண்டும். எதற்காக என்றால் -

வேண்டாம். அதைப் பற்றிய யோசனை வேண்டாம் - வாசந்தி முடிவு எடுத்தாள் - என்னுடைய கடினமான விஷயத்தை நினைக்க வேண்டாம். சிறிது நேரம் என்னுடைய மனது காலியாக இருக்கட்டும்.

அவள் எழுந்து முன்னாலே சென்று, அலைபட்டு மணல் ஈரமாகிற இடத்திலே அமர்ந்தாள். செருப்பைக் கழற்றி, பாதத்தை அந்த ஈரமான மண்ணில் வைத்தாள். சர்... என்று அலை வீசியது. அவளுடைய கால்களுக்கு அருகிலே வரும் போது, மெல்லியதானது. அந்த அலை வீசியதால் பாதங்கள் நனைந்தன. அவளுடைய உடம்பு குளிர்ந்தது.

கடலின் மேல் பாகம் சூரிய ஒளிபட்டு, தங்க நிறம் கொண்டு மினுமினுத்த அலை, சூரியனை நோக்கிச் சென்றது. ஆகாயத்தின் மேலே சூரியன் ஏற... ஏற, அந்த இடத்தின் அழகு மேம்பட்டு, தங்கம் போல மின்ன, நடந்து போக முடிந்தால் அது ஒரு பொன் பாதையாக அமையும்.

சிறு வயதில் அவ்வாறு தான் தோன்றியது - இந்த நேரத்தில் தாயாரும் கூட வருவாள். அவள் என்னைத் தனியாக விடமாட்டாள். அவளிடம் கேட்பேன் - அப்பா எங்கே இருக்கிறார்? அவளுடைய முகத்திலே தோன்றிய மாற்றம் இன்றும் நினைவிலே உள்ளது. வேண்டாம் அதை ஞாபகப்படுத்த வேண்டாம். எல்லா ஞாபகமும், எல்லா யோசனையும் ஒரே அனுபவத்தின் பக்கம் இழுக்கிறது. அந்த அனுபவம், என்னுடைய வாழ்கையில் ஒரு சாபம். நான் அதை மறக்கவேண்டும்.

வாசந்தியின் பார்வை பின்னாலே சென்றது. கடற்கரையின் ஈரமணலிலே நிலை நின்றது. திடீரென்று, அவளுக்கு ஒரு யோசனை தோன்றியது - இன்று அவினாஷ் ஏன் கால தாமதம் செய்து கொண்டிருக்கிறான்? இனி வரவே மாட்டானா?

அவினாஷ் எனும் போதே அவன் கூறிய வார்த்தைகள் நினைவிற்கு வருகின்றன.

- ஏய் பெண்ணே, நீ யயாதியின்* மற்றொரு உருவம்.
- எப்படி?
- எப்படி? யயாதியுடைய உடம்பு, சிறிய வயதிலிலேயே முதுமை அடைந்தது. உன்னுடைய உடம்போ இளமையுடன் கூடியது. ஆனால், மனது முதுமையுடன் உள்ளது.
- ஆ. எனக்கும் ஒரு சாபம் உண்டு.
- சாபமா? என்னது?

முதுமைக்குண்டானது. முதுமையில் நம் மனது தனியாக இருக்கும் நிலை. அதை என்னால் அனுபவிக்க முடிகிறது - அதை பயங்கரமாக அனுபவிக்கிறேன்.

அவினாஷ் பலமாக சிரித்தான்.

இன்று அவன் ஏன் தாமதம் செய்கிறான்? யாருக்குத் தெரியும்! அவன் வருவதற்கு தாமதம் ஏற்படுகிறது என்பதால் உனக்கு கவலை ஏற்படுகிறதா? வாஸந்தி அவளிடமே கேட்டுக் கொண்டாள் - கவலையாக உள்ளதா? எனக்கா? எதற்கு? அவினாஷ் எனக்கு யார்? காதலனா? சே! இல்லை! பிறகு? இஷ்டம்? ஆ... ஆம். இஷ்டம். சாதாரண இஷ்டமல்ல. ஆத்மாவின் சங்கமம். ஆத்மாவின் நெருப்பு என்று சொல்வதற்கு காரணம் உண்டு. சிறு வயதினிலே அவினாஷின் பழக்கம் ஏற்பட்டது. ஒருவரை ஒருவர் புரிந்து கொண்டோம். அதைப் பற்றி நினைக்கும்போது என் ஆத்மாவிற்குள் வெப்பம் பரவியது. அதற்கு முன், என் ஆத்மா, குளிர்ச்சியாக இருந்தது. எல்லா மனிதர்களும் விசித்திரமான அனுபவத்துடன் காணப்பட்டார்கள். யார் பிறந்தாலும், இறந்தாலும் ஒன்றும் தோன்றவில்லை. யாருக்கு எது நடந்தாலும் பற்றில்லாத மனதிற்கு எந்த பாதிப்பும் ஏற்படவில்லை. எல்லோரும் தேவையின்றி பரபரப்புடன் காணப்பட்டனர் என்று தோன்றியது. என்னுடைய பார்வையில், யாருக்கும் மகத்துவம் கிடையாது.

* புராணத்தில், யயாதி தனக்கு இளமைப் பருவம் வேண்டும் என்று கேட்டுப் பெற்றவர்

இப்பொழுது திரும்பிப் பார்க்கையில், வாசந்திக்கு ஆச்சரியமாக இருந்தது - என்னுடைய வாழ்க்கையில், இப்படி எவ்வாறு நிகழ்ந்தது? தெரியவில்லை. ஆனால் சிறு வயதில் - ஞாபகம் வருகிறது - அந்த சிறு வயதில் இதே போல் அனுபவம் ஏற்பட்டிருந்தது, அது என்னவென்றால், இந்த உலகத்தில் என்னைத் தவிர வேறு யாருமில்லை. அந்த தனிமை, மிகவும் கொடுமையானது. எனக்கு அப்போது நான்கு வயது இருக்கும். அந்த ஞாபகம் இப்பொழுதும் தெளிவாக உள்ளது. முதல் ஞாபகம், கூட தனிமை நிறைந்திருந்தது -

நான் ஒரு அறையில் உட்கார்ந்திருக்கிறேன். பெரிய அறை. அந்த அறையின் ஒரு மூலையில் உட்கார்ந்து நான் என்ன செய்துக் கொண்டிருந்தேன். ஆ!

திடீரென்று அம்மா மற்றும், பாட்டியின் சப்தம் கேட்டது - அவர்கள் என் அப்பாவை திட்டிக் கொண்டிருந்தார்கள். அப்பாவைத் தான் திட்டிக் கொண்டிருந்தார்கள் என்பது எனக்கு எப்படி தெரியும் என்று கேட்காதீர்கள். ஆனால் தெரிந்தது. சிறிது நேரத்தில், அவர்கள் பேசுவது ஒய்ந்தது.

எனக்கு, நான் மட்டும் தனிமையில் இருப்பதாக தோன்றியது. திடீர் என்று ஒரு சந்தேகம் வந்தது - இந்த உலகத்தில் உள்ள அனைவரும் எங்கே சென்றுவிட்டார்கள்?

அப்பொழுது என் அம்மாவுக்கும் பாட்டிக்கும் இடையே உரத்த குரலில் நடைபெற்ற உரையாடலின் பிறகு எழுந்த மௌனத்தின் நிலையில், எனக்கு தனிமை தெரியவில்லை என்றால், இன்று என்னுடைய பரிதாப நிலை வேறு மாதிரியாக அமைந்திருக்குமா? யாருக்கு தெரியும்? ஆனாலும் என்னுடைய வாழ்க்கை முழுவதும் இந்த தனிமை அதிகமாகிக் கொண்டே வந்துள்ளது.

பள்ளியில் ஆசிரியை கேள்வி தாள் கொடுத்து, அருகிலுள்ள வகுப்பின் ஆசிரியையிடம் உரையாடப் போவார்கள். அந்த நேரத்தில் அனைத்து மாணவ மாணவிகளும் அமைதியாக இருந்து விடை தேடி, அதிலேயே மூழ்கிவிடுவார்கள். அப்பொழுது பத்து திசையிலிருந்தும் என்னுடைய விரோதிகள் என்னுடைய ஆத்மாவிற்குள்ளே புகுந்து என்னை வதைப்பார்கள்.

இன்று நானே ஒரு ஆசிரியையாக இருக்கின்றேன். மாணவர்களுக்குக் கேள்விகளைக் கொடுத்து அருகிலுள்ள வகுப்பறைக்கு செல்லாமல் மாணவர்களிடையே நிற்கின்றேன். ஆனாலும், என் மனது மாறவில்லை. முன்பு போலவே தான் இருக்கிறது. கூட்டத்தில் கூட நான் தனிமையிலிருப்பதாக உணர்ந்தேன். என்னுடைய காதுகள் பிறருடைய சத்தங்களை கேட்கும் போதும், என்னை சுற்றி அத்தனை பேர் இருந்தும்

என்னுடைய அருகிலே யாருமே இல்லாதது போல் ஒரு உணர்வு. எல்லோரும் தொலைவில் இருப்பது போல உணர்ந்திருக்கிறேன். என்னுடைய கஷ்டமும், சாபமும் அது தான் என்னைச் சுதந்திரமாக இருக்க விடாது. அப்படிப்பட்ட ஒரு எதிரி.

அவ்வப்பொழுது கண்களில் நீர் பெருகும். அழுதும் விடுவேன். ஆனால், என்ன பயன்? என்னுடைய இந்த கஷ்டமான நேரம் மாறவேயில்லை. என்னை யாரிடமும் அறிமுகப்படுத்திக்கொள்ள முடியவில்லை. எந்த நண்பரிடமும் வெளிப்படையாக சுற்றித் திரியவும், செல்லவும், பேசவும் முடியவில்லை. அறிமுகமான எல்லா நண்பர்களிடமும் ஏதோ குறைபாடு இருப்பதாகத் தோன்றியது. எல்லாமே பொய், சினிமாவிலே வரும் வசனம் போல அர்த்தமற்ற பேச்சு, வாழ்க்கையில் கம்பீரமான பார்வையுடன் கூடிய எந்த நபரையும் சந்திக்கவில்லை. எனக்கு அவர்களுடைய சிறுப்பிள்ளைத்தனத்தை பார்த்தும், கேட்டும் சலிப்பு தான் ஏற்பட்டது. அவர்கள் மீது, ஒரு வெறுப்பு ஏற்பட்டது. நான் என்னுடைய தேவையை மீறி அலட்டிக் கொள்கிறேனோ?

வாசந்திக்கு ஞாபகம் வந்தது - அவினாஷ் ஒரு முறை சொன்னது - நீ தேவையின்றி அலட்டிக் கொள்வது சரியல்ல. நீ யதார்த்தமான வாழ்க்கைக்கு எது தேவையோ அப்படித்தான் பார்க்க வேண்டும். வாழ்க்கையில் ஈடுபாடும், பொறுப்பும் இருக்க வேண்டியது தான். ஆனால், அது நம் தேவைக்கு அதிகமாக இருக்கக் கூடாது. அளவுக்கு மீறினால் அமிர்தமும் நஞ்சு தானே?

ஆனால், அவினாஷ், என்னுடைய தீவிரமான ஈடுபாடு, என்னுடைய தனிமை, இவையெல்லாம் நான் உண்டாக்கியது அல்ல. இது தானாகவே என்னுடைய தனித்தன்மையில் வந்துள்ளது. இல்லையென்றால் என்னுடைய வாழ்க்கையில் ஏற்பட்ட பல சம்பவங்களால் நான் இப்படி ஆகியுள்ளேன். ஆனால், எல்லாத் தவறுகளும் என்னுடையது அல்ல. தவறு, என்னுடைய வாழ்க்கையின் சுற்றுப்புறமும் சூழ்நிலையும் தான். என்னுடையது அல்ல. இல்லை அவினாஷ். நான் என்னுடைய தனிமையிலிருந்து விடுதலை அடைவதற்கு, வெளிப்படையாக சிரிப்பதற்கு, பேசுவதற்கு எவ்வளவு ஆசைப்படுகிறேன் என்பது உனக்குத் தெரியுமா? ஆனால், என்னுடைய இந்த ஆசை நிறைவேறுவதற்கு, ஏதாவது தடை இருக்கிறது என்றால், அது என்ன என்று எனக்குத் தெரியும். ஆனால், அதை விட்டு எவ்வாறு விலகுவது என்பது தான் தெரியவில்லை.

அவினாஷுக்கு, இந்தக் குழப்பத்திலிருந்து வெளியே வருவதற்கு ஒரு வழி தெரிந்திருக்கிறது - திருமணம் செய்து கொள்வது. வாசந்திக்கு,

இதை கேட்டு சிரிப்புதான் வந்தது - இந்த இருபத்தி ஆறு வருடம் நான் பட்ட கஷ்டம் இல்லாமல் போய்விடுமாம்! இத்தனை காலம் என்னுடைய நண்பர்கள் இடையே எதை தேடிக் கொண்டிருந்தேனோ, அதைத் தேடித்..... தேடி... அலுத்துப் போய் விட்டேனோ, அதை அறிமுகமில்லாத ஒருவர் வந்து, எனக்குத் தருவாராம். நல்ல வேடிக்கை! எனக்கு தெரியும் அவினாஷ், என்னுடைய இந்த சோகத்திற்கு மருந்து, திருமணம் அல்ல. இனி திருமணம், என்னுடைய சோகத்திற்கு மருந்தாக இருக்குமென்று எனக்கு நம்பிக்கையில்லை. காதலித்து திருமணம் செய்த என்னுடைய தாய்-தந்தையர் பிரிந்துவிட்டனர் அல்லவா? நான் அனாதை ஆகிவிட்டேன் அல்லவா? ஒரு அறிமுகமில்லாத ஆடவர் என்னுடைய வாழ்க்கையில் பங்கு போட வரும் போது, என்னுடைய ஆத்மாவிற்கு, நண்பராக இருப்பார் என்று எப்படி நம்புவது? அது என்னால் முடியாது. எனக்கு என்ன தோன்றுகிறது என்றால், ஒரு அறிமுகம் இல்லாதவரை திருமணம் செய்து, அவரின் வெட்பத்தைப் பெற்று, அவருடைய பலமான தோளிலே சாயும் போதும், என்னுடைய ஆத்மா, தனிமையாகத் தான் இருக்கும் மற்றும் காப்பாற்று என்று கதறும். எனக்கு, அது போல கணவன் வேண்டாம். தேவை எனது தேடல், உடலில் அல்ல, ஆத்மாவிலே தான். அவினாஷ் உன்னைப் போலவே ஒரு நண்பன் எப்பொழுதும் என்னுடன் இருப்பானேயானால், அது போதும்.

அவினாஷ், இன்று நீ ஏன் இத்தனை கால தாமதமாக்குகிறாய்? வரமாட்டான் போல் இருக்கிறது - வாசந்தி, நிம்மதி குலைந்திருந்தாள். அவன் வரவில்லை என்றால், என்னுடைய மாலைப் பொழுது முழுமை அடையாது. என்னுடைய அந்த தனிமை கொடுமையாக மாறுவதை, என்னால் சகித்துக் கொள்ள முடியாது.

வாசந்தி மேலே பார்த்தாள். இப்பொழுது. சூரியன் கடலிலே முழுகுவதற்கு முயன்று கொண்டிருந்தான். அவனுடைய நிறம் மாறிக் கொண்டேயிருந்தது, பார்த்துக் கொண்டிருக்கும் போதே, கடலிலே மூழ்கி காணாமல் போய் விடுவான். நான் என்னுடைய வீட்டிற்கு திரும்பச் செல்வேன். அங்கே என்னுடைய வீட்டில் இருட்டு சூழ்ந்திருக்கும். என்னுடைய தாய், ஏதாவது ஒரு புத்தகத்தை வாசித்துக் கொண்டிருப்பாள். நான் இப்பொழுது சென்றால், அவள் வந்து, கதவைத் திறப்பாள். மௌனமாக புத்தகத்தை எடுத்து, மீண்டும் வாசிப்பாள். இல்லையென்றால், சமையலறைக்குச் செல்வாள். நான் எப்போதும் போல என்னுடைய அறையில். தனிமையில் விரலை நொடித்து, ஆத்மாவை பிடித்து கசக்குவேன் -

யாரோ பின்னாலே இருந்து உரத்த குரலில் சிரித்து, வாசந்தியின் சிந்தனைக்கு தடைபோட்டார்கள். அவள் திரும்பிப் பார்த்தாள். நான்கு இளைஞர்கள் இவளை கேலி செய்து ஏதோ கூறி சென்றனர். அவர்கள்

திரும்பித் திரும்பிப் பார்த்துக் கொண்டிருந்தனர். வாசந்தி காலை நீட்டி கடல் அலையிலே அமர்ந்திருப்பதாலே அவர்கள் கேலி செய்கிறார்கள் என்று அவள் நினைத்தாள். என்னுடைய சரீரம், காம வேட்கையினால் இவ்வாறு ஆகியுள்ளது, அதை தணிக்க, இவ்வாறு அமர்ந்திருக்கிறாள் என்று அவர்கள் சொல்லி இருக்கக் கூடும். சொல்லட்டும். எனக்கு கவலை இல்லை.

என்ன பெண்ணே! எப்பொழுதும் போல பகல் கனவு பார்த்துக்கிட்டு இருக்கியா?

வாசந்தி பயந்து போனாள். அவினாஷ் வந்து சேர்ந்தான். இத்தனை நேரம் கவலையுடன் அமர்ந்திருந்தவள், இனி கவலை இல்லாமல் உட்காரலாம். அவள் அவினாஷிடம் கூறினாள் -

- உட்காரு.

- இங்கேயா? ஈரமான மணலிலே அமர்ந்து, உடையை ஈரமாக்றதா? பைத்தியக்காரி!

இல்லேடா. உலகத்தோடு ஒன்றிணைவதற்கு. இந்த அலை, இயற்கையின் அலை. உலகத்தின் அலை. இந்த அலை, என்னுடைய காலின் மேலே தழுவிப் போகும் போது இந்த பிரம்மாண்டத்தின் தன்மையை அறிய முடிகிறது. நான் அதனுடைய ஒரு சிறிய பகுதி என்பதை அறிய முடிகிறது, ஒரு பெரிய தீயின் ஒரு சிறு பொறி என்று எனக்கு புலப்படுகிறது.

- அப்படின்னா, ஒண்ணு செய். இந்த கடலிலே குதிச்சுடு, இந்த உலகத்தை விட்டு தனியாக நிக்காதே.

- இதோ பாரு - சும்மா கேலி பண்ணாதே. நிறைய தடவை நீ சொன்ன மாதிரி இதிலே குதிச்சு, இயற்கையுடன் சேருவதற்கு தோணியிருக்கு.

அவினாஷ் கேலி செய்வதை விடுத்து இப்பொழுது, பொறுப்புடன் பேசினான்.

எனக்குத் தெரியும். உன்னுடைய இந்த யோசனை இயல்பான ஒன்று தான். உண்மையைச் சொன்னா தீயதும், நல்லதும் இப்படி தான் இருக்கும் - உயிர் மேலுள்ள ஆசையும், மரணத்தின் முடிவும். இதிலே ஒண்ணு, மத்ததை இல்லாமல் ஆக்குவதற்கு வேலை செய்யுது. இனி இரண்டு விதமான விகாரமும், யோசனையும் ஒரே மாதிரி நம்மிடம் திடமாக இருக்கு. என்னுடைய இந்தப் பேச்சை நிறுத்தட்டுமா?

- இல்லே, சொல்லு.

- வேண்டாம். இந்த விஷயமா நாம அதிகமா பேச வேண்டாம்.

வாசந்தி எதுவும் பேசாமலிருந்தாள். சிறிது நேரம் கழித்து, அவள் கேட்டாள்

இன்னிக்கு வர ஏன் தாமதம் ஆச்சு? எனக்கு நீ வர மாட்டாயோன்னு தோணிச்சு.

ஒரு செய்தி சொல்ல வேண்டியிருக்கு. உனக்கு தெரியுமா? இன்னிக்கு நான் ஒரு பொண்ணை பார்க்க போனேன்.

- அவள் எப்படி இருக்கறா?

- அழகாக இருக்கிறா.

- படிச்சிருக்காளா?

- ஆமா.

- அப்படின்னா, நீ கல்யாணம் பண்ணுறியா? உடனடியாவா?

- ஆமா.

என்னுடைய இழப்பு! வாசந்தி நினைத்துப் பார்த்தாள் -

எனக்கு பேரிழப்பு! நான் இன்று வரை இருட்டிலே ஒரு ஜோதியை நோக்கி போய்க் கொண்டிருந்தேன். இப்பொழுது, அருகிலே சென்றவுடன், அது அணைந்தது. இப்பொழுது -

- இருட்டாகிறது - அவினாஷ் கேட்டான். நீ வீட்டுக்கு போலயா?

- என்னுடைய வீடு இங்கேயே தானே இருக்கு. வீட்டுக்கு போனாலும், இங்கே இருந்தாலும் என்ன வித்தியாசம்?

- நான் வரேன். நாளைக்கு சாயிந்திரம் பாக்கலாம்.

- ம்.

வாசந்தி, அவினாஷை கண்ணிலிருந்து மறைவது வரைப் பார்த்துக் கொண்டேயிருக்கிறாள். அதன் பிறகு தான், அவினாஷுக்கு வாழ்த்து சொல்லவில்லை என்பது நினைவுக்கு வந்தது. ஒரு அலை வந்தவுடன் அவளின் கால்கள் ஈரமானது. அலை அடித்து, அவளின் கால்களின் பல இடங்கள் குளிர்ச்சியானது. அவள் வேறு பக்கமாக அமர்ந்து, இன்று வரை ஏற்பட்ட இழப்பை யோசிக்கலானாள். - அது பெரிய இழப்பு - இது என்னுடைய விதி. என்னுடைய வாழ்க்கை என்றாலே இப்படியே இழப்பின் கதை. அழு பெண்ணே, அழு. ஆனால், அழுகை வரவில்லை.

வாசந்தியின் விரல்கள் மணலிலே ஓடியது. அவளின் பெயர் மணலிலே தெரிந்தது. அவளுக்கு அவளுடைய பெயரைப் பார்த்து, ஆச்சரியமாக இருந்தது. நான், ஏன் என்னுடைய பெயரை எழுதினேன்? எனக்கு இப்படி ஒரு பழக்கமே இல்லையே. சிறிய வயதிலே இப்படி செய்திருக்கிறேன். என்றைக்காவது என்னுடன் யாராவது விளையாட கிடைத்தால். அந்த சிறுபிள்ளை தனமும் நீங்கிவிட்டது.

வாசந்தி பார்த்துக் கொண்டிருக்கும் போதே, ஒரு அலை, சர் என்று வந்து மணலிலே இருந்த எழுத்தின் மேலே விழுந்தது. அதன் பின் அந்த பெயர் அங்கே தென்படவில்லை. வாசந்திக்கு அவள் மீது கோபமும், வெறுப்பும் ஏற்பட்டது. இப்படிப்பட்ட பரிதாபமான என் வாழ்க்கை! எனக்கு வேண்டாம். என்னைப் போல இந்த உலகத்திலே யார் இருப்பார்? இந்த துக்கத்திற்கும், துயரத்திற்கும் என்றே பிறந்திருக்கின்றேன். தரித்திரமான வாழ்க்கை!

அவளுடைய மனதிலே ஒரு வெறுப்பு தோன்றியது. அந்த வெறுப்பாலே மீண்டும் மணலிலே பெயர் எழுதினாள். அவள் விரக்தியுடன் அதைப் பார்த்தாள். ம்! வாசந்தி!

சர் என்று ஒரு அலை வந்து, பெயரை அழித்துச் சென்றது. வாசந்தியுடைய அந்த வெறுப்பு மற்றும் நிராசை அதிகமாகிக் கொண்டே இருந்தது - நான் எதற்கு பிறந்திருக்கின்றேன்? சொல் எதற்கு? கஷ்டப்படுவதற்கு மட்டும் தானா? யாருடைய பாசமோ, அன்போ இல்லாமல் கடைசி மூச்சு வரை எல்லோரிடமிருந்தும் விலகி இருப்பதனால், என்னுடைய மூச்சு முட்டுகிறது. இல்லையென்றால், நான் எதற்கு இத்தனை அவதிப்படுகின்றேன்? வாசந்திக்கு விடை கிடைக்கவில்லை. மீண்டும் வெறுப்புடன் தன் பெயரை மணலிலே எழுதினாள். அவளுடைய பெயரின் மீது நேராகவும் குறுக்காகவும் கோட்டைக் கிழித்தாள். அவள் தனக்குள்ளேயே கூறிக்கொண்டாள் - வாஸந்தி நீ சிறையில் இருக்கிறாய். நீ அந்த தனிமை என்னும் சிறையிலே அகப்பட்டு கொண்டிருக்கின்றாய். இனி வெளி வருவதற்கு வாய்ப்பே இல்லை.

சர் என்று ஒரு அலை வந்தது. மணலில் எழுதிய அந்த பெயருக்கு முன்பே அது மறைந்தது. அந்த அலையின் தண்ணீர் முன்பு வந்தது, ஆனால் யாரோ அதை தள்ளி அதன் வழியை மாற்றி, அது வேறு இடத்திற்கு சென்றது. குறுக்காகவும் நேராகவும் கிழித்த கோடுகளுக்கு உள்ளே, வாசந்தியின் பெயர் அகப்பட்டுக் கொண்டிருக்கிறது. நன்றாக கவிந்திருந்த இருளில், வாசந்தி அமைதியாக அமர்ந்திருந்தாள்.

— தனிமையின் மாலை–'கொங்கணி' வருடாந்திர பதிப்பு–1984–85

4. கோழை

“நான் இப்படியே போறேன்” நான் அவனிடம் சொன்னேன். நான் எப்படியாவது அங்கிருந்து நழுவினேன். “எப்படி?”

- நான் அவனுக்கு வழியை நோக்கி விரலை காட்டினேன்.

- “அங்கு யார் இருக்கா”?

- உன் அப்பா! ஆனால் நான் அப்படி சொல்லவில்லை. நான் கூறினேன் - அங்கு என்னுடைய நண்பன் இருக்கின்றான். அதன் பின் நான் மேலே உள்ள ஆகாயத்தை பார்த்து -கடவுளே என்னை இவனிடமிருந்து காப்பாற்று என்று வேண்டினேன். “சரி நாளை சந்திப்போம்” - அவன் முன்னால் நகர்ந்தான். நான் பிழைத்தேன். அந்த வழியாக நடக்க ஆரம்பித்தேன்.

அந்தி மாலைப் பொழுது. வெளிச்சம் வானத்தில் மட்டும் தான் உண்டு. ஊர் முழுவதும் இருள் பரவ துவங்கியது. சுமார் மூன்று நான்கு வீடுகள். அவ்வளவு தான். அதில் ஒன்று, என்னுடைய அன்புக்குரியவளுடையது தான். அவள், நான் வரும் வழியை நோக்கி அமர்ந்திருப்பாள். நான் இன்று இங்கு வருவது அவளுக்குத் தெரியும். அதற்குக் காரணம், ஒவ்வொரு திங்கட்கிழமையும் நான் வருகிறேன். இன்று திங்கட்கிழமை. எப்பொழுதும் வரும் நேரம் போல, இன்றும் மாலை ஆகிவிட்டது. எல்லா நாட்களிலும் நான் இந்த அந்திமாலை பொழுதில் வருவது வழக்கம். காரணம், இந்த அந்தி சாயும் நேரத்தில் வரும் அந்த வெளிச்சத்தில் அவளுடைய தோலின் அழகு தங்கத்தைப் போலவே மின்னுகிறது. அந்த அழகிய தோற்றத்தில் நான் ஈர்க்கப்படுகிறேன். மீண்டும் நான் திரும்பி வரும் போது, இருட்டு எல்லா இடத்திலும் பரவியிருக்கும். அந்த இருட்டு, என்னைக் காப்பாற்றும்.

எனக்கு, அந்த இருட்டின் தேவை இருக்கிறது. என் காதலி - வினுவின் - வீட்டிலிருந்து நான் வெளியே வருவதை யாரும் பார்க்க கூடாது. அவளுக்கு திருமணமாகி உள்ளது. ஆனால், நான் அவளுக்கு கணவன் அல்ல.

நான் அவளுடைய கணவனாக வேண்டியது - ஆனால், ஆகவில்லை. எனக்கு அப்பொழுது என்னுடைய மூதாதையரை எதிர்க்க முடியவில்லை. எனக்கு தாய் - தந்தையர் இட்ட தடையை தாண்டி அவளை திருமணம் புரிய தைரியம் வரவில்லை. நான் ஒரு கோழை. தாய் தந்தையர் கூறியதை தட்டாதவன். யாராவது குரல் உயர்த்திப் பேசினால் பயப்படுவேன். ஏதாவது ஒரு வேலை துவக்கினால், அந்த வேலை முடியும் வரை, கவலை தான். இப்படியே பெரிய அளவில்

ஆவலுடன் பதிமூன்று வருடத்திற்கு முன்பு, வினுவுக்கு திருமணம் செய்வது குறித்து, தந்தையிடம் கூறினேன். மிதிவண்டியின் டியூப் வெடிப்பது போல் என்னுடைய பிரச்சனை வெடித்தது. அகராதியிலுள்ள எல்லா வார்த்தையாலும் கண்டித்தார்கள். அதன் பின் கூறினார்கள் - “நீ என்னுடைய மகனாக இருந்தால், அவளை கல்யாணம் பண்ணக் கூடாது. உனக்கு வேணும்னா வேறு யாரையாவது கல்யாணம் கட்டிக்கோ. ஆனால், வினு என்னுடைய வீட்டின் மருமகள் ஆகமாட்டா. அவளுக்கு உன்னை விட வயசு ஜாஸ்தி. அது தவிர, அவ வேறு ஜாதி.”

எனக்கு அந்த இரண்டும் புரியவில்லை. அவளுடைய ஜாதியும், வயதும் என்னுடைய பார்வையில் வரவில்லை. எனக்கு எது முக்கியம் என்றால், அவள் என்னுடைய காதலி. என்னுடைய இருதயத்திலே இருப்பவள். நாம் இரண்டு பேரும் ஒருவருக்கொருவர் கண்ணின் மணி போல இருப்பவர்கள். நரம்பிலே எப்படி இரத்தம் ஓடுகிறதோ, அது போல், இருவரின் உடலிலே காதலிருந்தது. ஆனாலும், என்னுடைய தந்தையின் சொல்லை மீறி, அவளை என் மனைவியாக்கவில்லை. நான் கோழை. வீட்டில் உள்ளவர்களையும் சமுதாயத்தையும் விரோதித்து நான் திருமணம் செய்திருக்க வேண்டும். ஆனால், அந்த தன்மை இல்லாமல் போனது. அதனால் வினு, பப்லாவின் மனைவியாகி, தினமும் அவனுடைய அடியை வாங்கிக் கொண்டேயிருந்தாள்.

அமாவாசை தாண்டி விட்டதா இல்லையா? அறியவில்லை. ஆனால் ஏழு மணிக்கு முன்பே இருட்டியுள்ளது. இந்த சுற்று வட்டாரத்திலே வெளிச்சம் பரவ, எந்தவிதமான விளக்கு வெளிச்சமும் இல்லை. அருகிலே, வீடுகளுமில்லை. இன்று எப்பொழுதும் போல, மாலை நேரத்திலே, தங்கம் போல ஜொலிக்கும் வெளிச்சத்தில், அவளின் அழகு ஜொலிக்காது. எனக்கு வருத்தமாகிறது.

இப்படி சொல்லும் போதே நான் அறிந்துக் கொண்டேன் - நம்முடைய காதல் அன்று போல, இன்றும் உண்டு. அந்த திடமான காதல் இன்றும் ஸ்திரமாக உள்ளது. பதினோரு வருடங்களுக்கு பிறகும். அவளின் திருமணதிற்கு பிறகும்.

உண்மையாக சொன்னால், நமக்குளிருக்கும் அந்த காதல் எப்பொழுதும் இருப்பது தானே? சிறு வயதிலிருந்தே! ஆம், இருந்தது. அப்பொழுது, அவளின் கண்கள் என்னுடைய பார்வையில் பட்டது. அந்த கயல்விழி. பூனைக் கண் போல விழிகள். இரண்டாவது, அவள் ஆண் பிள்ளையைப் போலவே மரத்திலும், சுவற்றிலும் ஏறுவாள். அவளோடு ஒப்பிடுகையில் நான் என்னை துச்சமாக நினைத்தேன். நான் அவளைப் போல மரத்திலே ஏறவில்லை. வீட்டின் வெளியே இருட்டிலே நடமாடவில்லை. நான் கோழை. அவள் என்னுடைய கோழைத்தனத்தை

சுட்டிக் காட்டி கேலி செய்தாள். அந்த பூனைக்கண்களினால் செய்யும் கேலியினால், நான் கோபித்துக் கொண்டேன். அவள் செய்யும் கேலியினால், விரல் நகத்தினால், அந்த கண்களை தோண்டி எடுக்க வேண்டும் என்று நினைத்தேன்.

ஆனாலும், நகத்தைப் போலவே நானும் வளர்ந்தேன். அதன் பின் எனக்கு தோன்றியது - சிறு வயதில் செய்த அந்த காரியங்கள் தவறானவையே. அவளுடைய கண்களை தோண்டி எடுக்கக் கூடாது. அந்த பூனைக் கண்களில் இந்த உலகத்தின் ஆழமுண்டு. அந்த கண்களில் ஒரு பெரிய பிரம்மாண்டமே இருக்கிறது. அந்த விசாலமான கண்களில் பார்த்துக் கொண்டேயிருக்கும் போது, இந்த வேளை மற்றும் சூழ்நிலை மறந்து போகிறது! ஆம், நான் தவறு இழைத்துவிட்டேன். நான் அவளின் கணவன் ஆகியிருக்க வேண்டும். அவ்வாறு ஆகியிருந்தால், இன்று அவள் அந்த குடிசையில் இருக்க மாட்டாள். அவளும், நானும் நம் வீட்டில் இருந்திருப்போம். மற்றும் அவளுக்கு பிறந்த அந்த பத்து வயது சிறுவன் என்னுடையவன் ஆகியிருப்பான்.

ஆமாம், எனக்கு தான் அவள் பொருத்தமாக இருந்திருப்பாள். பப்லாவுக்கு அல்ல. இப்பொழுது, பப்லாவுக்கு எப்படி அவள் நல்ல மனைவியாக இருக்க முடியும்? அவன் அவளை அடிக்கின்றான். கள்ளு குடிக்கின்றான். அதே போல உறிஞ்சுகிறான். அவள் உயிரை குடிக்கின்றான். அவளை இம்சிக்கிறான், உதைக்கிறான்.

எனக்கு, எல்லையை மீறி பச்சாதாபம் உண்டு. பப்லாவை விட நான் கணவனாக இருப்பதற்கு பல மடங்கு தகுதியானவன். அவனைப் போலவே, பரந்த விரிந்த நெஞ்சு, திடகாத்தரமான உடலும், நல்ல உயரமும் எனக்கும் உண்டு. அவனை விட பளிச்சென்ற உடலும், அழகான முகமும் உண்டு. அதிக படிப்பு, அதிக சம்பளம் பெறுவதினால் அவனை விட பெரியவன். அவன் ஒரு காவலாளி மட்டும் தான்!

இதில் ஒரு நல்ல விஷயம் என்னவென்றால், அவன் காவலாளியாக இருப்பது தான். மாலை ஆறு மணிக்கு அவனுடைய வேலை ஆரம்பமாகிறது. அதனால், வாரத்திற்கு ஒரு நாள் நான் இங்கே வருகிறேன். நான், முன்பு வராமல் இருந்தேன். இப்பொழுது மூன்று மாதமாகத் தான் அவளுடைய இந்த குடிலை நாடி வருகிறேன். அதன் முன் எனக்கு வேலை என்று எதுவும் கிடையாது. அந்த காட்டுவாசிக்கு பயந்து தான் நான் வராமல் இருந்தேன். வழியில் நின்று, அவளை பார்த்தால் மட்டும் தான் சாம்பலுக்கு உள்ளே ஒளிந்துக் கொண்டு இருக்கும் நெருப்புப் போல - காதல் மேலோங்கும். மூன்று மாதம் முன்பு வழியில் நின்று, என்னிடம் கூறினாள் - வீட்டிற்கு வா. எனக்கு திக்கென்றது - என் மனதில் அந்த காட்டுவாசியின் பிம்பம் தோன்றியது.

என்னுடைய பயம் அறிந்து, அவள் கூறினாள் - பயப்படாதே. அவன் இருக்க மாட்டான். அவனுக்கு காவலாளி வேலை கிடைத்துள்ளது. நான் ஒவ்வொரு திங்கட்கிழமையும் போக ஆரம்பித்தேன். திங்கட்கிழமை எனக்கு விடுமுறை.

***

வினுவின் மகனுக்கு உடம்பு சரியில்லையா? காதில் புண்ணு இருக்குமா? அவளின் தலையில் குடிசையின் மூங்கில் சரிந்ததா? மகனின் சத்தம் கேட்கிறது. நான் அந்த குடிசையின் அருகிலேயே சென்று சேர்ந்தேன். இருட்டிலே, அங்கிருந்த எண்ணெய் விளக்கின் ஒளிமட்டும் தான் தெரிந்துக் கொண்டிருந்தது. எனக்கு அந்த சிறுவன் மீது கரிசனம் தோன்றியது. என்னவென்றாலும், அது வினுவின் இரத்தம். எதற்கு சத்தம் போடுகின்றான் என்று தெரியவில்லை.

நான் வராண்டாவில் கால் வைத்தேன். அதே நேரத்தில், உள்ளேயிருந்து வினுவின் சத்தமும் கேட்டேன். மற்றும், பப்லாவின் தெளிவில்லாத வார்த்தைகள் - இன்று பப்லா இங்கு இருக்கின்றான்! நான் என்ன செய்வது என்று தெரியவில்லை. பப்பலா உள்ளே இருக்கின்றான். கள்ளு குடித்து போதையில் உள்ளான். நான் உள்ளே சென்றால், அவனுடைய மனைவியின் காதலனுக்கு, அரிவாள் எடுத்து நல்லபடியாக வரவேற்பான். நானே, அரிவாளோ கோடாரியோ கையாலே தொடமாட்டேன். இனி, அதன் அடி என்னுடைய உடம்பிலேபடும் என்று எண்ணும் போதே, என்னுடைய இரத்தம் உறைந்தது. நெற்றியிலும், கழுத்திலும், கையிலும், உடம்பிலும் குளிர்ந்த வேர்வை பெருகியது. அந்த கண நேரத்தில் நான் உள்ளே போக வேண்டாமென்று முடிவு எடுத்தேன். இங்கே நிற்க மாட்டேன், நான் போகிறேன். வேறு ஒரு நாள் வந்து, வினுவை சந்திக்கலாம். நான் திரும்பினேன். சத்தமில்லாமல், வராண்டாவிலிருந்து கீழே இறங்கினேன்.

பின்னாலேயே, அந்த குடிசையிலிருந்து பெருத்த சத்தம் கேட்டது. வினுவின் மகனுடையது. வினுவின் கழுத்தை நெரித்ததுப் போல ஒரு சத்தமும் காதிலே விழுந்தது. நான் பயந்தேன். அந்த பைத்தியக்காரன் அவளுடைய கழுத்தைப் பிடித்து நெரிக்கின்றானோ? எனக்கு மிகவும் கவலையானது. எனக்கு என்ன பண்ணுவது என்றே தோன்றவில்லை. நான் மீண்டும் ஓடி, எந்த யோசனையும் செய்யாமல், அந்த வீட்டினுள் நுழைந்தேன்.

என்னுடைய தலையிலே இடி வீழ்ந்தது போல் இருந்தது. உள்ளே தரையிலே வினு விழுந்துக் கிடக்கின்றாள். அவளின் கழுத்தைப் மிதித்து, பப்லா நின்று கொண்டு இருக்கின்றான். கையிலே ஒரு அரிவாளும் உண்டு. ஒரு கையாலே ஒரு பிடி அந்த சிறுவனின் முடியை பிடித்து

ஆட்டுகிறான். பப்லா ஏதோ உளறிக் கொண்டிருந்தான். அது எனக்கு புரியவில்லை. என்னுடைய பார்வையில், அவளுடைய பயந்த கண்கள் தான் தோன்றியது. அந்த பூனைக்கண்களில், பிரபஞ்சத்தின் அந்த ஆழமோ, காதலின் ஒளியோ எனக்கு பார்க்க முடியவில்லை. ஆனால், பெரிய பயத்தின் நிழல் மட்டும் அதில் இருப்பதைக் கண்டேன். இப்பொழுது, எனது இரத்தம் சூடானது.

"பப்லா" நான் கத்தினேன். மூன்று பேரும் என்னை பார்த்தனர். பப்பலா சிறுவனை ஆட்டி ஒரு தள்ளு தள்ளியதால், அவன் முதுகு தட்ட கீழே விழுந்தான். வினு, அவளின் கழுத்தின் மீதுள்ள காலை தட்டி விட்டான். பப்லா பயங்கரமாக சிரித்துக் கொண்டே என்னிடம் வந்தான்-

"வாடா, மகனே வா, உனக்காக தான் காத்துக்கிட்டுயிருக்குறேன். இப்போ நீ என்னோடே கையிலே கிடைசுட்டே. ஆ...ஆ...ஆ".

என்னுடைய வாழ்கையில் இது வரை இப்படி ஒரு சந்தர்ப்பத்தை சந்தித்ததேயில்லை. நான் இப்படி ஒரு மனிதனை சந்திப்பதற்கு எப்பொழுதும் தயாரில்லாமல் இருந்தேன். சிறு வயதிலே, பள்ளிக்கூடத்தில் என்னுடைய பென்சில் திருடிய சிறுவனிடம் கோபித்தேன்.

அவன் புத்தகத்தின் பையை எடுத்து திருப்பி அடித்தான். அந்த வலி, எனக்கு இன்று வரை நினைவிலுள்ளது. அதன் பிறகு, நான் எப்பொழுதும் யாருடைய சண்டை - சச்சரவுகளுக்கும் செல்வதேயில்லை. இப்பொழுது பப்லா அரிவாள் எடுத்து எனக்கு முன்னால் -

"என்னுடைய பொண்டாட்டிய வேசின்னு நெனைச்சியா? நாயே"-

"அப்படி இல்லே பப்லா"

"எப்படி இல்லே? நீ எதுக்கு இங்கே வந்துட்டிருக்கே? இப்போ என்னோட பொணத்தை எடுக்கவா வந்திருக்கே?"

"இல்லை பப்லா. தயவு செஞ்சு சொல்றத கேளு"

உன்னோட அப்பன்கிட்டே போய் சொல்லு. உன்னை இப்போ கொல்லப் போறேன்". பப்லா என்னை பிடித்தான். அவனுடைய பலம் எனக்கு தெரிந்தது. நான் எத்தனை பலமில்லாதவன் என்பதும் புரிந்தது. ஆனால், இப்பொழுது ஏதாவது செய்யத் தான் வேண்டும். இது என்னுடைய உயிரின் பிரச்சனை. நான் மீண்டும் சத்தமாக பேசினேன்.

"பப்லா நீ என்ன பேசுறேன்னு உனக்கு தெரியலே. அரிவாளே கீழே போடு."

பப்லா பேசவே இல்லை. அவன் பெருமூச்சுவிட்டு காலை என்னுடைய தொப்புளிலே வைத்தான். நான் வாய் திறந்து சத்தம் போட்டேன். பிரம்மாண்டமே கண்ணுக்கு முன்னாலே தெரிந்தது. பப்பலாவுடைய முழு உடம்பு என் மீது வந்தது. நான் கீழே விழுந்திருக்கிறேன் என்றும் அவன் என் மேலே அமர்ந்திருக்கிறான் என்றும் அப்பொழுதே தெரிந்துக் கொண்டேன்.

"மகனே இந்தா" பப்லாவின் கையிலுள்ள அரிவாள் எனக்கு தெரிந்தது. தொப்புளிலே இருந்த வலி சகித்துக் கொள்ள முடியவில்லை. நான் கண்களை மூடிக் கொண்டேன்.

இது என்னுடைய வாழ்கையின் கடைசி நிமிடம். இப்பொழுது அந்த அரிவாள், என்னுடைய தலை அல்லது கழுத்தை அறுத்து கீழே தள்ளியிருக்கும் -

"ஓடு" - என்று கூறியதை கேட்டேன். கண்களை திறந்தேன் - வினு, பப்லாவை என்னிடமிருந்து தள்ளி போட்டாள். அவனுடைய கையிலுள்ள அரிவாளை எடுத்திருக்கிறாள் - "ஓடு" அவள் என்னைப் பார்த்து கூறினாள். நான் எழுந்தேன். தொப்புள் வலித்தது. ஆனால், இங்கு நிற்கக் கூடாது. "ஓடு. ஓடிப் போய் விடு". மீண்டும் அவள் சொன்னாள். நான் ஓடினேன். பப்லா எனக்கு பின்னாலே துரத்தி வரமாட்டான் என்பதால் நான் பின் பக்கம் பார்க்காமலேயே ஓடினேன். ஓடி ஓடிப் போனேன்.

சிறிது தூரம் ஓடியப் பிறகு, நான் நின்றேன். யோசித்தேன் - நான் பிழைத்தேன்.

நான் பிழைத்தேன். நல்லது. ஆனால்... ஆனால் வினு பிழைத்தாளா? அவளின் அந்த மகன் பிழைத்தானா? பப்லா அவர்களின் இருவரையும் கொன்றுவிட்டானா?

நான் வேர்வையாலே நனைந்தேன்.

— கோழை-'கொங்கன் ஜனதா'-மார்ச் 1983

5. அடையாளம்

இந்த வருடம் வேனல் காலம் சீக்கிரமாக வந்துள்ளது - ஆனந்த் கண்களை மூடி யோசித்தான் - வீடுகளின் மாடி மேல், கடைகளின் முன்னால் தார்ப்பாலினால் பந்தலிடுவது தெரிகிறது. மார்ச் மாதத்திலேயே வெய்யிலின் தாக்கம் துவங்கிவிட்டது. இனி, ஒரு மாதத்திலே இங்கே வேனல் காலம் கடுமையாகிவிடும். ஆகாயத்திலே, சூரியனின் கோபம் அதிகமாகிவிடும். சிவனின் மூன்றாவது கண்ணைப் போலவே ஆகாயத்தின் கண்களினால் எல்லாமே சாம்பலாகும். அக்னியின் கடுமை எல்லா இடத்திலும் பரவும். அந்த வெய்யிலில் உன்னுடைய தோல் கருகும். அது எரிந்து போகும். கண்கள் தன்னாலேயே மூடிக் கொள்ளும். வீதியில் உன்னுடைய பாதங்கள் பட்டாலே எரியும். இங்கிருக்கும் நதியும், குளமும் வற்றிப் போகும். வயலிலுள்ள ஈரமான மண் காய்ந்தும், அதிலுள்ள சிறிய செடிகள் கருகியும் போகும். நிலம் கீறல் கீறலாக வெடித்திருக்கும். வேலை செய்பவர்கள் காலி வயிற்றுடன், கண்களினாலே மழை வருகிறதா என்ற ஆசையில், வானத்தை உற்று நோக்கியிருப்பார்கள். இந்த முழு ராஜ்ஜியம் வெய்யிலுடைய தாக்கத்தினால் அழும். ஆனால், அந்த வேதனை உன்னுடைய காதிலே விழாது. காரணம் கேட்டில் சத்தமாக மணி ஒலித்தது. அந்த சப்தத்தினால், ஆனந்தின் சிந்தனையை பிளந்து, அவனுடைய உள்ளத்திலே இறங்கியது. அவன் திடுக்கிட்டான் - என்னை யார் அழைத்தது? வீட்டில் அவன் மட்டும் தான் இருக்கிறான். அதனால், அவன் படுத்திருந்த இடத்திலிருந்தே ஜன்னல் பக்கமாக பார்த்தான். அங்கே யாருமே தெரியவில்லை. அவன் அரை தூக்கத்தில் இருந்ததால், அவன் கண்கள் எரிச்சலோடு இருந்தன. அவன் இமைகளை மூடினான். யாராவது மீண்டும் அழைக்கிறார்களா என்று காது கொடுத்துப் படுத்தான். அதிகப்படியான நேரம் ஒரு குழப்பநிலை நிலவியது. அதன் பின், அவன் எந்த சிந்தனையில் மூழ்கி இருந்தானோ, அந்த ஞாபகம் வந்தது - ஆம், இந்த பூமி வெய்யிலின் தாக்கத்தினால் தத்தளித்துக் கொண்டிருக்கிறது. அவளின் கண்களில் உள்ள துக்கம் கூட காய்ந்துவிடும். ஆனால், நீ அவளுடைய மனக்குழப்பத்தை கேட்கவே மாட்டாய். உன்னுடைய அலுவலகத்தில் - மணி மீண்டும் ஒலித்தது. ஆனந்துடைய தலையில் அது தெறித்தது - யாரது இந்த நேரத்தில் மணி அடிப்பது? அவன் எழுந்து முன்புற கதவு அருகிலே சென்றான். அவனுடைய ஆசை, வெளியே யாரும் இருக்கக் கூடாது. எனக்கு, இப்பொழுது மதிய வேளையில் விருந்தினர்கள் வரவேண்டிய தேவையில்லை. ஆனாலும், கதவின் தாழ்ப்பாளை நீக்கி, திறந்தான்.

வெளியில், பெரிய கண்களுடன், பெருத்த கன்னத்துடன், மடித்த உதடுகளுடன், சிவப்பாக ஒரு சிறுவன் இருந்தான். கையிலே ஒரு

புத்தகத்துடன் முற்றத்திலே மரத்தின் நிழலில், அவனுடைய மிதிவண்டி ஓய்வு எடுத்துக் கொண்டிருந்தது. ஆனந்தைப் பார்த்து மல்லிப்பூ பல்வரிசையுடன் அவன் சிரித்தான். ஆனந்தின் இருதயம் இலகுவானது. என்னுடைய தேவதையின் திருமுகம்.

“நீ”

“இந்த புத்தகத்தை திருப்பி தருவதற்கு தான் நான் வந்தேன்”

“உள்ளே வா” - வெளியே வந்து அவன் தோளில் கை போட்டு, அணைத்துக் கொண்டு போகும் போது, ஆனந்திற்கு அந்த சிறுவனின் உடலின் வெட்பம் தெரிந்தது. எந்த காரணமுமின்றி, அவனுக்கு சிறிய வயதில் நிகழ்ந்த ஒரு சம்பவம், நினைவுக்கு வந்தது - பழைய வீடு - வீட்டின் பரணில், புறாக்கள் கூடு - அவர்கள் சிறகுகள் உதறுவதும், புறாக்களின் முனகலும், எப்பொழுதெல்லாம் அது ஜன்னல் வழியாக உள்ளே வருமோ - என்னுடைய புத்தகத்தில் அதன் எச்சம் - எனக்கு கோபம் - அதைப் பிடிப்பதற்கு அது உள்ளே இருக்கும் போது, நான் கதவுகளையும், ஜன்னல்களையும் மூடுவேன் - இரண்டு புறாக்கள் தப்பித்துக் கொள்ளும் - மூன்றாவது தப்பித்துப் போகும் போது, முழுவதுமாக வழி மூடப்படும் - நான் ஒரு காகிதத்தை மடித்து அந்த சிறையில், அதை துரத்த ஆரம்பிப்பேன் - தப்பித்துக் கொள்ளலாம் எனும் போது, அது சுவற்றிலே மோதி, கீழே விழும். மீண்டும் சிறகுகளை விரித்துப் பறக்கும் - அதன் பிறகு, தப்பித்துக் கொள்ள வழியில்லை என்பதால், நான் தோற்றுவிட்டேன் என்று மேஜையின் கீழே செல்லும் - எனக்கு சிரிப்பு - அழிந்தாய் நீ! நீ இங்கே வந்து என்னுடைய புத்தகத்தை ஏன் அசிங்கப்படுத்துகிறாய்? உன்னை இப்பொழுது விட மாட்டேன் - நான் அருகிலே செல்லும் போது, அதன் கண்களில் பலத்த பயம் தெரிகிறது - “என்னை விடு, என்னை விடு, இம்சைப் படுத்தாதே”. இப்படி அந்த சிறிய கண்களில் தெரிகிறது - நான் என்னுடைய இரு கைகளாலும் அழுத்திப் பிடிப்பேன் -

“இப்போ நான் யாருன்னு தெரியுதா?” ஒரு விரலாலே அதன் தலையை தழுவும் போது, அதன் தலை உள்ளே கொண்டு செல்கிறது. - அதன் கண்களில் ஒரு உயிரின் பதற்றம் - மனதிலே பரிதாபமாகத் தோன்றுகிறது - விரல்களில், அதன் வயிற்றின் மற்றும் சிறகுகளின் உள்ளேயிருக்கும் வெப்பமும் தெரிந்தது - ஈரமான வெப்பம் -என்னுடைய கைகள் இலகுவானது - அது நழுவி பறந்து போனது.

ஆனந்தன் அந்த சிறுவனின் தோளிலே இட்ட கைகளை விலக்கி சோபாவில் உட்கார்ந்தான். சிறுவன் சுவற்றின் அருகிலே உள்ள அலமாரி பக்கம் சென்றான். அங்கே ஆனந்துடைய எல்லா புத்தகமும் இருந்தது. சிறுவன் அங்கே புத்தகத்தை வைக்கும் போது, ஆனந்தன் வினவினான்-

"உன்னுடைய பரீட்சை ஆயிடுச்சா?"

"ஆமா. இன்னியோட முடிஞ்சிருச்சு"

"அப்போ நல்லா எழுதி இருக்கே இல்லே?"

"ஆமா... இன்னிக்கு நீங்க வெளியே போய் இருப்பீங்கன்னு நெனச்சேன்".

"இல்லே. சும்மாவே படுத்திருந்தேன்".

"நான் வந்ததனாலே தொந்திரவு ஆயிடுச்சா?"

"இல்லே. நீ எப்போ வேணுமானாலும் வரலாம்".

"நான் அப்போவே இந்த புஸ்தகத்தே திருப்பி கொடுத்திருப்பேன். ஆனால் அப்பா, பரீட்சை முடிஞ்சதுக்கு அப்புறமா கொடுத்தா போதுமுன்னு சொன்னார்."

"குருசோவின் கதை உனக்கு பிடிச்சதா?"

"ஆமா. பயங்கரமாக"

"எதனாலே?"

"மனிஷனை மனிஷன் திங்கறது, தீவில் தனியாக இருப்பது! ஹோ!"

"ஆனாலும், அந்த தீவிலே இஷ்டப்பட்டு அங்கே அவன் போகலே. கப்பல் விபத்துக்குள்ளாகியதால் தானே அவன் அங்கே போய் சேர்ந்தான்."

"ஆமா"

"இனி உனக்கு தெரியுமா?"

"எது?"

"குருசோவின் கதையிலே மிகவும் படிப்பினை இருக்கு."

"அப்படியா?"

"ஆமா. அலெக்சாண்டர் செல்கரிக் எனும் கடற்பயணி, கப்பல் கேப்டனிடம் சண்டை போட்டான். அதுக்கு அப்புறம் ஒரு தீவைப் பார்த்து, இந்த கப்பலிலே இருந்து இறங்கி அவன் நீந்தி, அந்த தீவிற்குப் போனான். அவன் அந்த தீவிக்கு போன பிறகு தான் அங்கே மனிதர்கள் வாழாத ஒரு இடம் இருப்பதை தெரிந்து கொள்கிறான். ஆனால்,

அதற்குள் இந்த கப்பல் தூரமாக போகிறது. இவனுக்கும் குருசோவைப் போலவே கஷ்டப்பட வேண்டியதா போச்சு".

"அப்புறம்?"

"பல மாசம் கழிச்சு வேறே ஒரு கப்பல், அந்த வழியா வருது. அந்த கப்பலின் கேப்டன் கண்ணிலே இவன் தெரியறான். அப்புறமா அவனை, அவனுடைய ஊருக்கு அழைத்துச் செல்கிறார்கள்".

"ஓ.."

சிறுவன் திரும்பினான். திரும்பும் போது அவனுடைய கண்ணிலே தெரிந்த வியப்பை இவன் பார்த்தான். இவர் கூறிய இந்த கதையைக் கேட்டு, சிறுவன் யோசனை செய்வது போல், இடது கையாலே, கன்னத்தை தடவி வலதுக் கையாலே புத்தகத்தைப் படித்து உட்கார்ந்தான். ஆனந்திற்கு ஞாபகம் வந்தது.

- அன்று அவனை முதல் முறையாக நூலகத்திலே பார்த்தது. அன்று இதே போல் புத்தகத்தின் பெயரை கவனித்துக் கொண்டு கன்னத்தை தடவி நின்று கொண்டிருந்தான். அந்த நேரத்தில், என்னுடைய பார்வை, அவன் மீது விழுந்தது. அழகான முகம். எனக்கு பழைய இத்தாலி நாட்டின் ஓவியர் ஒருவர் வரைந்த யேசுவுடைய முகம் ஞாபகத்திற்கு வந்தது. அவன் ஒரு தேவதை - நான் முடிவுக்கு வந்துவிட்டேன். திடீரென்று, அவனுடைய முகம் திருப்பி, அந்த பெரிய கேலி செய்யும் கண்கள், என்னுடைய ஆத்மாவில் பட்டது.

அவன் ஏற்கனவே அறிமுகமானவன் போல தெரிந்தான். அவனை அந்த நேரத்தில், முதல் முறையாகத் தான் சந்தித்தேன். ஆனால், எனக்கு மிகவும் பழக்கமானவன் போலத் தெரிந்தது. அந்த கருமையான கண்கள், சிறிய நெற்றி, பவள வாய், அழகான கன்னம் எல்லாமே எனக்கு நல்ல அறிமுகமானது போல இருந்தது.

ஆனால், அவனை நான் எங்கே பார்த்தேன்? கோயிலிலே? பள்ளிக்கூடத்தின் முற்றத்திலே? மைதானத்தில் கால் பந்தாடும் குழந்தைகளின் நடுவே?

நான் மனதிலே இருக்கும் நினைவை எல்லாம் ஒன்று திரட்டி, இந்த சிறுவனின் முகத்தை அதில் தேட ஆரம்பித்தேன். நான் முதல் முறையாகத் தான் இவனைப் பார்க்கிறேன் என்பது எனக்கு நிச்சயமானது. ஆனாலும், என் மனதிற்கு விசுவாசமாகவில்லை. விசித்திரமாக மனதிலே ஒரு குழப்பம் ஏற்பட்டது.

எதற்காக அவனிடமே விசாரிக்கக் கூடாது? - எனக்குத் தோன்றியது. அப்பொழுதே நான் திரும்பினேன். நான் தனிமை விரும்பி.

நான் சங்கோஜக்காரன். நான் புதிய நண்பர்களின் நட்புக் கொள்வதில் தோல்வி காண்கிறேன். மேலும் பதிமூன்று பதினான்கு வயது குழந்தையிடம் - "நீ பரிச்சயமானது போலத் தெரிகிறாயே! நீ யார்? உன் பேர் என்ன? எங்கு இருக்கிறாய்? என்னை தெரியுமா? - இப்படி கேட்பதற்கு எனக்கு தயக்கம். இது விசித்திரமாகவும் இருந்தது. அவன் என்னுடைய பார்வையிலிருந்து விலகிய பிறகும், என்னால் எதுவும் செய்ய முடியவில்லை.

ஆ... எனக்கு இன்னொரு சந்திப்பிற்கு வாய்ப்பு கிடைத்தது. நூலகம் என்று நினைக்கும் போதே, அவனுடைய முகம் என்னை இழுக்கிறது. அவனை எப்பொழுதும் பார்ப்பதற்கு தினமும் செல்ல ஆரம்பித்தேன். எனக்கே ஆச்சரியமாக இருந்தது - ஒரு அடையாளம் தெரியாத சிறுவனின் முகம் பார்ப்பதற்காக நான் அங்கே செல்கிறேனே என்று! ஆனால் போகாமல் இருக்கவும் முடியவில்லை.

நான் ஒரு மூலையிலே உட்கார்ந்து படித்துக் கொண்டிருந்தேன். யாரோ சர்... சர் செருப்பின் சத்தத்துடன் அந்த ஹாலில் வந்து சேர்ந்தார். அந்த சத்தம் என்னுடைய முன்னாலே இருக்கிற மேசையின் பக்கத்திலே வந்தது. அப்பொழுது, நான் கண்ணை உயர்த்திப் பார்த்தேன் - அவன் என் முன்பு உட்கார்ந்திருக்கிறான்! உள்ளே இருதயம் துடித்து தொண்டை வரை வந்தது. நம்பிக்கை பிறந்தது. கவனம் சிதறியது. என் தேவதை! என்று நினைத்தே அவனை கவனிக்கத் தொடங்கினேன்.

ஆம். அந்த முகம் பல யுக யுகமாக பரிச்சயமானது. அந்த கண்கள், அந்த கண்களின் கேலி சிரிப்பு, கன்னங்கள், உதடுகள், நெற்றி - அந்த பெண்தன்மை கொண்ட முகத்தின் ஒரு பகுதி என்னுடைய நினைவிலே மேலோங்கியது. ஆனாலும், அது யார்? என்பது மட்டும் தெரியவில்லை. சிறிது நேரத்தில் அவன் என்னிடம் "மணி என்ன?" என்று கேட்டான். நான் அதை அவனிடம் கூறினேன். அவன் திடீரென்று எழுந்ததைக் கண்டு, நான் அவனிடம் கேட்டேன் - "உன் வீடு ரொம்ப தூரமா?" அவன் "ஆமா" என்றான். நானும் எழுந்து அவனை பின் தொடர்ந்தேன். என்னுடைய இரு சக்கர வண்டியில் அமர்த்தி, அவன் வீட்டிலே விடுவதற்காக. போகும் போது, அவனிடம் கேள்விகளை கேட்பதற்கும் அவனிடம் அறிமுகமாவதற்கும் ஒரு வாய்ப்பு கிடைக்கும் என்று எண்ணினேன்.

வெளியிலே வந்து இரு சக்கரவண்டியை இயக்கும் போது அவனை அழைத்தேன் - "வா, உட்கார். உன்னை வீட்டிலே விட்டுவிடுகிறேன்". அவன் சொன்னான் - மிதிவண்டி இருக்கு. நன்றி. என்னுடைய நம்பிக்கை வீணாகப் போனது. ஆனாலும், நான் விட்டுவிடவில்லை, என்னுடைய இரு சக்கரவண்டியை அவனுடைய

மிதிவண்டி அருகிலேயே ஓட்டி நான் அவனிடம் முதல் கேள்வியை கேட்டேன் - மிகவும் கஷ்டப்பட்டு - "உன் பேரு என்ன? எங்கோ பாத்த மாதிரி இருக்கே!" "கிலேசி" - பதில் கிடைத்தது.

- கிருஸ்துவனா! என்னுடைய நண்பர்களில் கிறிஸ்துவர் யார் இருக்கிறாரோ, அதில் கிலேசி என்ற பெயருள்ள இவன் யாருடைய மகனாக இருக்கும்? நண்பர்களின் எண்ணிக்கையே குறைவு. அதில், கிருஸ்துவர்கள் யாரும் கிடையாது. நான் என்னுடைய பழக்கமுள்ள எல்லா கிறிஸ்துவர்களின் முகத்தையும் ஒப்பிட்டுப் பார்த்தேன். அதன் பின், "உன்னோடே அப்பா இங்கே தான் இருக்கிறாரா?"

"ஆமா. பேப்பர் அண்ட் போர்டு மில்லிலே வேலை பாக்குறார்". ஓ, அப்படி ஒருவரைப் பற்றி எனக்கு தெரியாது. எனக்கு மேற்கொண்டு எதுவும் கேட்க தோன்றவில்லை. அமைதியாக இருந்தேன். அவனுடைய கேள்விக்கு மட்டும் பதில் அளித்தேன். என்னுடைய பேர்-

- ஆனந்த் விழித்துக் கொண்டான்.

சிறுவன் அருகிலே வந்து பேசினான்.

"என்ன? என்ன சொன்னே?"

"நான் இந்த புஸ்தகத்தை எடுக்கலாமா?"

ஆர். எல். ஸ்டீவன்சனின் "கிட்நேப்ட்"!

"உனக்கு அது புரியாதுடா"

"ஏன்?"

அது பழைய காலத்து எழுத்து முறை. அதிலுள்ள எழுத்து கஷ்டமா இருக்கும். வேற ஒண்ணு எடு" - சிறுவன் தேட ஆரம்பித்தான்.

- அவன் இங்கு தினம் தோறும் வர ஆரம்பித்துள்ளான். நானே அவனுக்கு உந்துதல் கொடுத்தேன். சாலையிலே சந்தித்த போது நானே தான் அவனை அழைத்து வந்தேன். இந்த புத்தகங்களுக்காக தினந்தோறும் வருகிறான். நான் பள்ளியிலே படித்த புத்தகங்களைக் கூட பத்திரமாக வைத்திருக்கிறேன். அது இன்று, உபயோகமாகிறது. எனக்கு இப்பொழுது தெரிகிறது - அன்று அவன் பரிச்சயமானவன் என்று எப்படி தெரிந்தது? நான் அந்த நகரத்தில், அவனுடைய முகத்தைப் போலவே உள்ள ஒரு சிறுமியை பார்த்திருக்கலாம். இல்லையென்றால், நூலகத்தில் அந்த பழைய இத்தாலிய ஓவியரின் இயேசுவின் சித்திரத்தில், அழகிய முகம் கொண்ட அந்த ஓவியம், அதன் பதிப்பு, என்னுடைய மனது முழுவதும் புரட்டிப் போட்டதாக இருக்கக் கூடும். அவனுடையதோ அல்லது அவனின்

குடும்பத்தாரின் அறிமுகம் முன்பே இருப்பதற்கு வாய்ப்பே இல்லை. அவன் இந்த நகரத்திற்கு வந்து மூன்று மாதங்கள் மட்டுமே ஆகியுள்ளன. ஆனால் நான் ஏழு வருடமாக வசிக்கின்றேன். பைத்தியம். ஏதோ ஒரு சிறுவனின் அடையாளத்தைத் தேடி அலைந்தேன். ஆ... அதில் எதுவும் குறையில்லை. உபயோகம் தான் ஆகியுள்ளது. என்னுடைய ஆவல் தணிந்தது. அவனுடைய எல்லா தகவல்களும் கிடைத்தது. அவனுடைய தந்தை, பல வேளைகளில், பல ஊர்களிலும் இருந்தாராம். தாய் சென்ற ஆண்டு, ஸ்கூட்டர் விபத்தில் இறந்தாராம். கூட பிறந்தவர்களில்லை. ஆகையால், இப்பொழுது அவனும் அவன் தந்தையும் மட்டுமே இருக்கின்றனர். சமையல் செய்து பரிமாறுவதற்கு ஒரு கிழவி-

“என்ன யோசனை?” அந்த சிறுவன் அருகிலே வந்து பேசினான்.

“ஒண்ணுமில்லே”

“நான் இதைக் கொண்டு போறேன்”

“சரி”

“அப்பா சொல்றார் - நான் நிறைய புத்தகம் எல்லாம் வாசிக்க வேணும்னு”

“ஓ”

“நிறைய படிச்சா தான் மனுஷங்க வளர்ராங்கன்னு சொன்னார்“

“நீ நிறைய படிக்கிறாயே”

“ஆமா”

இருபத்தி நான்கு மணி நேரமும் படிச்சுக்கிட்டே இருக்கியா?”

“ஓ...இல்லே”

“அப்புறம் என்ன செய்யறே?”

“கால் பந்தும் கிரிக்கெட்டும் விளையாடுறேன். அப்பாவோடே சதுரங்கமும்”

“சந்தோஷம். விடுமுறை நாளை முதல் ஆரம்பமாகுது இல்லையா?”

“ஆமா”

“நாளை முதல் என்ன பண்ண போறே?”

- அவன் சிரித்தான்.

ஆனந்தன் அவனைப் பிடித்து அமர்த்திக் கூறினான் - "நாளையிலேருந்து பள்ளிக்கூடம் மீண்டும் திறக்கற வரை, இங்கிருக்கும் மரத்தின் மீது ஏறி குதி. பைத்தியம் பிடிச்ச மாதிரி, மிதிவண்டியை சாலையிலே ஓட்டு. இங்கே கொஞ்சம் சற்று தள்ளி ஒரு கடற்கரை இருக்கு. அந்த கடற்கரையிலே ஓடு. குளத்திலும், ஓடையிலும் நீச்சல் அடி. புஸ்தகத்தை படிக்காதே."

"ஏன்?"

"படிச்சு படிச்சு கண்களை கெடுத்துக்காதே"

"ஓ" - அவன் சிரித்தான். வெகு நேரம் அப்படியே உட்கார்ந்தான். அதன் பிறகு, அவன் ஆனந்தின் முன்பு நின்றான்.

"அப்பா இன்னிக்கு உங்களே கூட்டிட்டு வரச் சொல்லிருக்கார்"

"ம்.."

"வறீங்களா?"-

இல்லே. எத்தனை முறை நீ என்னை அழைத்திருக்கிறாய்? நான் போகவில்லை. ஒரு சிறுவனின் பேச்சை கேட்டு, அவன் வீட்டிற்கு செல்வதா?

"வருவீங்களா?"

"ஏன் இன்னிக்கு வரலே?"

"இன்னிக்கு வேறே வேலை இருக்கு"

"நீங்க எப்போதும் இப்படியே தான் சொல்றீங்க. இன்னிக்கு நீங்க வந்து தான் ஆகணும். அப்பா அழைச்சிருக்கார்"

"அவரின் அறிமுகம் எனக்கு இல்லையே"

"நான் சொல்லியிருக்கேன்"

"இன்னொரு நாள் வரேன் கிலேசி"

"ஆனால் அப்பா உங்களுக்காக காத்துக்கிட்டு இருப்பார். தயவு செஞ்சு வாங்க"

"இன்னிக்கு எனக்கு..."

மதியத்தின் சூரியன், மேகத்திலே மறையும் போது, பூமியில் எவ்வாறு நிழல் பரவுமோ, அதைப் போல், அவன் முக்தில் மாற்றம் தெரிந்தது. ஆனந்தன், அவனை அருகிலே இழுத்தான்-

"வருத்தப்படுறியா?"

"தயவு செஞ்சு வாங்க. அப்பாவிடம் நீங்க வருவீங்கன்னு சொல்லியிருக்கேன்"

"இங்கே பார். உன் வீட்டிலே உன்னை தவிர எனக்கு தெரிஞ்சவங்க யார் இருக்கா?"

"நான் மட்டும் இங்கே வந்திருக்கேனே"

அந்த கதை வேறு. அன்று உன்னை நூலகத்தில் பார்த்தேன். அப்பொழுது, நீ எனக்கு யுக யுகமாக பழக்கம் இருப்பதாக தெரிந்தாய். நான் என்னை ஒரு நிலைக்கண்ணாடியில் எப்படி பார்க்கிறேனோ அதைப் போல் உன்னை அறிந்து கொண்டேன். அதனால் -

"கிலேசி, நீ இங்கே வருவதிலே சந்தோஷப்படுறேன்"

"நீங்களும் என் வீட்டுக்கு வந்தா எங்களுக்கும் சந்தோஷம். . வறீங்களா?"

என்னை விடவே மாட்டாயா?

"சரி. வரேன். போதுமா?"

- சிறுவனின் முகம் சூரியனின் வெளிச்சம் பரவியது போல் பிரகாசமானது ஆனந்திற்கு புரிந்தது.

தான் போக வேண்டாம் என்று சொல்வதற்கு முற்பட்டான். ஒரு பதிமூன்று வயது சிறுவன் பேச்சைக் கேட்டு, அவனின் வீட்டிற்கு செல்வதா? உலகம் என்னைப் பார்த்துச் சிரிக்கும்...

ஆனந்த், கிலேசியின் வீடு அடைந்த போது, அந்தி சாய்ந்தது. அவன் கதவின் பக்கத்திலேயே நின்றிருந்தான். ஒரு சிவப்பு டீ ஷர்ட் போட்டு, அதில் - நான் வெளி நாட்டவன் அல்ல என்று எழுதிருந்தது. அந்த சட்டையில் அவன் ஒரு ஜோதி போலத் தெரிந்தான். அவன் அழகாக இருக்கிறான் என்று ஆனந்த் நினைத்தான்.

"நீங்க வரமாட்டீங்கன்னு நினைச்சேன்"

"ஏன்?"

"ரொம்ப நேரம் ஆச்சே"

"நான் தான் வரேன்னு சொன்னேனே"

"வாங்க"- அவன் ஆனந்தை இழுத்து கொண்டு உள்ளே சென்றான்.

ஆனந்த் பார்த்தான் - பச்சை சுவர். உள்ளே வரும் போதே முதல் சுவற்றிலேயே சிலுவையில் இருக்கும் கிறிஸ்துவைக் கண்டான். ஜன்னலுக்கும் கதவுக்கும் வெள்ளை நிறமான சீலைகள். சுவற்றிலே உள்ள அனைத்து நாள்காட்டியிலும் கிருஸ்துவை தவிர வேறில்லை. ஒரு மூலையிலே ஒரு சிறிய மேஜையில் கேசட் பிளேயர் மட்டும் கிமோனோ கட்டிய ஒரு ஜப்பானிய பொம்மை. பின்னாலே இருக்கும் சுவற்றில் உள்ள ஒரு அலமாரியில், மண்ணினாலும் மரத்தினாலும் மற்றும் பிலாஸ்டிக்கினாலும் செய்யப்பட்ட பொம்மைகள் மற்றும் மாதாந்திர இதழ்களின் பிரதிகள் இருந்தன. சில புத்தகங்கள். அந்த அறையில் ஒரு சோபா சுவற்றிலே சாய்ந்துள்ளது.

"உன் வீடு அழகாக இருக்கு"

"இது அப்பாவுடைய அலுவலகக் குடியிருப்பு. வாங்க எல்லா அறையும் பார்க்கலாம்"

"உன் அப்பா உள்ளேயிருக்காறா?" ஆனந்த் மெதுவாக கேட்டான்.

"இல்லே. இப்போ தான் வெளியே போனார். சீக்கிரம் வருவார். வாங்க"

எல்லா அறைகளையும் பார்த்து மீண்டும் முதல் அறைக்கு வந்தவுடன், ஆனந்த் அந்த ஜப்பானிய பொம்மையின் அருகிலே போய் நின்றான்.

- நான் இங்கே வந்ததே தவறாகிவிட்டது. நான் இங்கே வருகிறேன் என்று தெரிந்தே அவனின் தந்தை வெளியே சென்றுள்ளார். அந்தக் கிழவி கூட என்னிடம் பேசவே வரவில்லை. இந்தச் சிறுவனின் பேச்சைக் கேட்டு நானும் வந்தேனே! நான் ஒரு முட்டாள்! அவன் தந்தை இல்லாமல் இருப்பது நல்லதற்கே. அறிமுகம் இல்லாத அவர், திடீரென்று உள்ளே வந்தால், நான் என்ன செய்வது? நான் எப்படி அவரிடம் முகம் கொண்டு பேசுவது? அவர் என்னைப் பார்த்து, ஆச்சரியப்படுவார். அவருடைய சந்தேகப் பார்வை என் மீது படும். அப்பொழுது எனக்கு ஒரு அர்த்தமில்லாத சிரிப்பு வரும். ஏய்... கழுதை!.

"இங்கே ஏன் நிக்குறீங்க. உட்காருங்க"

ஆனந்த் திரும்பினான். ஓ... அந்த கிழவி. அவனை உட்கார சொன்னாள். அவன் பேசவேயில்லை. அவள் காபி தட்டை வைத்து உள்ளே சென்றாள். கிலேசி வந்து, அவனை இழுத்து சோபாவில் உட்கார வைத்தான். அவன் கையில், காபி கப் கொடுத்தான். ஆனந்த் ஒரு வாய் சாப்பிட்டான். நான் தவறு செய்துவிட்டேன். இங்கே வந்திருக்கவே கூடாது.

"நீங்க ஏன் அமைதியா உட்கார்ந்திருக்கீங்க?" கிலேசி கேட்டான்.

"ம்?"

"ஏன் எதுவும் பேசலையே?"

"நான் முட்டாளா?"

"என்ன பேச"

"நான் ஒரு முட்டாள்"

"ஹா... ஹா... முட்டாள்? எப்படி?"

"சும்மா தான்"

"ஓ. இல்லே. உனக்கு என்னுடைய அப்பாவுடையதும், ஆசிரியருடையதும் நிறைய விஷயம் தெரியுமில்லையா?"

ஆனந்த் ஒண்ணும் பேசவில்லை. ஆனாலும் அவனுடைய மனது, நிலையில்லாமல் இருந்தது. இந்தச் சிறுவனின் பேச்சைக் கேட்டு வந்தது தவறாகிவிட்டது - தவறு. சிறுவன் எழுந்து அலமாரியின் பக்கத்தில் சென்று அதிலிருந்த ஒரு போட்டோ ஆல்பத்தை கொண்டு வந்தான்.

"உங்களுக்கு போர் அடிக்குதுன்னா இத பாருங்க. இது எங்களுடைய குடும்ப ஆல்பம்". ஆனந்த் அதை திறந்து பார்த்தான். முதல் படத்திலேயே பல பெண்களும், ஆண்களும், சிறுவர்களும் இருந்தனர். சிறுவன், விரலைக் கொண்டு சுட்டிக்காட்டி கூறினான் -

"இது என்னுடைய அப்பாவின் குடும்பம். இது என்னுடைய தாத்தா - இது பாட்டி - இத பாருங்க - இந்த சிறுவன் யாருன்னு சொல்லுங்க பார்க்கலாம். தெரியலே? இது என்னுடைய அப்பா! ஹா... ஹா... .ஹா... இது அப்பா பள்ளிக்கூடம் படிக்கும் போது, இது கல்லூரியில் படிக்கும் போது... அதுவும்... அது எல்லாம் அப்பாவின்... இது அப்பாவின் கல்யாணத்தின் போது."

ஆனந்த் இப்பொழுது தான் உற்றுப் பார்த்தான். போட்டோவிலிருந்த அந்த பெண் சிரித்துக் கொண்டே அவன் கண்ணின் முன்பே வந்தாள் -

"அம்மா" கிலேசி சொன்னான்.

கிலேசியுடைய அதே மூக்கு, சிறிய நெற்றி, பெரிய கன்னம், விசாலமான கண்கள், பவள வாய்! ஆனந்த் திடுக்கிட்டான் - அவளே தான். அவளே தான்! அவனுடைய தலையிலும், கன்னத்திலும் ரத்தம்

ஏறியது. கண்களில் சூடு பரவியது. சிறுவன் பேசிக் கொண்டே இருந்தான். ஆனந்த் சட்டென்று எழுந்தான் -

"கிலேசி, நான் கிளம்புறேன்"

"! ! !"

"நாளைக்கு பாக்கலாம்"

"ஆனா, அப்பா இப்போ வந்துருவாரே"

"ஓ! அப்பாவை நான் இன்னொரு நாள் வந்து பாக்குறேன். குட் நைட்"

ஆனந்த், சிறுவனின் முகம் பார்க்காமலேயே வெளியே சென்றான். தன்னையே மறந்து ஸ்கூட்டரை ஸ்டார்ட் செய்தான்.

- ஆம். அவளே தான், அவளே தான்

கருப்பான சாலை ஸ்கூட்டரின் கீழே வழிந்து நொறுங்கிப் போய் பின்னாலே ஓடிக் கொண்டிருந்தது. மேலேயிருக்கும் மரத்தின் கிளைகள், டெலிக்ராப் கம்பிகள், மின் விளக்குகள் ஓடிக் கொண்டேயிருந்தன. ஆனால், அவனுக்கு ஒன்றும் தெரியவில்லை. கார், பஸ், சைக்கிள் எதுவும் அவன் பார்க்கவில்லை. ஸ்கூட்டர் தானாகவே திரும்பியது ஓடியது. அவனுடைய மனதில் ஒரே குழப்பமாக தான் இருந்தது -

ஆம். அவளே தான்... அவளே தான் -

வீடு சேர்ந்தவுடன் ஓடிப் போய் கதவைத் திறந்தான். அப்படியே படுக்கையிலே விழுந்தான். கண்களை மூடினான். அந்த கல்யாண போட்டோவிலிருந்த அந்த பெண் மீண்டும் நினைவுக்கு வந்தாள்.

- ஆம். மிராண்டா... மிராண்டா! பதினான்கு ஆண்டுகள் கழிந்து இப்பொழுது -

- என்னுடைய ஆத்மா வலிக்கிறது. சாம்பலின் உள்ளே இருக்கும் அனல் தெறிக்கிறது - என்னுடைய ஆத்மா எரிகிறது.

- ஆ...

- சே, அவள் சென்ற ஆண்டு இறந்து விட்டாளாம்!

- இறந்து விட்டாள்! அவளா? எப்படி? யார் சொன்னது?

- அவன் - கிலேசி -

- கிலேசி !!!

- ஆனந்த் படுக்கையிலிருந்து குதித்தான். இருட்டு அறையிலிருந்து திடீர் என்று வெளிச்சத்திற்கு வந்தது போலே ஆனான். வழியே தெரியாமல், அந்த வெளிச்சத்தின் கதிர் கண்களிலே திடீரென்று நுழைவது போல அவன் ஸ்தம்பித்து நின்றான்.

-கிலேசி! என்னுடைய மகன்! என்னுடைய இரத்தத்தின் இரத்தம்! என்னுடைய உடலின் பகுதி! ஆத்மாவின் அக்னி! அவன் என்னுடையவனே! அந்த கிருஸ்துவனின் மகன் அல்ல! அவனுடைய தந்தை அவன் அல்ல, அல்ல. அந்த சிறுவனிடம் தந்தையின் பெயர் கேட்கவே இல்லை. அவனுடைய தாயின் பெயரும் கேட்கவில்லை. அவன் தந்தை பேப்பர் மில்லில் வேலை செய்கிறார் என்றும், தாய் இறந்து விட்டார் என்று கூறியதும் நான் பேச்சை நிறுத்திவிட்டேன். நான் தவறு செய்துவிட்டேன். தவறு செய்துவிட்டேன்.

ஆனந்த் அந்த அறையில் குறுக்கே நடந்து கொண்டேயிருந்தான். அறையிலே வெளிச்சம் இல்லாததால், இருட்டாக இருந்தது. ஆனாலும், அவன் பொருட்படுத்தவில்லை. சிறிது நேரத்தில், அவன் மனது குளிர்ந்தது. பேண்ட், ஷர்ட்டை மாற்றி லுங்கியை கட்டிக் கொண்டான். அதன் பிறகு, வந்து படுத்துக் கொண்டான்.

- அவள் பின்னாலே வந்து நின்றிருந்தாள். அவளுடைய நெஞ்சு என்னுடைய தோளில் அழுத்தியிருந்தது. அவளுடைய கன்னம் என்னுடைய காதுகளில் சாய்ந்திருந்தது. அவளுடைய மூச்சு என்னுடைய கழுத்திலே பட்டது.

அவள் என்னுடைய அண்டை வீட்டுக்காரி. பிரான்சிஸ்கோ ரேபெல்லோவின் மனைவி. எனக்கு பதினேழு வயது கூட ஆகவில்லை.

அவளுக்கு என்னுடைய தேவை ஏற்பட்டது. ஆனாலும், என்னுடையதே என்பது எப்படி? அந்த வட்டாரத்தில் எத்தனை ஆண்கள் இருந்தனர்? கட்டுமஸ்தான, விரிந்த மார்புடன், பலமான உடலுடன். அவள் வா என்றால் ஓடி வந்து தலையைக் குனிபவர்கள், தலையைக் குனி என்றால் அவள் காலிலேயே விழுபவர்கள், இனி உட்கார் என்றால், பைத்தியம் பிடிக்கும் எத்தனை ஆண்கள்! அது தவிர அவளுடைய கணவனே இருந்தான். அவள் ஏன் என்னையே தேர்ந்தெடுத்தாள்? சங்கோஜம் இருந்தது யாரிடமும் அதிகமாக பேசாதவன், நான்கு விரல் அகலமான நெஞ்சு கொண்டவன். நான் அவளுக்கு எப்படி கவர்ச்சியாக தென்பட்டேனோ? அவள் ஒன்றும் கூறவில்லை. ஆனால் என்னுடைய உடலின் ரகசியத்தைத் தெரிய வைத்தாள். ஆண்மையின் ரகசியத்தை எடுத்துத் தந்தாள், அவளுடைய மார்பின் வெப்பத்தை தந்தாள். இடம், காலம் எப்பொழுதும் மறந்து போக செய்தாள். தினமும் மதிய நேரத்தில் அவள் எனக்கு இடம், காலம் மறந்து போகும் நிமிடங்களைக்

கொடுத்தாள். எல்லா இரவுகளும் தவறு செய்யும் மாயையான நிலை. நான் என்னுள்ளே, தவறு செய்ததன் முள்ளை சுமந்திருந்தேன். மூன்று நான்கு மாதங்கள் கழிந்து அவளும் ரேபெல்லோவும் எங்கோ சென்றனர்.

இன்று எனக்கு தெரிந்தது -

"கிலேசி என்னுடைய மகன்"

எனக்கு அவனைத் தெரியும். எனக்கு அவனைத் தெரியும்.

ஆனந்துடைய மனது லேசானது. ஆனாலும் அவனுக்கு அவன் தந்தை என்பதை நினைத்து மிகவும் சந்தோஷமும் ஆச்சரியமும் ஏற்பட்டது. பதினேழு வயதில் தந்தை! அவன் கண்களை மூடிக் கிடந்தான் -

வெளியே யாரோ பேசுவது போல் கேட்டது. வீட்டின் வெளியே யார்? ஆனந்த் எழுந்தான். கதவு தட்டும் ஓசை. அவன் கதவின் பின்னாலே இருந்து பார்த்தான். வெளியே கிலேசியும், யாரோ நடுத்தர வயது கொண்ட ஒருவரும் இருந்தார். ஆனந்த் தெரிந்துக் கொண்டான் - ரிபெல்லோ! சிறுவன் முன்னாலே வந்தான் -

"நீங்க சீக்கிரமாக கிளம்பியதாலே, நான் அப்பாவை கூட்டிக் கொண்டு இங்கேயே வந்துட்டேன்."

"வாங்க" - ஆனந்திற்கு சிறுவனைப் பார்க்கும் போது, ஒரு புதிய பார்வையில் தெரிந்தான். அவனுக்கு கிலேசிக்கு முத்தம் கொடுக்கலாம் போலத் தோன்றியது.

"என் அப்பா" - என்று கிலேசி அப்பாவை கைக்காட்டிக் கூறினான்.

"ஹலோ, உட்காருங்க"

"கிலேசி எப்போதும் உங்களைப் பத்தியே பேசுவான். நீங்க அவனை நல்லா கவர்ந்து இழுத்து இருக்கீங்க." - ரிபெல்லோ நன்றாக சிரித்துக் கொண்டே சொன்னான்.

"ஓ"

"எங்கே வேலை செய்றீங்க?"

ஆனந்த் பதில் அளித்தான். ரிபெல்லோ என்னை அடையாளம் தெரிந்து கொள்ளவில்லை என்று மனதிலேயே சந்தோஷப்பட்டான்.

"இது உங்களுடைய வீடு தானா?"

"இல்லை வாடகைக்கு"

"தனியாக தான் இருக்கீங்களா?"

ஆனந்த் தலையைக் குனிந்து கொண்டான்.

"சிங்கள்?"

"ஆமா"

"போர் அடிக்கலையா?"

ஆனந்த், புத்தகத்தை நோக்கி விரலைக் காட்டினான்.

"குடும்பம் எங்கே இருக்கு?"

"மும்பை"

"மும்பை? நான் அங்கு பதினைஞ்சு வருஷத்திற்கு முன்னாலே இருந்தேன்"

ஆனந்த் சிரித்தான்.

"மும்பையிலே எங்கே?"

ஆனந்த் யோசித்தான் - உண்மையை சொல்லவா? இன்று இல்லை என்றால் நாளை உண்மை தெரியப் போகிறது. இப்பொழுதே சொல்லிவிடலாம். ஆனந்த் அவனுக்கு வீட்டு விலாசத்தைக் கூறினான். ரிபேல்லோவிற்கு ஆச்சரியமானது.

"நானும் அதே இடத்தில் தானே குடியிருந்தேன். அது எப்படி எனக்கு உங்களைத் தெரியாமல் போச்சு?"

ஆனந்த் குலுங்கி சிரித்தான்.

"ஆ... உங்களுடைய அப்பா பேரு என்ன?"

"அப்பா நாயக்"

"காண்டிராக்டரா?" - ரிபெல்லோவின் கண்கள் சிறிது ஆனது. நெற்றியில் சுருக்கம் தெரிந்தது.

"ஆமா, நான் அவருடைய பிள்ளை"

ரிபெல்லோவின் விரல்கள் கெட்டியானது. முகத்தில் இரத்தம் இல்லாததால் வெளுத்துப் போனது.

"அப்பா உங்களுக்கு இவரை தெரியுமா?" - கிலேசி கேட்டான். ரிபெல்லோ உம்கொட்டி பதில் அளித்தான். அவன் முகத்தில் கசப்பு

தெரிந்தது. கண்களில் விரோதமும் கோபமும் தெரிந்தது. சண்டை இடுவதற்கென்றே புறப்பட்ட ஆட்டுக் கிடாய்ப் போல ஒவ்வொரு கணமும் எண்ணிக் கொண்டிருந்தான். ஆனந்தின் மனதில் ஒரு நம்பிக்கை பிறந்தது. அவன் ரிபெல்லோ பயந்துவிட்டான் என்று நினைத்தான். அவன் ரிபெல்லோவைப் பார்த்தான். கிலேசியின் தந்தை கம்பீரமாக உட்கார்ந்திருந்தார்.

“நான் உங்களை மீண்டும் சந்திப்பேன்னு நினைக்கவே இல்லே.” ரிபெல்லோ சொல்லிக் கொண்டே வெளியே போனான். கிலேசி புத்தகத்திலே முழ்கியிருந்தான். ஆனந்த் அவனிடம் சென்று, அவன் தலையை தடவினான். சிறுவன் தலையைத் தூக்கிச் சிரித்தான்.

“இங்கேயே உட்கார். நானும் உன் “அப்பாவும்” மட்டும் வெளியே இருக்கோம்”

சிறுவன் தலையை அசைத்தான்.

ஆனந்த் வெளியே வந்தான்.

- பாவம் ரிபெல்லோ. நின்று கொண்டே இருந்தான். நிற்கிறான் பார்! எலியைப் போல, என்னுடைய அடையாளம் தெரிந்த பிறகு, அவனுக்கு கஷ்டமான சூழ்நிலை ஏற்பட்டது. திடீரென்று அவனுக்கு பதினான்கு ஆண்டுகளுக்கு முன்பு நடந்தது நினைவிற்கு வந்திருக்கும். “நான் என்னுடைய மகனான கிலேசியை கஸ்டடி எடுத்துக் கொள்கிறேன் என்று சொன்னால் அவன் என்ன செய்வான்? அவன் முகம் என்னவாகும்?

ரிபெல்லோ திரும்பி ஆனந்தை நோக்கி -

“நான் போறேன்”

“இப்போ தானே வந்தீங்க. கொஞ்ச நேரம் உட்காருங்க”.

ரிபெல்லோ எதுவும் பேசவேயில்லை. அவன் கிலேசியை அழைத்துக் கொண்டு போக முன்னேறி உள்ளான். ஆனந்த் குறுக்கே வந்தான் -

“ஒண்ணு கேட்கட்டுமா?”

“?”

“கிலேசி என்னுடைய மகனா?”

ரிபெல்லோ பற்களை கடித்தான். அவனின் கண்கள் கோபத்தில் சிவந்தன. உதடுகள் நடுங்கின.

"என்ன நீ பேசறே"

"கிலேசியின் அப்பா யாரு? நான் தானே?"

ரிபெல்லோவிற்கு சகித்துக் கொள்ள முடியவில்லை. அவனுடைய முகம் சிவந்தது. உதடுகள் நடுங்கின. அவன் கையை ஓங்கினான்.

"என் மீது கோபித்து என்ன பயன்? அந்த பையன் என்னுடைய ரத்தம். அது எனக்குத் தெரியும். உங்களுக்கும் தெரியும். மிராண்டா உங்ககிட்டே சொல்லியிருப்பா இல்லையா? அவள் இன்னிக்கு உயிரோடே இருந்திருந்தா, அவள் உங்ககிட்டே சொல்லி இருப்பாள். இனி" -

"வாயை மூடு"

"எதுக்காக? உண்மை சொன்னா, நான் தான் அவனுடைய அப்பா. மிராண்டா அம்மா"

"வாயில் வந்த படி எல்லாம் பேச வேண்டாம். மிராண்டா என்னுடைய மனைவி. கிலேசி எங்களுடைய பிள்ளை. இந்த உலகத்துக்கு அது தெரியும்"

"உலகம் பொய்யை நம்புது. உண்மை என்னன்னு எனக்கும், உங்களுக்கும் அவளுக்கும் தெரியும்"

"எது உண்மை?"

"கிலேசியை பற்றிய உண்மை"

"ம்" ரிபெல்லோ ஒரு மரியாதையில்லாமல் உம்காரமிட்டான்.

"நீங்க பால் குடிக்கிற பூனை போல தப்பு யாரும் பார்க்க மாட்டாங்கன்னு நினைச்சீங்களா?"

"யாருடைய தப்பு? எது தப்பு?"

"உங்களாலே அவளுக்கு ஒரு குழந்தை தர முடியலே" - ரிபெல்லோவின் கைகள் மடங்கி ஆனந்தின் தோளில் விழுந்தன.

"அதனால் தான் அவள் என்னைத் தேடி வந்தா. அவள் என்னை வாங்கிட்டா. நான் அவளுக்கு ஒரு குழந்தையை கொடுத்தேன் - கிலேசி".

"முட்டாள், சைத்தான். அப்பொழுது உனக்கு மீசை கூட முளைக்கலே நீ எப்படி அவன் உன்னுடைய மகன்னு நிரூபிப்பாய்?"

ஆனந்துடைய தோளும், சட்டையும் ரிபெல்லோவின் முஷ்டியில் சிக்கி கசங்கியது.

“நிரூபிக்கவா... நிரூபிக்கவா...”- ஆனந்த் ரிபெல்லோவின் நெற்றியை சுட்டிக் காட்டினான் -

“இங்கே இருக்கு. உன்னுடைய தலையிலும் இங்கேயும் - என்னுடைய நெஞ்சிலும். எனக்கு விசுவாசமுண்டு - மிராண்டா உன்னிடம் கிலேசியின் உண்மையான தந்தை யார் என்று சொல்லிருப்பாள். அது உனக்கும் தெரியும். உனக்கு நிரூபிக்க வேணுமா? ம்...? என்னுடைய முகம் மிராண்டாவின் முகத்திலே சூப்பர் இம்போஸ் செஞ்சா எப்படி இருக்குமுன்னு யோசிச்சுப் பாரு. உனக்கு கிலேசியின் முகம் தெரியும். அவனுடையதும் என்னுடையதும் ரத்தத்தை பரிசோதனை செய்து பார். ரத்தத்தின் குரூப்பையும், சீரமும் பரிசோதனை செய். எங்களுடைய க்ரோமோசோமையும் பரிசோதனை செய். உனக்கு எல்லா சந்தேகத்திற்கும் விடை கிடைக்கும்.

ஆனந்தின் மேலேயிருந்த ரிபெல்லோவின் கைகள் உயிரற்றுப் போனது - பலமில்லாமல் போனது. அவன் அமைதி ஆனான். அதன் பிறகு அவன் “நீ என்னுடைய வழியிலே குறுக்கே வருவாயின்னு நான் நினைக்கவேயில்லே ஆனந்த்”

“உண்மையை சொல்லுங்க. மிராண்டா உங்களுக்கு சொல்லலையா?”

“எது?”

“நான் கிலேசியின் அப்பான்னு?”

- ரிபெல்லோ தலையை குனிந்தான். ஆனந்துக்கு திருப்தி ஏற்பட்டது. அவன் எதுவும் பேசவில்லை. ஆனாலும் ரிபெல்லோ கிலேசியை இப்பொழுது கூப்பிடுவான் என்று ஆனந்திற்கு தோன்றியது. அப்பொழுது அவன் கூறினான் -

“எனக்கு ஒண்ணு சொல்ல இருக்கு”

ரிபெல்லோ அசையவில்லை.

- “கிலேசி என்னுடைய மகன்னு நான் தெரிஞ்சுக்கிட்டேன். எனக்கு அவன் வேண்டும்”

கன்னத்திலே அறை கிடைத்தது போல் ரிபெல்லோ நின்றான். ஆனந்த் கூறினான் -

“அவன் உள்ளே தானே இருக்கான். அவன் இனி எப்போதும் அங்கேயே இருக்கட்டும். “

"இல்லே"

ரிபெல்லோ குறுக்கே வந்தான்.

இல்லைன்னா நான் நியமத்தின் படி நீதிமன்றத்துக்கு போறேன்".

ரிபெல்லோ எச்சையை முழுங்கினான்.

மன்றாடிக் கேட்டான் -

"தயவு செஞ்சு அவனுடைய வாழ்க்கையிலே விளையாடாதே. அவன் தான் என்னோட உயிரு. அவனுடைய வாழ்க்கையிலே ஒரு அதிர்ச்சின்னு வந்தா, என்னாலே சகிச்சிக்க முடியாது. நான் அல்ல நீ தான் அவனுடைய அப்பான்னு சொன்னா அவனுக்கு எவ்வளவு அதிர்ச்சியும், வெறுப்பும் ஏற்படுமுன்னு யோச்சிப் பார்."

"நான் அவனுக்கு புரியும் படி சொல்றேன்"

"ஒரு சின்னப் பையனுக்கு, நீ செஞ்ச காரியம் புரியுமுன்னு நினைக்கிறேயா? முட்டாள். உன்னிடம் பிச்சை கேக்கிறேன். எங்களை விட்டுவிடு. எங்களுக்குள் எந்த அளவு அன்பு இருக்குன்னு உனக்கு தெரியாது. நீ அப்பான்னு சொல்லி திருப்திபடு. ஆனா என்னுடைய வாழ்க்கையிலிருந்து அவனை பிரிச்சுடாதே. தயவு செஞ்சு எதுவும் பேசாதே. நான் அவனை விட்டுத்தரமாட்டேன்."

"பார், அவன் என்னுடைய..."

"அதை மற. இன்னிக்கு வரைக்கும் அவன் என்னோடே தானே இருக்கான்? இப்போ இப்படி திடீர்ன்னு -"

"எனக்கு இன்னிக்குத் தானே தெரியும்"

"இனியும் அவனை என்னிடமே இருக்க விட்டுவிடு"

"இல்லே"

ரிபெல்லோவின் கண்கள் மின்னின. பற்களை கடித்தான் -

"அந்த காலத்திலே நீ என் பொண்டாடிய திருடினே. அப்போ நான் எதுவும் செய்ய முடியலே. இனி இப்போ இவனையும் கொண்டு போக பாக்குறே. ஆனா இன்னிக்கு நான் சும்மா நின்னு பாத்துக்கிட்டு இருக்க மாட்டேன்"

"மிராண்டா அவளா தான் வந்தா, அவனும் வருவான். உன்னைப் பற்றி கவலை இல்லே"

“பார் எனக்கு கோபம் வர்றமாதிரி நடக்காது. உனக்கு நல்லது ஏற்படாது. உன்பக்கம் தீர்ப்பு வருமுன்னு நினைக்காதே”

“ஓ, சாபம் தறியா? இல்லே மிரட்டுறீயா?”

“நீ எப்படினாலும் நினைச்சுக்கோ. கிலேசி... கிலேசி...”

ரிபெல்லோ சிறுவனை அழைத்து கடுமையான குரலில் சொன்னான் -

“உன் கௌரவத்தை நீ காப்பாதிக்கோ. அவனில்லாமல் நான் இந்த உலகத்திலே இருப்பதிலே அர்த்தமே இல்லே. நான் அவளை அவனிடம் பார்க்குறேன். நீ அவனுடைய அப்பாவாக இருந்தாலும் அவன் தான் என்னுடைய வாழ்க்கையில் எல்லாமே. அவனை இழுத்துப் போக முயற்சி பண்ணாதே. நான் செத்துடுவேன். நான் அவனையும் கொண்டு போவேன்”.

“என்ன?”

“நான் என்ன சொன்னேன்னா நாங்க ரெண்டு பேரும் உயிரோட இருக்க மாட்டோம்”

“....”

“கிலேசி... கிலேசி...”

“நீ உண்மையாத் தான் சொல்றீயா? பையனையும் கொன்னுடுவியா?”

- சிறுவன் அருகிலே வந்தான். நின்றான்.

ஆனந்த் கிலேசியை அன்புடன் சேர்த்துப் பிடித்தான் -

“கிலேசி, நீ இன்னிக்கு இங்கேயே இரேன்”

“இங்கேயா?” - சிறுவன் ஆச்சரியப்பட்டான்

“ஆமா. நான் உன்னுடைய...” -

“போலாம்” - ரிபெல்லோ சத்தமாகப் பேசினான்.

“நாளை சாயிந்தரம் வரேன்”. சிறுவன் கூறினான். அதன் பிறகு சிரித்துக்கொண்டே முன்னாலே சென்றான். ஆனந்திற்கு ஓடிப் போய் சிறுவனை அழைத்து வரத் தோன்றியது. ரிபெல்லோ அவனின் காதுகளில் சொன்னான் -

"நான் என்ன சொன்னேனோ, அத மனசிலே புரிஞ்சுக்கோ. பையனை பார்க்க முயற்சி செய்யாதே. அவன் நாளைக்கு இங்கு வர மாட்டான். நான் அவனை பார்த்துக்குவேன்." ரிபெல்லோ முன்னாலே சென்று கிலேசியின் தோளில் கைவைத்தான். ஆனந்தினால் அசைய முடியவில்லை. சிறுவனும் ரிபெல்லோவும் பார்வைக்கு அப்பாற் செல்வதை பார்த்தான். அதன் பிறகு மெதுவாக திரும்பி உள்ளே சென்றான். கதவை சாத்தினான். விளக்கை அணைத்தான். இரண்டு கைகளாலும் முஷ்டியாலே சுவற்றை அடித்தான் -

"ஆ..."

நான் என்ன செய்தேன்? அவன் சென்று விட்டான். அவன் தூரமாகச் சென்றுவிட்டான்.

ஆ... அவன் நாளை வருவான் நான் அவனுக்கு சொல்வேன் -

உன்னுடைய அப்பா யார் தெரியுமா? ரிபெல்லோ அல்ல. நான் தான். ஆமாம். நானே தான். சந்தேகமாக இருக்கிறதா? ஆச்சரியமாக இருக்கிறதா? என்னை நம்பு சிறுவனே. நான் உன் தந்தை. வா அன்பு மகனே. இங்கேயே தங்கு. இங்கேயே...

ஆனால் நாளை அவன் வருவானா?

ரிபெல்லோ முணுமுணுத்துக் கொண்டிருந்தானே - அவன் நாளை வரமாட்டான் அவனை சந்திக்க முயற்சிக்காதே.

அவன் அந்த சிறுவனை கொன்றுவிடுவானா?

கூடாது!

இல்லை.

அவன் கொல்லமாட்டான். அவன் என்னை வெறுமனே மிரட்டினான். அவ்வளவு தான்.

ஆனாலும் கிலேசி இங்கு வருவதிற்கு புறப்பட்டாலும் அவன் குறுக்கே வரமாட்டானா?

ஓ..கிலேசி இங்கே வருவான்.

ஆமாம், அவன் நாளை இங்கே கண்டிப்பாக வருவான்.

நாளை -

— அடையாளம்— 'குலாகர்'—ஆகஸ்ட்—1983

6. வெள்ளம்

சாப்பிட்டு முடித்து கை கழுவ சென்றேன். கை கழுவ... கழுவ பார்வை ஜன்னல் வழியே வெளியே மேய்ந்தது. வெளியே நல்ல இருட்டு. ஆனாலும் அந்த இருட்டிலும் தூரமாக உள்ள ஒரு கொட்டகை தெரிகிறது. பாட்டி இருந்த காலத்தில் அங்கே பசுக்களும், கன்றுக்குட்டிகளும் இருந்தன. ஆனால் இப்பொழுது இல்லை. அதில் பழைய சாமான்கள், உடைந்த பெஞ்சு, நாற்காலி மற்றும் டப்பாக்கள் போடப்பட்டுள்ளன.

கைகழுவும் போது ஒரு சந்தேகம் வந்தது - தூரத்தில் ஏதோ விசித்திரமாகத் தெரிவது போலிருந்தது. மறுபடியும் அந்த ஜன்னல் வழியாக உற்று நோக்கினேன். இல்லை. ஒன்றுமில்லை. இல்லை?... பஞ்சமி நாள் ஒளி வீசிக் கொண்டியிருந்தது. கைகடிகாரத்திலுள்ள ரேடியம் போல தெளிவில்லாத மின்னக்கூடிய ஒளி. ஆனால் இந்த இரவில் தெளிவாக தெரிகிறது. எனக்கு ஆச்சரியமானது. முதலில் பார்க்கும் போது இல்லாத அந்த வெளிச்சம் இப்பொழுது எப்படி வந்தது? பார்க்க... பார்க்க அது வளர ஆரம்பித்து, கொட்டகை முழுவதும் பரவியது. அந்த உடைந்த நாற்காலியில் ஏதோ ஆடுவது போல் தெரிந்தது. கடவுளே! என்னது? உடலில்லாத மனிதனின் தலை, அந்த தலையில் ஒரு கை - கையில் தங்க வளையல்!!

உயிர் போனது போல் ஆயிற்று. முழுமையாகச் சிலிர்த்துப் போனேன். பயத்தாலே உடம்பு முழுவதும் சிலிர்த்தது. கண்களை மூடக் கூட முடியவில்லை -

- மெது... மெதுவாக அந்த தலை ஆட ஆரம்பித்தது. கை ஆடவில்லை. சிறிது நேரத்திற்குப் பிறகு தலை நாற்காலியிலிருந்து கீழே விழுந்தது. அது விழும் போது அந்த முகம் என்னை நோக்கி விழுந்தது.

அம்மா! அது என்னுடைய அண்ணனுடையது. அந்த கை அண்ணியுடையது. அந்த வளையல் அவளுடையது. நான் பயந்துவிட்டேன். உடம்பு முழுவதும் பயத்தாலே அதிர்வு ஏற்பட்டது. பயத்தாலே நான் சிலையாகிவிட்டேன். பார்த்த அந்தக் காட்சியில்லை என்று கூற, சத்தம் போடலாம் என்று நினைத்தேன். ஆனால் என் நாக்கு சொல் பேச்சுக்குக் கட்டுப்படவில்லை. புகை நிரம்பிய ஒரு பூட்டிய அறையில் விழுந்தது போல் ஒரு அனுபவம் ஏற்பட்டது. கூடாது... இதை பொறுத்துக் கொள்ள முடியாது.

- இருட்டு. இருட்டு மட்டும் தான். எங்கே அந்த தலை... ஓ... நான் அந்த ஊரில் இல்லை என்பது இப்பொழுது நினைவுக்கு வந்தது. அங்கிருந்து எழுநூறு கி.மீ. தூரம் இந்த நகரில், சிறிய வீட்டில் தூங்கிக்

கொண்டிருக்கிறேன் என்பதை புரிந்து கொண்டேன். நான் பார்த்தது அத்தனையும் கனவு. வெறும் கனவு. இப்படி ஒரு கனவு.

வெளியே மழை பெய்து கொண்டிருந்தது. பலமாக மழை, ஆகாயத்திலேயிருந்து சத்தம் - சர்... டர்... தட... மின்னலினால் வெளிச்சம். அதை தொடர்ந்து மழை இன்னும் கனமாகப் பெய்தது. குளிர் எடுத்தது. குளியல் அறையில் இருக்கலாம் என்று தோன்றியது. ஆனால் அது கனவின் பாதிப்பு... உள்ளேயும் அந்த டாம்... டும் சப்தம் காதிலே விழுந்து கொண்டிருந்தது. வேர்வையாலே நனைந்தேன். இமைகளை மூடினால் கனவிலே தோன்றிய அந்த காட்சிகள் மேலோங்கி வருகிறது. வெறுமனே தூங்கினேன்.

கனவு என்பது நாம் பூட்டி வைத்த விகாரங்கள் வெளியே வருவதாம். நான் இப்போது பார்த்த காட்சிக்கும் என்னுடைய விகாரத்திற்கும் சம்பந்தம் இருக்கிறதா? என்னுடைய இருதயத்தில் அன்பான நல்ல பாக்கியமான கைகள் - தலை உடம்பிலிருந்து தனித்தனியாவதற்கு வாய்ப்பு உண்டா? நான் இப்படி ஒரு பைத்தியமா? இல்லை... இல்லை... இல்லை, அண்ணன் - அண்ணிக்கு அவர்களுடைய முதுமையிலும் என்னுடைய இரத்தம் வற்றிப் போகும் அளவுக்கு பேணி காக்க வேண்டும். உயிர் கொடுத்தும் காப்பாற்றுவேன்.

சகோதரனின் பசுமையான படங்கள் கண்ணிலே தெரிகிறது. அவனின் நிரம்பிய கன்னங்கள், கல் போன்ற உடம்பு, குறுகிய மூக்கு, நெற்றியின் கீழே இருட்டு, இருட்டிலேயிருக்கும் கண்கள், கண்களிலே இருக்கும் அந்தக் குளுமை... சிறிய வயதிலிருந்து அவன் என்னை வளர்த்து, காப்பாற்றி வந்திருக்கிறான். ஆம்... என்னுடைய அந்தச் சிறு வயதில் எனக்கு யார் இருந்தனர்? அம்மாவுடையதும் அப்பாவுடையதும் அன்பு கிடைப்பதற்கு எனக்கு அதிர்ஷ்டம் இல்லை. போட்டோவில் அப்பாவின் ஒரு பக்கத்தில் அமர்ந்துள்ளவளைப் பார்த்து, அவள் தான் என்னுடைய அம்மா என்று தெரிந்து கொண்டேன். அப்பா நான் இரண்டாம் வகுப்பு படிக்கும் போது காலமாகிவிட்டார். அதன் பிறகு இந்த சகோதரன் மட்டும் தான், என்னைவிட பதினேழு வயது மூத்தவன் மற்றும் அவனுடைய மனைவி. அவர்களுடைய நினைவு...

- "அனு" - சகோதரனின் குரல். நான் அவனிடம் சென்றேன். அவன் பின்னால் அவள் நின்றிருந்தாள்.

"இவள் யார்? உனக்கு அறிமுகம் உள்ளதா?" அவன் கேட்டான். நான் அவளைப் பார்கிறேன். அவள்... இன்று அவனுடைய மணவறையில். அவனுக்கு பக்கத்தில் இருப்பவள் அவள் தானே? ஆமாம் அவள் தான். நான் தலை ஆட்டினேன். அறிமுகமிருக்கிறது. அவள் சிரித்தாள்.

என்னை இழுத்தாள். அவளுடைய கைகளால் என்னுடைய முடியைக் கோதினாள்.

“நீ எந்த வகுப்பிலே படிக்கிறே?” - அவளுடைய கேள்வி. நான் சொன்னேன். அப்பொழுதே அண்ணியின் குரல் எத்தனை மெதுவாகவும் எத்தனை சத்தமாகவும் இருக்கிறது என்பதை நினைத்தேன் - சிரித்தேன்.

- காலையில் குளித்து, சாப்பிட்டு, மேஜையின் அருகிலே சென்றேன். பள்ளிக்கூடம் செல்வதற்கு நேரமாகிவிட்டது. ஆச்சரியமாக இருந்தது - எல்லா புத்தகங்களும் பிரவுன் காகிதத்தால் சுருட்டி வைக்கப்பட்டுள்ளது... முத்துப் போலே எழுத்துக்களால் பெயர் எழுதப்பட்டுள்ளது - அனுபம் நகர்கார் - நான்காம் வகுப்பு - பள்ளிக்கூடம்...

யாருடைய வேலை இது? அவளுடையதா?

“நல்லா இருக்கா?” பின்னாலே அவள் குரல். நன்றாக இருக்கிறது என்றே சொல்லவா? என்னுடைய சந்தோஷத்திற்கு எல்லை இருக்கிறதா?

- சுவாமி அறையின் சுவற்றில் பல்லி ஓடியது. அண்ணி பாடல் பாடிக் கொண்டிருந்தாள். அவள் “என்னுடைய ஜீவன் பண்டரிராயா... என்னுடைய ஜீவன்...” முன்னாலே விளக்கு. ஜன்னல் வழியாக பார்க்கும் போது அந்தி சாய்ந்துவிட்டது. அவள் பாடுகிறாள். நான் தாளம் வாசிக்கிறேன். போட்டோவிலுள்ள கிருஷ்ணன் சிரிக்கின்றான். ராதா நடனமாடுகிறாள்.

- “சொல், நீ அங்கே போவாயா?” - சகோதரனின் பெரிய சத்தம். கண்களில் சிவந்த கோபம். வாழ்க்கையில் இது தான் முதல் முறையாக இருதயம் படபடத்தது.

“குளத்திலே விழுந்து செத்துப் போனா, உன்னுடைய தாத்தாவா பொணத்த தூக்க வருவாரு?” குரல் மேலே எழும்பியது. அண்ணி ஓடி வருகிறாள் - “என்ன ஆச்சு?”

- “என்ன ஆச்சு? கோயிலுக்கு போறதா சொல்லித் தானே இவன் போனான்? ஆனால இவன் குளத்தின் பக்கத்தில் தான் போயிருக்கான். மீன் பிடிக்கறதுக்கு. அங்கே கால் வழுக்கி கீழே விழுந்திருப்பானோன்னு பயந்து வந்தேன். பார். இங்கே உனக்கு சாப்பிடறதுக்கு கிடைக்கலையா? இது தவிர உனக்கு மீனும் வேணுமா?” - அடிப்பதிற்கு கையை ஓங்கினான். அண்ணி குறுக்கே வந்தாள். என்னுடைய ஆத்மா உடைந்துவிட்டது. துக்கம் நிறைந்தது...

என்னை படுக்கையில் படுக்க வைத்து எத்தனை கதைகள் அவள் சொல்லி இருக்கிறாள் - ராஜா, ராணி, தேவர்கள், யக்ஷர்கள், கந்தர்வர்கள்

- சிறிய வயதில் வண்ணமயமான கனவுகள். என்னுடைய கனவிலே உள்ள தேவர்களுக்கும், ராஜாக்களுக்கும் சகோதரரின் முகமும், தேவதைகளுக்கும், ராணிகளுக்கும் அண்ணியின் முகமும் இருந்தன.

இனி இப்பொழுது...

இப்பொழுது திடீரென்று அவலக்ஷணமாக தோன்றிய அந்த கனவின் நினைவு வந்தது. மிகவும் வலித்தது. அந்த நினைவு வரும் போதும், தெரியும் போதும் பரிதாபமான உங்களுடைய மரணத்தை குறித்த கனவு தோன்றியது. மன்னித்து விடுங்கள்... மன்னித்து விடுங்கள்...

இவனுக்கு என்ன ஆகி உள்ளது - நீங்கள் எல்லோரும் இப்படி நினைக்கக் கூடும் . லெக்சர் தந்து கொண்டிருக்கும் போது -“மன்னிக்கவும் எனக்கு உடல் நிலை சரியில்லே. நீங்க இப்போ நூலகத்திற்கு போங்க... சத்தம் போடாம போங்க...”-

***

இவ்வாறு சொல்லிக் கொண்டு மேடையிலிருந்து கீழே இறங்கி வந்தான். அவர்களுடைய முகத்தில் இருந்த ஆச்சரியத்தைப் பார்த்தேன். ஆமாம். அவர்களுக்கு ஆச்சரியமானது இயல்பே. லெக்சர் ஆரம்பித்து இருபது நிமிடங்களே ஆகியிருந்தன. அந்த இருபது நிமிடங்களில் என்னையே மறந்து பேசியிருக்கிறேன். அதன் பின் திடீரென்று சொல்லி இருக்கிறேன்... எனக்கு உடம்பு சரியில்லை என்று. யார் நம்புவார்கள்?

ஆனால் அவர்களுக்கு லெக்சரின் நடுவே வகுப்பில் எப்படி நான் பார்த்த தலையைப் பற்றியும், கையைப் பற்றியும் சொல்வது? என்னைப் பற்றி அவர்கள் என்ன நினைப்பார்கள்? பேசிக் கொண்டிருக்கும் போதே, நான் என்னுடைய அறையில் பார்த்த உடம்பில்லாத தலையும் கையும் உண்மை என்றல்லவா நினைத்தேன்? நேற்றைய கனவு நினைவுக்கு வந்தது அல்லவா? திடீரென்று என்னுடைய வார்த்தை சம்பந்தமில்லாத வேறு ஏதோ பேசுவது போல காதில் விழுந்தது அல்லவா?... நான் இதை எப்படிச் சொல்வது? சொன்னால் யாருக்கு இது புரியும்?

டிபார்ட்மெண்டிற்குச் சென்று மேஜையில் புத்தகத்தை வைத்தேன். பேராசிரியர் ஒரு புத்தகத்தில் மூழ்கி உள்ளார். கண்டேகாரின் நாற்காலி காலியாக உள்ளது. வகுப்புக்குச் சென்றிருப்பார். லிடியாவும் இல்லை. குரியக்கோஸ் “தி இம்பார்டன்ஸ் ஆஃப் பியிங் இர்நெஸ்ட்” என்னும் புத்தகத்தைக் கையில் பிடித்து உட்கார்ந்திருக்கிறார். பேராசிரியரிடம் நான் சென்றேன் -

“சார்”

“ம்..?” தலையை நிமிர்ந்துப் பார்த்தார்... “ஓ நீயா? என்ன ஆச்சு? இப்போ பத்தரை மணி தானே ஆகுது. வகுப்பு நிறுத்தியாச்சா ? ஏதாவது சிக்கலா?”

“சிக்கல்... என்னாலே தான். எனக்கு சௌக்கியமில்லை.

“ஆனால் காலையிலே வரும் போது... நீங்க நல்லா தானே இருந்தீங்க? வகுப்பிலே அவங்க ஏதாவது தொந்தரவு செஞ்சாங்களா?”

“இல்லே. இல்லே. ஐந்தே கால் வருஷ இந்த சேவையிலே தொந்தரவு தரும் பசங்களை பார்த்திருக்கேன். உங்ககிட்டே எப்படிச் சொல்ல?... ம்... நேத்திக்கு ராத்திரி தூக்கமில்லே. நான் மிகவும் வருத்தப்பட்டு சோர்வாக இருக்கேன். லீவ் எடுத்து போகலாமுன்னு இருக்கேன்”.

“இன்னிக்கி இனி எப்போ உங்களுக்கு வகுப்பு இருக்கு?” “மத்தியானம் இரண்டாவது பிரியட் - பி.ஏ. முதலாம் ஆண்டு.”

“சரி நீங்க போங்க. நான் பார்த்துக்குறேன். போய் ஓய்வு எடுங்க”

புறப்பட்டேன். நேற்றைய கனவின் பின் எனக்குள் என்ன மாற்றம் நடந்தது என்றால் நான் நிலையாக இருக்கின்றேன் என்பதற்கு உண்டான ஸ்திரமில்லாமல் போனது. மனதிலுள்ள அமைதி இல்லாமல் போனது. ஆத்மாவின் மீது ஒரு எலி உட்கார்ந்து கூர்மையான பற்களினால் கடித்து கஷ்டம் தருகிறது. இதை எப்படி வெளியே போடுவது ?

***

“வாடா, என்னை காப்பாற்று. அனு... காப்பாற்று...” காதில் இதே போன்றதொரு மந்திரம் மீண்டும் மீண்டும் மெது மெதுவாக...

என் கடவுளே - என் அண்ணியின் குரல் ஆயிற்றே! பார், குளத்தில் வரும் சிறு அலைகளின் நடுவே அவளின் கை... அந்த வளையல் கை மட்டும் தண்ணீருக்கு வெளியே -

எழுந்திரு - ஓடு - குதி - பிடி - அந்த கை - அவளைக் காப்பாற்று - என்னுடைய தலை மேலே ‘டம்’ என்று இடித்தது.

“ம்...? எங்கே? என்ன? எங்கே அவள்” -

ஓ...இன்னொரு கனவு, மயானத்தின் கனவு!

இந்த உயிரே எனக்கு வேண்டாம். போதும் என்றாகிவிட்டது. தரித்திரம் பிடித்த இந்த ஆத்மா மற்றும் மயானத்தின் இந்த வாழ்க்கை. நேற்று ரயிலில் ஏறி படுத்தேன். இங்கும் கனவு வந்தது.

முந்தாநாள் அண்ணன் மற்றும் அண்ணியின் பேச்சுக் கேட்டு சந்தோஷமும், அமைதியும் கிடைத்தது. இரண்டு நாட்கள் முன்பு வகுப்பிலே லெக்சரின் போது கலங்கினேன். அதனால் மனம் சமாதானம் அடைய சகோதரனிடம் தொலைபேசியில் பேசினேன் - அவர் நன்றாக இருக்கிறார். அதன் பிறகு ஊரிலுள்ள சுற்று வட்டாரத்தின் செய்திகள் எல்லாம் பேசி, அண்ணியை அழைத்து அவளுடைய பேச்சையும் கேட்டேன். அவளிடம் நான் ஒரு கேள்வி கேட்டேன் - நீங்க சாப்பிட்டீங்களா?.

"இது கேக்கவா நீ போன் பண்ணே?

நான் சாப்பாட்டுடைய கேள்வியை மீண்டும் தொடுத்தேன். அவள் கேட்டாள் -

"சொல்லு, இப்போ எத்தனை மணி ஆச்சு?"

"பன்னிரெண்டே கால்"

"நான் பன்னிரெண்டே கால் மணிக்கு சாப்பிடும் பழக்கம் இருக்கா? நீ மறந்துட்டியா?" ஆமாம். நான் மறந்துவிட்டேன். சகோதரன் சாப்பிடும் முன் அவள் சாப்பிடமாட்டாள்.

"ஆ...அண்ணி, நீங்க எப்படி இருக்கீங்க? ஊரிலே என்ன விசேஷம்?"

"என்ன விசேஷம்? மழையோ மழை. இப்படிப்பட்ட ஒரு மழையை நான் என் வாழக்கையிலே பார்த்ததேயில்லே. வெளியே முழுவதும் வெள்ளம் வந்தது போல இருக்கு. வீட்டுக்குப் போட்ட ஓலைக் கூரையின் வழியாகவும் சுவரின் வழியாகவும் தண்ணீ உள்ளே வருது. மொத்தமா தண்ணியிலே முழுகினா கூட எனக்கு கவலையில்லே. ஆனா சாமி அறையிலே..."

"இருக்கட்டும் அண்ணி. வீடு இப்படி ஆயிடுச்சுங்கதற்காக இப்போ மழையிலே என்ன செய்ய? மழை நின்னுச்சுன்னா பழுது பாக்குற வேலையை ஆரம்பிச்சுக்கலாம். இனி பார். ரெண்டு வருஷத்திற்குள்ளே நீயும், அண்ணனும் ஒரு புது வீட்டிலே இருப்பீங்க - நான் இருபத்தி ஒரு ரூபாய்..." - அவள் சிரித்தாள்.

"வயசான காலத்திலே புது வீடு எதுக்கு... நல்லா தான் சொல்றே. முதல்லே நீ கல்யாணம் பண்ணு. பெண்ணைத் தேடவா?"

நான் அவள் பேசும் போதே உள்ளே நுழைந்து, அவளை தொலைபேசியல் அழைத்தற்கான காரணத்தைக் கூறினேன். தொலைபேசியில் வந்த சப்தம் நின்றது. அதன் பின் நிறைய வலித்தது.

கனவின் விஷயம் கூறி இருக்கக் கூடாது. இப்பொழுது அவள் மனதில் ஒரு காயம் ஏற்படுத்தினேன். தவிர்த்திருக்கலாம். தவிர்த்திருக்கலாம். மன்னிப்புக் கேட்டேன். அப்பொழுது அவள் பேசினாள் -

"சி...சி... அதை மறந்துடு. அதனாலே உனக்கு எத்தனை கஷ்டம் ஏற்பட்டிருக்கு என்பது எனக்குத் தெரியும். மறந்துடு, நீ கனவில் புலி ஓடுறத பார்த்து, கண்ணு முழிச்சா மணலிலே அதன் காலடியை தேடும் பைத்தியக்காரன். சின்ன குழந்தை மாதிரி பேசாதே. உன்னுடைய அண்ணாவுடைய தலை அவருடைய கழுத்திலே தான் இருக்கு. அங்கேயே இருக்கும். என்னுடைய கை என்னுடைய தோளிலேயே இருக்கும். பயப்படாதே."

"நீ எப்படி இருக்கே?"

"நல்லா இருக்கேன். போன வருஷம் நீ இங்கே வந்து பாத்த மாதிரியே. இனி கேளு - இன்னிக்கு உன் கனவிலே புலி வந்தா என்னை அப்போவே கூப்பிடு. சரியா? நான் அங்கே வந்து, அதை கொன்னுடுறேன் பார்...ஹி...ஹி...ஹி..."

அவளுடைய குரல் காதில் விழுந்தவுடன் அவளுடைய மூச்சு உச்சந்தலையிலும், விரல்கள் என்னுடைய முடியிலும் இருப்பது போல ஒரு அனுபவம் கிடைத்தது. கணநேரத்தில் நான் ஒரு சிறுவன் ஆனேன். சிறுவனாக இருந்த அந்த அமைதி கிடைக்கப் பெற்றேன்.

அன்றைய இரவே, மூன்று நாள் முன்பு வந்த அந்த கனவு, அதன் இரண்டாம் பாகம் மீண்டும் வந்தது. மிகவும் படபடப்பானது. சோர்வு அடைந்து ஊருக்கு செல்வதற்கு என்று ரயிலில் ஏறினேன். இனி இங்கேயும்... தரித்திரம் பிடித்த என்னுடைய ஆத்மா.

* * *

ரயிலில் செல்லும் போது, வெளியில் காக்கையும் மரங்கொத்திக்கும் நடுவே, பெரிய சச்சரவு ஏற்பட்டது. ஆகாயத்தில் பகல் வெளிச்சத்தின் பிரகாசமும் ஏற்பட்டன. தென்னை - பனை, மரம் - கொடி, வீடு- குடிசை, மழை மேகம், வயலிலுள்ள பாத்தி எல்லாமே பின் பக்கமாக ஓடிக் கொண்டிருந்தது. சிறிது நேரம் கழித்து, ரயில் ஊரிலுள்ள ஒரு சிறிய இரயில் நிலையத்தை அடைந்தது. இறங்கினேன். இந்த ரயில் நிலையத்தில் -

இந்த ரயில் நிலையத்தில் ஐந்தே கால் வருடங்களுக்கு முன்பு -

ஐந்தே கால் வருடங்களுக்கு முன்பு நாம் மூன்று பேரும் இங்கே நின்று கொண்டிருந்தோம். அண்ணன் அருகிலே அண்ணி. நான்,

“அண்ணா, போயிட்டு வரேன்” என்று கூறினேன். அவன் கண்களை மூடி, தலையைக் குனிந்தான். ரயில் புறப்படுவதற்கு சிக்னல் கொடுத்தாகி விட்டது. “அண்ணி, நான் வரேன்”. “சரி போயிட்டு வா” -அவளுடைய ஈரமான கண்களில், அம்மாவின் சிரிப்பு. நீ சிரித்துக் கொண்டே இரு - நான் நினைத்தேன் - சிரித்துக் கொண்டே இரு. உன்னுடைய சிரிப்பிலே வளர்ந்தவன் நான். நீ சிரித்ததால் தான் நான் இந்தப் பதவிக்கு வந்திருக்கிறேன். உனக்கும், சகோதரனுக்கும் பிள்ளை இல்லை என்று கவலை வேண்டாம். நான் உங்களைக் காப்பாற்றுவேன். நம் மூன்று பேரின் ஆத்மா ஒரே ரூபம் தானே? அதனால் எனக்கு சிரிப்பூட்டுவதற்காக நீங்கள் சிரித்துக் கொண்டே இருங்கள். ஆமாம். அவள் சிரித்துக் கொண்டே இருந்தாள்.

புறப்பட்டான். ஊர் அதே தான். எந்த மாற்றமுமில்லை. தென்னை -பனை, அந்த குறுகிய சந்துகள், வழியிலே குளத்தைப் போல் குழிகள், அதில் தேநீர் நிறத்தில் தண்ணீர் தேங்கியுள்ளது. அண்ணி கூறியது உண்மை. நன்றாக மழை பெய்துள்ளது. நேற்று ரயிலில் கைலி கட்டியிருந்தேன். இப்பொழுது அப்படியே இறங்கினேன். அது நன்மைக்கே. இல்லையென்றால் இந்த தேனீர் என்னுடைய பேண்டில் தெளித்திருக்கும். மழையின் மேகம் கொட்டிக் கொண்டேயிருந்தது.

ஒரு மூத்தவர், தலையை முழுவதும் போர்த்தி வந்து கொண்டிருந்தார். ஓ... அது ரங்கா மாமா ஆயிற்றே என்று தெரிந்து சிரித்தேன். நான் அவரைப் பார்த்தேன் என்று தெரிந்தும், அவர் சரியாக சிரிக்காமல் திடீரென்று அகன்றார். அடே இது என்ன இது? ஒவ்வொரு முறையும் இங்கே வரும் போது என் பின்னாலேயே வந்து, சிரித்து, நகரத்திலுள்ள விஷயத்தை எல்லாமே விசாரித்து, எனக்கும், அண்ணனுக்கும், அண்ணிக்கும் இறந்த தாத்தாவுடையதும், பாட்டனாருடையதும் கதையைப் பேசி, அதன் பின் தேநீர் அருந்துவதற்காக யாசகம் கேட்பதுமாக இருக்கும் அவர், இன்று என்னைப் பார்த்ததும் பார்க்காதது போலச் செல்கிறார். சரி அவர் செல்லட்டும். அவருக்கு எதற்கு முக்கியத்துவம் தர வேண்டும் ?

காலை ஐந்தே முக்கால் மணி ஆயிற்று. இப்பொழுது, என்னுடைய வீட்டில், அவள் எழுந்திருப்பாள். சகோதரன், ஈஸி சேரில் அமர்ந்து செய்தித்தாளை வாசித்துக் கொண்டிருப்பார். அண்ணி, கிணற்றடியில் பாத்திரங்களைக் கழுவியும், உள்ளே அறையில் கூட்டிக் கொண்டு... ஓ... வீட்டிலே மழைத் தண்ணீர் இறங்கி இருக்கிறது என்று கூறி இருந்தாளே! அந்த வீட்டிலே எப்படி நடப்பார்களோ, சமையல் செய்வார்களோ, சாப்பிடுவார்களோ வேதனை ஆனது. போன வருடமே இந்த வீட்டை இடித்து, புதிதாக கட்ட வேண்டும் என்று இருந்தது. ஆ...

இனி இப்பொழுது மழைக் காலம் முடிந்த பிறகு அந்த வேலையைத் துவக்கலாம்.

வீட்டுக்குச் செல்லும் பாதை, கடவுளே! இது மனிதர்கள் செல்லும் பாதையா? அல்லது குளமா? கஷ்டம் தான். இடுப்புளவு தண்ணீர் மேலே வந்துள்ளது. என்ன செய்வது? ஒரு பக்கமாக, ஒரு சுவற்றின் அருகிலே ஓரமாகச் சென்றேன்.

முன்பக்கமாக ஒரு பெண் வந்து கொண்டிருந்தாள் - பார்த்தாள். அவள் கண்களில் என்னது? நாணமா? துக்கமா? பைத்தியமா? பயத்தினாலே வரும் சத்தமா? அந்த பெண் என்னைத் தாண்டிச் சென்றாள். "வந்துவிட்டான்" - பின்னாலே ஒரு சத்தம். திரும்பிப் பார்த்தேன். அவள் எனக்குத் தெரியாமல் மெதுவாக - கருப்பு மாமாவின் மருமகளிடம் வந்துவிட்டானாம் என்றாள். யார்? நானே தான். ஆமாம். நான் சேர்ந்து விட்டேன். அதற்கு என்ன? ஒவ்வொரு வருடமும் நான் வருகிறேனே. அதிலே புதிதாக என்ன இருக்கிறது?

சேர்ந்துவிட்டேன். அந்த மூலைக்குச் சென்று வலது பக்கம் திரும்பினால் என் வீடு வந்துவிடும். வீட்டில் உள்ளவர்களுக்குக் கண்டிப்பாக ஆச்சரியமாக இருக்கும். இரண்டு நாட்களுக்கு முன்பு தான் தொலைபேசியில் பேசினான். இன்று இங்கு வந்துள்ளான். சகோதரன், "அடேய், நீ இப்போ!" என்று கூறுவான். அதன் பின் வீட்டினுள்ளே கண்ணை ஓட்டி, "அடியே, அனு வந்திருக்கான் பாரு" என்பார். அவள் ஓடி வருவாள். ஆச்சரியத்தில் அவள் கண்கள் விரிந்திருக்கும்... வலதுபுறம் திரும்பினான் -

- இருதயத்தை பிடித்துக் கொண்டேன் -

என்னுடைய வீடு....எங்கே? எங்கே? எங்கே என்னுடைய வீடு இருந்ததோ அங்கே அது இல்லை. கண்ணுக்கு முன்பு வீட்டின் பின்பக்கமுள்ள அந்த கொட்டகை மட்டும் தான் தெரிகிறது. பெரிய கூட்டம் கூடியிருக்கிறது. எல்லோருடைய கூச்சல், குழப்பம் ஏற்பட்டுக் கொண்டிருந்தது.

"அந்தக் கல்லைத் தூக்கி வீசு"

"மெதுவா"

"ஆமா, அதே... அதே தான்"

"நேத்து ராத்திரி டா"

"கொண்டு வா அதை"

என்ன ஆயிற்று என் வீடு? என்ன ஆயிற்று? சூட்கேஸை கீழே வீசி ஓடினேன் - "என்ன ஆச்சு?"

அவர்கள் என்னைப் பார்த்தனர். தெரிந்து கொண்டனர். வழி விட்டனர். அந்த கெடுபிடி நின்றது. ஆ... என்னுடைய ஆத்மாவின் சத்தம் மனதிலே பட்டது -

- என்னுடைய வீடு இருந்த இடத்தில் கற்கள் மற்றும் மரத்தின் துண்டுகள். வீடு சாய்ந்துள்ளது... என் வீடு சாய்ந்துள்ளது... விதியின் அழுகை கேட்டது. - "என்னுடைய..."

அப்பொழுதே என் பார்வை கற்களுக்கு நடுவே சென்றது. என்னுடைய உடம்பு நடுங்கியது, உறைந்து போனது, சிலிர்த்து நின்றது, தொண்டை அடைத்தது -

- படியில் படுத்திருந்த சகோதரனின் கழுத்தில், நிலைப்படி உடைந்து குத்தி நின்று கொண்டிருந்தது. அதன் கீழே இரத்தக் குளம் -

இனி அம்மா, அது... கற்களின் நடுவே... அது... என்ன... அந்த கை... அந்த வளையல்... அந்த முகம்... அந்த கை - அந்த முகம் - அவள்...

காதுகளில் ஆயிரம் வண்டுகளின் ரீங்காரம்...தலையிலே அக்னியின் வெப்பம்... கண்களிலே இருட்டு... காலுக்கு கீழே நிலம் நழுவுகிறது... என்னுடைய பாரம் முடிகிறது...

– வெள்ளம்–'குலாகர்'–தீபாவளி மலர்–1981

7. புத்துணர்ச்சி

நூல் ஆசிரியரின் கடிதம் கிடைத்தது - நான் எழுதிய கதை வேண்டும் என்றும், அதை ஒரு குறிப்பிட்ட தேதிக்குள் அனுப்ப வேண்டுமென்றும் தெரிவிக்கப்பட்டது. அந்த கடிதம் பல நாட்களுக்குப் பிறகு தான் என் கையில் வந்து சேர்ந்தது. அதனால் மீதமுள்ள நாட்கள் குறைவாகத் தான் இருந்தது. ஏற்கனவே எழுதி வைத்த கதை என்று எதுவுமில்லை. சீக்கிரமாக எழுதலாம் என்று நினைத்திருந்தேன்.

கடிதம் கிடைத்த அடுத்த வினாடியே கதையின் விஷயமும், அதில் வரும் பாத்திரத்தைப் பற்றியும் யோசிக்க ஆரம்பித்தேன். என்னுடைய முதலாளியின் மூஞ்சூரு முகம் நினைவுக்கு வந்தது. கோபம் வரும் போது எப்பொழுதும் அவருடைய நெற்றியில் சுருக்கங்களுடைய கிராஃப் தெரியும். அவரைப் பற்றிய ஒரு கதை எழுதுவது -

அவருடைய கையொப்பம் பெறுவதற்கு சில காகிதங்களை எடுத்துக் கொண்டு அவருடைய சேம்பருக்கு செல்கிறேன். கதவு திறக்கும் போது அவர் வேறு யாருடனோ பேசுவது தெரிகிறது. என்னை பார்த்த உடனே - இப்பொழுது அல்ல சற்று நேரம் கழித்து வாருங்கள் என்பார். நான் திரும்பி செல்கிறேன். அடுத்த முறை செல்லும் போது அங்கே யூனியனின் பிரதிநிதி இருக்கிறார். நான் திரும்புகிறேன். கடைசி முறையாகச் செல்லும் போது முதலாளி கடுப்புடன் இருக்கிறார். ஆனாலும் அந்த காகிதங்களில் அவருடைய கையொப்பம் கண்டிப்பாக வேண்டும். அவைகளை அவர் முன்னால் நான் வைக்கிறேன். அவர் அதை எடுத்துப் படிக்கிறார். இங்கே அங்கே என்று சில திருத்தங்களைச் செய்கிறார். இரண்டாவது காகிதத்தை எடுத்துப் படிக்கிறார். மேலேயிருந்து கீழே வரை ஒரு கோடு இழுக்கிறார். முந்தைய காகிதம் படிக்கும் போதே அவர் கேட்கிறார் - யாருடைய டிராஃபிடிங் இது? - நான் என்னுடையது என்று கூறுகிறேன். அவருடைய நெற்றியிலுள்ள கிராஃபின் கோடு அதிகமாகிறது. அவர் வீசிய காகிதம் என் அருகிலே வந்து விழுகிறது. அவருடைய சத்தம் அதிகமாகிறது - உங்களில் யாருக்கும் சரிவர வேலை செய்ய முடியாதா? டிராஃப்டிங், டைபிங், கரெக்ஷன் எதுவும் சரியில்லை. ஏதோ ஒன்று செய்து, அதைக் கொண்டு வருவது... அவருடைய கடுமை அதிகமாகிறது. என்னுடைய மனநிலை மாறுகிறது. அதன் பின் என்னவெல்லாமோ நடக்கிறது...

இல்லையென்றால் கதையின் விஷயம் என்று சேகரை எடுத்து கொள்வது. கபீர் பேடி போல அழகான ஆபிஸ் பையன். அவன் அவ்வாறு அழகாக இருப்பதால் பெண்களை ஏமாற்றுவான். அவ்வப்பொழுது அழுகை முகத்துடன் அவனைத் தேடி அலுவலகத்திற்கு

சிறுமிகள் வருகிறார்கள். அவர்களைப் பார்த்தவுடன் இவன் வெளியே சென்றுவிடுவான். இன்னொரு நாள் -

ஒரு நாள்? -

ஒரு நாள்... என்னுடைய சிந்தனைக்கு இடையூறு ஏற்பட்டது. சேகருடைய இந்த செயல்கள் சேகரித்துக் கொண்டிருக்கும் போது, அவனுடைய பிம்பம் மறைந்து போனது. வந்த உடனேயே அவனுடைய அந்த பாத்திரம் மனதிலிருந்து விலகிப் போனது. நான் மறுபடியும் கதாபாத்திரத்திற்காக மனதிலே தேட ஆரம்பித்தேன்.

மாலை வீடு திரும்பினேன். அப்பொழுது என் இளைய மகன் ஓடி வந்தான் -

“அப்பா, என்னுடைய ப்ரோக்ரஸ் ரிப்போர்ட் கிடைச்சிருச்சு. சைன் போட்டு தாங்க.”

“எல்லா பரிட்சையிலும் பாஸ் ஆயிட்டியா?”

“ஆமா அப்பா”

“என்ன ரேங்க்?”

“நாலாவது”

“நாலாவது தானா? உன்னுடைய படிப்பு என்ன பின்னாலே போகுது?”

“முந்தைய பரீட்சையிலே ரெண்டாவது ரேங்க் வாங்கினேயே? இப்போ ஏன் நாலாவது? அடுத்ததா என்ன கடைசி ரெங்க் தான் வாங்குவீயா?”

“அது அப்பா...”

“அது இது. இந்தா உன் ரிப்போர்ட். இனி இப்படி ரிபோர்ட் கொண்டு வந்தா சைன் போட மாட்டேன். புரியுதா? “

“சரி “

“உன் அம்மா எங்கே?”

‘லீலா அக்காவின் வீட்டிலே இருக்கா”

“அங்கே அரட்டை அடிப்பதற்கு போயிருக்காளா? போ, கூட்டிட்டு வா. ஓடு. உடனே வரச் சொல்லு”

அவன் அம்மாவை அழைப்பதற்காகச் சென்றான். நான் என்னுடைய அறையில். சீக்கிரமாக உடைகளை மாற்றிக் கொண்டேன். எழுதுவதற்கு உண்டான எழுது பலகை மற்றும் பேனாவை தயார் செய்து வைத்தேன். மனைவி வந்தவுடன் தேனீர் அருந்தி எழுத ஆரம்பிக்க வேண்டும்.

மனைவி வந்து ஆச்சரியத்துடன் கேட்டாள் -

"இன்னிக்கு ஏன் சீக்கிரம் வந்துடீங்க?"

"சும்மா தான். கொஞ்சம் வேலை இருக்கு இங்கே உட்கார்ந்து செய்யலாமேன்னு. இப்போ நேரத்தை போக்காமே குடிப்பதற்கு ஏதாவது கொடு"

"தரேன், தரேன். அவசரப்படுத்தாதீங்க. டீ குடிச்சு என்ன தான் செய்யப் போறீங்கன்னு எனக்குத் தான் தெரியுமே"

"சரி... சரி"

"உட்கார்ந்து எழுதுறதா இருக்கும். கதை, கவிதை என்று எதாவது"

"ஆ, காபி, டீ"

"செய்யறேன், செய்யறேன்"

அவள் உள்ளே சென்று சிறிது நேரத்தில் என்னை அழைத்தாள். தேநீர் குடித்து, என் அறைக்குச் சென்று என் வேலையில் இறங்கினேன். என்னுடைய முதலாளி மற்றும் சேகரின் பிம்பத்தை மனதிலே கொண்டு வந்தேன். அவர்கள் எவ்வாறு நடந்து கொள்வார்கள் என்பதை நன்றாக நினைவுபடுத்திக் கொண்டேன். அவர்களுடைய பேச்சு, நடவடிக்கைகள் ஆகியவற்றின் பாவனை செய்தேன். அவர்களுடைய கதாபாத்திரங்களை குறித்து பகுப்பாய்வு செய்து, அதன் பின் அவர்களைக் கொண்டு கதை எழுவதற்கு தயாரானேன். எழுதுவதற்கு எழுத்துப் பலகையும், பேனாவும் எடுத்துக் கொண்டேன். முதல் எழுத்து எழுதுவதற்கு யோசித்துப் பார்த்தேன்.

ஆனாலும் பேனா காகிதத்தில் படவே இல்லை. மனதிலே எழுத்து தோன்றவேயில்லை. உள்ளே புத்துணர்ச்சி வரவேயில்லை. பேனாவிலே மை இல்லாமல் எவ்வாறு அது காலியாக இருக்குமோ அது போல என் மனம் காலியாகயிருந்தது. இது என்ன புதிய அனுபவம்!... எனக்கு ஆச்சரியமாக இருந்தது. இந்த இருபது வருட இலக்கிய வாழ்க்கையில் இவ்வாறு நடந்ததேயில்லை. நூற்றுக்கணக்கானோர் என்னுடைய இதயத்தை தொட்டுச் சென்றுள்ளார்கள், என்னுடைய பலவிதமான உணர்ச்சிகளைத் தட்டி எழுப்பி உள்ளார்கள். ஒரு சில முறை, மக்கள் என்னுடைய தனித்துவத்தை எந்த அளவு இம்சைப்படுத்தி

இருக்கிறார்களோ அவர்களுடைய நினைவு ஒவ்வொரு நிமிடமும் வருகிறது. ஆனால் இப்பொழுது கதை எழுதுவதற்கு ஏன் இத்தனை தடங்கல்கள் வருகிறது?

இரண்டு விசித்திரமான இந்த கதாபாத்திரங்களைக் குறித்து எழுதுவதற்கு கடினமாக உள்ளது. நான் பேனாவை காகிதத்தில் போட்டு விட்டு எழுந்தேன். ஜன்னல் பக்கமாகச் சென்று வெளியே பார்த்து நின்றேன். பார்த்துக் கொண்டிருக்கும் போது மனம் அந்த பக்கமாகத் தாவி, மனதிலிருந்து முதலாளி மற்றும் சேகரின் நினைவு மறைந்து போனது. சிறிது நேரத்தில் கதை எழுதும் அந்த நிலையே இல்லாமல் போனது என்பதை அறிந்தேன். அந்த நேரத்தில் ஜன்னலில் இருந்து தள்ளி நடக்க ஆரம்பித்தேன்.

சில நிமிடங்களில், மனைவி வந்து நான் நடப்பதைப் பார்த்துச் சிரித்தாள் -

"இது என்ன குட்டி போட்ட பூனை மாதிரி நடந்துக்கிட்டு இருக்கறீங்க? உங்க மனைவி பிரசவத்துக்கு அட்மிட் ஆகலே. என்னுடைய பிரசவத்தின் போது கூட நீங்க இப்படி நடக்கலே. இனி இப்போ..."

"உஷ், பேசாதே. நீ வெளியே போ... போ"

"வெளியே போன்னு சொன்னா? வீட்டுக்கு வரதே ராத்திரி தான் . சீக்கிரமாக வந்தா அறையிலே உட்கார்ந்து எழுதிக் கொண்டே இருப்பது. நான் என்ன செய்ய?"

"நீ அந்த லீலா அக்காகிட்டே போய் எவ்வளவு பேசணுமோ பேசு. போதுமுன்னு ஆனபிறகு வா"

"ஆ. உங்களுக்கு வேணும்னா வரணும். இல்லேன்னா போகணும். நான் என்ன உங்க பொண்டாட்டியா இல்லே ஆபீஸ் ஸ்டெனோவா?"

"நீ என்னுடைய பொண்டாட்டியே தான். என்னுடைய அன்பான தங்கமே, இன்னிக்கு தயவு செஞ்சு கொஞ்சம் நேரம் தனிமையிலே விடு. கொஞ்ச வேலை பாக்குறேன்"

- ஆனாலும் என்னுடைய வேலையை ஆரம்பிக்க முடியவில்லை. பெரிய ஒரு தும்மல் வரும் போது, ஏதாவது ஒரு காரணத்தினால் அது தடைப்படுவது போல என்னுடைய மனதிலே ஏற்பட்டுக் கொண்டிருந்தது. கதையின் அம்சம், அதில் வரும் அமைப்புகள், பேச்சுக்கள், சிறுகதைகள், வியாக்யானங்கள் ஆகியவை அழகாக அமைந்துவிட்டன என்று துவக்குவேன். ஆனால் எங்கேயாவது தடை ஏற்பட்டு மனம் அதிலே இருந்து நழுவிப் போனது. இறுதியில் நான் ஒரு முடிவுக்கு வந்தேன்.

இன்று எழுதும் மனநிலையில் இல்லை என்று. அதை பிறகு பார்த்துக் கொள்ளலாம் என்று ஒத்தி வைத்தேன்.

அடுத்த நாளும், இதே போல விரைவாக வீட்டிற்கு வந்து அதே வேகத்தில் அறைக்குச் சென்று வேலை செய்ய ஆரம்பித்தேன். ஆனாலும் சூழ்நிலை சாதகமாக இல்லை. நேற்று முதலாளியுடையதும், சேகருடையதும் பற்றி எழுதத் தோன்றியது. அவர்களைப் பற்றிய கற்பனை மனதிலே வந்து கொண்டிருந்தது. இன்று அவ்வாறு எதுவும் நடக்கவில்லை. அவர்களுடைய நினைவுகள் என்னுடைய மனத்தைக் கவரவில்லை. அவர்களின் மேலேயுள்ள சிந்தனையை முழுவதுமாக விட்டுவிட்டு வேறு கதாபாத்திரத்தைத் தேட ஆரம்பித்தேன். என்னுடைய சிறு வயதிலிருந்து என் வாழ்க்கையில் யார் எல்லாம் வந்திருக்கிறார்களோ அவர்களை நினைத்துப் பார்த்தேன். யாரைப் பற்றியாவது கதை எழுத முடியுமா என்று யோசிக்கலானேன்.

இந்த நேரத்தில் மனைவி உள்ளே வந்தாள். என்னுடைய மனநிலையைப் பற்றி எந்தக் கவலையும் படாமல், பெரிய சத்தம் போட்டு தகராறில் ஈடுப்பட்டாள் -

"பாருங்க, சமையல் செய்ய காய்கறியே இல்லே"

"ம்"

"காய்கறி இல்லேன்னு சொன்னேன்"

எனக்கு சங்கடமானது. இந்த நேரத்திலா இதைக் கொண்டு வருவது? - காய்கறியும் அரிசியும்!

"இன்னிக்கே வேணுமா? நாளைக்கு கொண்டு வந்தா ஆகாதா?"

"ராத்திரி சமையலுக்கு ஒண்ணுமே இல்லையே"

"சரி நீயே போய் கொண்டு வா"

"நானா? நான் போறதா! வெளியே பார்த்தீங்களா? அந்திநேரம் ஆயிடுச்சு. நான் புறப்பட்டுக் கிளம்பும் போதே இருட்டாயிடும். திரும்பி எப்போ வரது? அதுக்கு அப்புறம் நீங்களா சமைப்பீங்க?"

கஷ்டம் அதிகமாகிக் கொண்டேயிருந்தது. என்னுடைய மூத்த மகனை நினைத்துக் கூறினேன் -

"உதயனை அனுப்பு. என்னால் இப்போ வெளியே போக முடியாது. இந்த வேலை இன்னிக்கு அல்லது நாளைக்குள்ளே முடிக்கணும். போ, அவன்கிட்டே சொல்லு".

“ஆனா, அவன் இங்கே இல்லையே”

“அவன் எங்கே போனான்? சமயத்தில் வீட்டுக்கு வரணுமுன்னு தெரியாதா?”

“அவனை காய்கறி கொண்டுவர அனுப்பறதா? அவனுக்கு காய்கறியை பொறுக்கி எடுக்க எங்கே தெரியும்? கடைக்காரர் அவனை நல்லா ஏமாத்துவார். முந்தாநாள் அவன் போய் முத்தலான புடலங்காய், பீர்க்கங்காய், அழுகிப் போன உருளைக்கிழங்கு தான் வாங்கிட்டு வந்தான். ஒரு நாள் கெட்டுப்போன மீனைக் கொண்டு வந்தான். நீங்களே போங்களேன்”

கஷ்டம் இப்பொழுது சகித்துக் கொள்ள முடியாத அளவு வளர்ந்துவிட்டது. ஆனாலும், கண்டிப்பாகச் செல்ல வேண்டியிருந்தது. என்னுடைய எழுத்து வேலை இன்னும் ஆரம்பிக்க முடியவில்லை. எழுதும் யோசனையும் வரவில்லை. சிறிது நேரம் வெளியே சென்று வந்தால் வேறு ஒரு அனுபவம் கிடைக்கும். அதன் பின் எழுத முடிகிறதா என்று பார்ப்போம். நான் ஆடைகளை மாற்றிப் புறப்பட்டேன்.

வெளியே இருட்டு இன்னும் கடுமையாக மாற பார்த்துக் கொண்டிருந்தது. சோடியம் வேப்பர் மின்விளக்குகளின் ஒளி முன்னாலே செல்லச்... செல்ல... அதன் வெளிச்சம் அதிகமாகிக் கொண்டேயிருந்தது. அந்த மஞ்சள் ஒளியில், என்னுடைய மனதின் ஆவல் வந்து பாதிப்படையச் செய்தது. உள்ளேயே அமைதியாக இருக்கும் ஒரு சந்தோஷம். அது ஒளியில் பட்டு மாறிப் போனது. உடனே மனதில் ஒரு தெளிவில்லாத துக்கம் வந்தது. சிறிது நேரத்தில் அந்த துக்கத்தின் பரப்பு அதிகமானது. ஆனால் என்னுடைய துக்கத்தின் காரணம் மட்டும் என்ன என்று தெரியவில்லை.

அந்தி சாயும் நேரத்தில் மங்கலான வெளிச்சத்தில், சாலையிலே நடப்பவர்களுடைய முகம் சரியாகத் தெரியவில்லை. மக்கள் ஒருவருக்கொருவர் மெதுவாகச் பேசி சென்று கொண்டிருந்தனர். சிலர் மட்டும் சத்தமாக பேசி, சிரித்து பேசாமல் போய்க் கொண்டு இருந்தனர். பலரும் பேசாமல் வேகமாக சென்று கொண்டிருந்தனர். என்னுடைய அந்த துக்கம் கடுமையாகிக் கொண்டே வந்தது. எல்லோரும் சுட்டிக் காட்டுவது நான் அனுபவிக்க வேண்டியிருந்தது. சிறிது நேரத்திலேயே என்னுடைய துக்கத்துக்கு உண்டான காரணம் என்னவென்பதை தெரிந்து கொண்டேன். என்னுடைய இருபது வருட இலக்கிய வாழ்க்கையில், நேற்றும் இன்றும் நடந்தது போல ஒரு சம்பவம் நடைபெறவேயில்லை. ஒவ்வொரு மணி நேரமும் சிந்தனை செய்தும், அதனுடைய கரு உருவாக்கியும் என்னாலே கதையை ஆரம்பிக்க முடியவில்லை. என்னுடைய நாற்பது வருட மூளை இப்பொழுது ஓய்ந்துவிட்டதா?

என்னுடைய அனுபவமும் திறமையும் வற்றிப் போய்விட்டதா? அனுபவத்தின் பகுப்பாய்வு செய்து, கற்பனையை எழுப்பி, சிந்தனயை ஒருங்கிணைத்து இலக்கியத்தை உருவாக்குதல் எனும் என்னுடைய அந்தத் திறமை முடிவுக்கு வந்து விட்டதா? ஆ -

சந்தைக்கு அருகில் சேர்ந்தேன். நான் என்னுடைய துக்கத்துடன் உள்ளே நுழைந்தேன். காய்கறி விற்கும் இடத்திற்குச் சென்றேன். அவர்களுடைய முகத்தைப் பார்த்து, காய்கறியும் கீரையும் பேரம் பேசி நிறைய வாங்கி வெளியே வந்தேன். மார்க்கெட்டின் நுழைவாயிலில் பூக்களை விற்கும் பெண்கள் உட்கார்ந்திருந்தார்கள். உள்ளே செல்லும் போது அவர்களை நான் பார்க்கவில்லை. ஆனால் திரும்பி வரும் போது நான் அவர்களைப் பார்த்துக் கொண்டே வந்தேன். அவர்களுக்குள்ளே ஏதோ பேச்சுவார்த்தை நடந்து கொண்டிருந்தது. ஆனால் ஒருத்தி மட்டும் அமைதியாக உட்கார்ந்திருந்தாள். நான் அவளை கவனித்தேன். அவள் முதுமை பருவத்தினள். அவளுடைய முகம் சிவப்பாக இருந்ததைக் காட்டிலும் வெளுப்பு தட்டியிருந்தது. அவளுடைய துக்கம் என்னவென்று என்னால் அறிய முடியவில்லை. அவள் துக்கத்தின் உருவமாகவே அமர்ந்திருந்தாள்.

திடீரென்று அவளுடைய முகத்தையும் மனோநிலையையும் கவனிக்க ஆரம்பித்தேன். நின்ற இடத்திலிருந்து அவளைப் பார்த்துக் கொண்டே இருந்தேன். ஐந்து நிமிடத்தில் அவளுடைய மனதில் உள்ள சஞ்சலத்தைத் தெரிந்து கொள்ள முடியும் . அவளுடைய வாழ்கையைப் பற்றி பல விஷயங்கள் தெரியும். ஆனால் நாற்பது வயதான ஒருவன் ஒரு முதுமையான பூ விற்பவரைப் பார்த்துக் கொண்டு நிற்பது என்பது! யாராவது என்னைப் பார்த்தால், என்னவென்று நினைப்பார்கள்?

அதனால், எனக்கு அவளிடம் போக ஒரு தயக்கம். காலை எடுத்து வைத்தாலும் முன்னாலே போக முடியவில்லை. அடுத்த நிமிடமே எனக்கு அதை நினைத்து வெட்கம் வந்தது. நான் முன்னேறிப் போவது என்ற ஒரு தீர்மானத்திற்கு வந்தேன். நடந்து கொண்டே செல்லும் போது அந்தப் பெண்ணின் துக்கமயமான உருவம் தெளிவாகத் தெரிந்தது. அவளுடைய துக்கத்துக்கான காரணம் எதுவாக இருக்கும்? மற்றவர்களுடன் அவள் ஏன் பேசுவதில்லை? தேட வேண்டும். தேட வேண்டும். நான் திரும்பி அவளிடம் சென்றேன்.

அவள் முன்பைப் போலவே, எந்தவொரு மாற்றமும் இல்லாமல் அமைதியாக உட்கார்ந்திருந்தாள். நான் அவள் அருகிலே சென்று கேட்டேன்-

“அம்மா, ஒரு முழம் செவ்வந்தி பூ கொடுங்க”

அவள் என்னுடைய முகத்தைக் கூடப் பார்க்கவில்லை. எதுவும் பேசாமல் செவ்வந்திப் பூவின் மாலையை எடுத்து, ஒரு முழத்தை அளந்து, வெட்டி என்னுடைய கையிலே கொடுத்தாள். அவளுடைய கையிலே சிலுவை சின்னம் பச்சை குத்தியிருப்பது மட்டும் தெரிந்தது. அவளுடைய முகத்தில் எந்த மாற்றமுமில்லாமல் இருந்ததால் எனக்கு அவளுடைய எந்த விஷயமும் தெரிந்து கொள்ள முடியவில்லை. நான் கேட்டேன்-

"பூவுக்கு என்ன விலை?"

"ஒரு ரூபா"

- நான் பணம் தரும் போது அவளுடைய வாழ்க்கையைப் பற்றி தெரிந்து கொள்வதற்கு ஆவல் கொண்டேன். ஆனால் எவ்வாறு தெரிந்து கொள்வது என்று தான் தெரியவில்லை.

"அம்மா, நீங்கள் ஏன் இத்தனை வருத்தத்தோட உட்கார்ந்திருக்கிறீர்கள்? உங்கள் வீட்டில் யாருமில்லையா? கணவன்? சிறுவர்கள்? உறவினர்கள் யாராவது? வீடும் இல்லையா? -

இவ்வாறு கேட்பது அவளுக்கு ஆச்சரியமாக இருக்கும். உடனடியாக அவளுடைய விஷயத்தைக் கூற ஆரம்பிப்பாள். மீறிப் போனால் அவளுடைய பதில் இப்படித்தான் இருக்கும் - ஒண்ணுமில்லை. உங்களுக்கு அதெல்லாம் எதற்கு? நான் என்ன சொல்லுவேன்? என்ன சொல்ல முடியும்? அவளிடம் தனிப்பட்ட விஷயம் கேட்பதற்கு எனக்கு என்ன உரிமை இருக்கிறது?

நான் பூக்களை வாங்கிப் புறப்பட்டேன். அந்தப் பூக்காரியின் துக்கம் நிறைந்த முகம் என்னை நிழல் போல பின் தொடர்ந்தது. நான், அவளுடைய துக்கத்தின் கதை எழுதுவது என்று முடிவு எடுத்தேன்.. எனக்கு இப்போது ஒரு உத்வேகம் பிறந்தது. என்னுடைய நிலை குலைந்த மனோநிலை இப்பொழுது புத்துணர்ச்சிப் பெற்றது. என்னுடைய கால்களின் ஒவ்வொரு அடி வைக்கும் போதும், மனம் சஞ்சலப்பட்டது. சோடியம் வேப்பரின் மஞ்சள் நிறமான ஒளியினாலே என்னுடைய மனோநிலையை மாற்ற முடியவில்லை.

வீட்டின் உள்ளே நுழையும் போதே, காய்கறிப் பையும், பூ மாலையும் மனைவியின் கையிலே கொடுத்தேன். காய்கறியை விட பூ மாலையைப் பார்த்து அவளுக்கு மிகவும் சந்தோஷமானது -

"இது என்ன, இன்னிக்கு பூவையும் கொண்டு வந்திருக்கீங்க!"

"இன்னிக்கு பைத்தியம் பிடிச்சிருக்கு"

அவள் ஒன்றும் பேசாமல் காய்கறியை சமையலறைக்கு எடுத்துச் சென்றாள். நான் இப்பொழுது என் வேலையிலே அமர்ந்தேன். பூக்காரியே, உனக்கு என்ன துக்கம்? நான் சொல்லட்டுமா? உன்னுடைய வாழ்க்கை கஷ்டமானது. உன்னுடைய கணவன் இறந்து விட்டான். இல்லையென்றால் அவன் உடல்நிலை சரியில்லாமல் படுத்தபடுக்கையாக இருப்பான். உனக்கு ஆண் குழந்தைகளே இல்லை. இருந்தாலும் அவர்கள் உன்னை சரிவர கவனிப்பதில்லை. உனக்கும் அவர்களுக்கும் இடையே சண்டை ஏற்பட்டிருக்கிறது. அவர்கள் தூரமாகச் சென்றுள்ளார்கள். பெண் குழந்தைகள் அவர்களுடைய கஷ்டத்தினாலே இவளுடைய விஷயத்திலே தலையிட முடியவில்லை. அதனாலே நீ சந்தையில் பூ விற்கிறாய். ஆனால் எதற்காக துக்கம்? உன்னுடைய உடம்புக்கு பலமில்லையா? ஆம். உன்னுடைய முகம் வெளுத்திருக்கிறது. உன்னுடைய முகத்தில் இரத்தமில்லை. உன்னுடைய துக்கத்திற்க்கான சரியான காரணமில்லை. உனக்கு வேலை செய்ய பலமில்லை. அதனால் மகிழ்ச்சியில்லை. உன்னுடைய விதி... விதி. ஆனால் நான் ஒன்று கேட்கிறேன். எத்தனை நாட்கள் நீ இதே போல பூக்களை விற்று வாழ்க்கையை நடத்துவாய்? நீ பூக்களை விற்கிறாய். ஆனால் இன்று என்னை தவிர வேறு யார் உன்னிடம் பூக்கள் வாங்கியிருக்கிறார்கள்? வாங்குவதற்கு யாருமில்லை என்ற துக்கத்திலே உட்கார்ந்திருந்தாயா? அம்மா... அம்மா உன்னுடைய துக்கம் எனக்குப் புரிகிறது. நன்றாகப் புரிகிறது. என்னுடைய மனதிலே ஏதோ அசைகிறது. அவளுடைய விஷயத்தை எழுது... எழுது. பூக்காரம்மா, பூக்காரம்மா, நான் காகிதத்தை எடுக்கின்றேன். உன்னுடைய வேதனையை வடிவம் தந்து பார்க்கலாம்.

ஒரு பூக்காரம்மா இருந்தாள். இரத்தம் வற்றிப் போன வெளுத்த உடம்பு கொண்டவள். மெல்லிய சரீரத்தைக் கொண்டவள். இது அவளுடைய கதை. வீட்டிலே அவள் கணவன் முடக்குவாதத்தினால் பாதித்துப் படுத்திருக்கிறான். திருமணம் முடிந்த இரண்டு மாதத்தில் வேலை தேடி தூரமாகச் சென்றான். ஆனாலும் சிறு சிறு வேலைகள் தான் கிடைத்தது என்பதனால் அவன் திரும்பி வந்துவிட்டான். கடவுள் அருளால் அவனுக்கு விசாலமாக ஒரு தோட்டமிருந்தது. அங்கே அவன் காய்கறி மற்றும் கீரைகளை பயிரிட்டு அதன் இலை, வேர், பழம், விற்று சிறிது சம்பாதித்தான். அதற்குள் அவர்களுக்கு ஏழு குழந்தைகள் பிறந்தன. பெண் பிள்ளைகளுக்கு திருமணம் செய்து வைத்தனர். ஆண் பிள்ளைகளும் திருமணத்திற்குப் பின் தனியாகச் சென்றனர். ஒரு நாள் இரவு திடீரென்று கை கால் விளங்கவில்லை -

“அப்பா”.

என்னுடைய மகன் அறைக்குள் வந்தான்.

"ஆ. என்னது?"

"இந்தக் கணக்கை போட்டுக் கொடு"

"இப்போவா? உனக்கு எத்தனை தடவை சொல்லியிருக்கேன் நான் எழுதும் போது நடுவிலே வந்து தொந்தரவுக் கொடுக்கக் கூடாதுன்னு. பார், எழுதும் போது யாராவது குறுக்கே வந்தா பிடிக்காது"

"ஆனால் அப்பா கணக்கு புரியலேன்னா உங்ககிட்டே கொண்டு வர சொல்லி நீங்க தானே சொன்னீங்க?"

- அது சரி. நான் பல முறை பிள்ளைகளுக்கு இவ்வாறு கூறி இருக்கிறேன் -

"உதய்யும் உன்னுடைய அம்மாவும் அங்கே இருக்காங்களே. அவங்ககிட்டே போய் கேளு"

"அவங்களுக்குத் தெரியலேயாம்"

என்னுடைய வேலையை அப்படியே நிறுத்தி, அவனுடைய கணக்குப் போட்டுப் பார்த்தேன். அதை விவரித்து அவ்வாறே கூறினேன். இரண்டாவது கணக்கையும் விவரித்தேன். அதன்பின் கேட்டேன் -

"இனி ஏதாவது இருக்கா?"

"பாருங்க இந்த கேள்விக்கு நான் இப்படி எழுதி இருக்கேன். சரியான்னு பார்த்துச் சொல்லுங்க"

நான் படித்துப் பார்த்தேன். நிறைய தவறுகள் செய்திருந்தது கண்டு அவனைக் கண்டித்தேன். என்னுடைய எழுத்தை நானே இப்பொழுது திரும்பப் படித்தேன். எங்கு தவறு நடந்துள்ளதோ அங்கிருந்து சரி செய்து கொடுத்தேன். சிறிது நேரத்தில் எனக்கு எழுத்தின் ஆரம்பம் கவர்ச்சியாக இல்லை என்பதை அறிந்தேன். நான் எழுதியதை எல்லாமே கிழித்துப் போட்டேன். பின்பு மறுபடியும் எழுத ஆரம்பித்தேன்-

எப்பொழுதும் போல மார்க்கெட்டில் அவள் அமரும் இடத்திலே வந்து அமர்ந்தாள். இன்று அவள் வீட்டிலிருந்து புறப்படுவதற்கு ஒரு ஆவல் இல்லை. அது தவிர, அவளுக்கு உடம்பு முழுவதும் மிகவும் வலித்தது. இப்பொழுது அண்மையில் முதுமையின் கஷ்டம் அதிகமாகிக் கொண்டே இருக்கிறது. முகம் வெளுத்துப் போய் உள்ளது என்று அண்டை வீட்டுக்காரி கூறினாள். இன்று கண்ணாடி பார்க்கும் போது இந்த அம்மாவுக்கும் அவ்வாறாகவே தெரிந்தது. இன்று சந்தைக்குச் சென்று உட்காருவதற்கு ஆவலில்லை. ஆனால் என்ன செய்வது? வயிற்றுக்கு வேறு வழி இல்லையே. கணவனுக்கு முடக்குவாதம்

ஏற்பட்டதால், கட்டிலிருந்து எழுந்திருக்க முடியாது. பெண்களுக்கு அவர்களுடைய வறுமையே அதிகமாக இருந்தது. பிள்ளைகளுக்குக் கவலையே இல்லை...

இது நினைக்கும் போதே விரக்தி ஏற்படுகிறது. கடவுளே, சீக்கிரம் என்னை உன்னிடம் சேர்த்துக் கொள்! ஆனால் எனக்கு பிறகு, கணவனுக்கு என்னவாகும் என்று நினைக்கும் போது மனது வலிக்கிறது. எனக்கு மரணமும் தழுவவில்லை, உயிருடன் இருக்க முடிவதுமில்லை - கடவுளே எனக்கு உதவி செய்ய யாரும் கிடைக்கவில்லையே! உன்னுடைய கருணையும் எனக்குக் கிடைக்காதா?...

யாரோ முன்னாலே வந்து நின்று சொல்கிறார்கள் - எனக்கு ஒரு முழம் செவ்வந்தி கொடு. ஒரே முழம். அதிகமாக அவனுக்கு வேண்டாம். பாவம் அவன் என்ன செய்வான்? என்னிடம் இருக்கும் எல்லாப் பூக்களும் வாங்கி அவன் என்ன அதன் மீது உறங்குவானா? இது என்னுடைய கஷ்டம். அவனுடையது அல்ல. எத்தனை ஆயிற்று? -அவன் கேட்டான். ஒரு ரூபாய் சார். ஒரு ரூபாய். இந்த ஒரு ரூபாயில் எனக்கு என்ன கிடைக்கும் என்று கேட்காதே. அவனும் கேட்கமாட்டான். ஒரு நிமிடம் அந்த பூக்காரம்மாவிடம் கேட்கலாம் என்று நினைத்தேன். ஆனால் எதுவும் கேட்காமல் அவன் முன்னாலே சென்றான்...

... பூக்காரம்மா மீண்டும் அவளுடைய சிந்தனையில் ஆழ்ந்தாள். இன்று எவ்வளவு சம்பாத்தியம்? ஐந்து ரூபாய்? இல்லை ஆறு ரூபாய் ஐம்பது காசுகள் -

- மனைவி அறையிலே வந்தாள்.

"எழுதிகிட்டேயிருக்கீங்களா?"

"இல்லேநான் நடனம் ஆடிக்கொண்டே இருக்கேன் "

"நான் வந்தது தப்பாச்சோ?"

"நல்லா ஆயிருச்சு. சொல்லு உனக்கு என்ன வேணும்?"

"சாப்பாடு தயார் ஆயிருச்சு. அதை சொல்ல வந்தேன்"

"சரி. அப்படின்னா பரிமாறு"

"பரிமாறிட்டேன். வாங்க"

- நான் எழுந்தேன். சாப்பாட்டு வேலை முடித்துவிட்டால் வேறு எதுவும் பாதிப்பு இருக்காது. நிம்மதியாக உட்கார்ந்து எழுதலாம். நான் சாப்பிட உட்கார்ந்தேன். சிறிது நேரத்தில் அறைக்குச் சென்று எழுதியது

அனைத்தும் வாசித்தேன். மேற்கொண்டு என்ன செய்வது என்ற சிந்தனையில் ஈடுபட்டேன். பூக்காரம்மாவின் துக்கமான கதாபாத்திரம் தயாராகிவிட்டது. அவளுடைய வாழ்க்கையில் அவள் படுகிற துக்கத்தைச் சுட்டிக் காட்டினேன். இனி மேற்கொண்டு எவ்வாறு செல்வது?

- ஒரு நாள் அவளுடைய மகன் வந்து கூறுகிறான் - நான் உன்னையும், அப்பாவையும் விட்டுவிட்டுச் சென்றுவிட்டேன் என்று வருத்தமாக உள்ளது. இனி மேல் நான் உங்களைப் பார்த்துக் கொள்கிறேன். நீ இனி மேல் பூக்கள் விற்பதற்குச் செல்ல வேண்டிய அவசியமில்லை!

முட்டாள்தனம்! மகன் நல்லவன் என்றால் அவர்களை முன்பே விட்டுவிட்டு சென்று இருக்க வேண்டாமே. அதன் பிறகு? -

- ஒரு நாள் அப்பாவி பூக்காரம்மா இறந்துவிட்டாள். அவளுடைய கணவன் -

அவளுடைய கணவன் ? அவனுக்கு என்ன ஆகும்? கதையை ஆரம்பித்ததே பூக்காரம்மாவின் வருத்தத்தை சித்தரித்து காண்பிக்கத் தான். ஆனால் நான்கு பத்தி எழுதுவதற்குள் அவள் இறந்து விடுவதாக எழுதுவதா? இல்லை, எங்கோ தவறு நேர்ந்துள்ளது. ஆரம்பமே தவறாக உள்ளது. பூக்காரம்மாவின் கதையை இவ்வாறு துவக்கி எழுதுவது அழகு அல்ல. இதனுடைய அமைப்பை மாற்ற வேண்டும். எவ்வாறு?

நான் சிந்தித்தேன். சிந்தித்தேன். இன்னும் சிந்தித்தேன். ஆனால் இப்பொழுது எழுதியதைக் கொண்டு இன்னும் முன்னேறிச் செல்வதற்கு இயலாமல் போனது. திடீரென்று யாரோ தோற்கடித்ததுப் போல தெரிந்தது. நான் ஜன்னல் அருகிலே சென்று வெளியில் பார்த்தேன். வெளியே இருட்டு. எதுவும் தெரியவில்லை. மனதிலே தெளிவில்லாத யோசனை வந்து சென்று கொண்டு இருந்தது.

"உங்கள் எழுத்து வேலை முடிந்ததா?" - மனைவி வந்தாள். எனக்கு அவள் பேச்சை கேட்க முடியவில்லை. எனக்கு வேண்டியது அமைதி. தனிமை மற்றும் அனுபவத்தின் ஞாபகம். நான் வெறுமனே நின்றேன்.

"ஆயிடுச்சா" அவள் மீண்டும் கேட்டாள்.

"எழுதிய பிறகு உனக்கு என்ன வேணும்?"

"என் மேலே ஏன் குதிக்கிறீங்க?" அவளுக்கு என்னுடைய பேச்சிலே இருந்த கோபம் தெரிந்தது.

"உனக்கு நான் எத்தனை தடவை சொல்லியிருக்கேன். நான் எழுதிக் கொண்டியிருக்கும் போது தொந்தரவு தரக் கூடாதுன்னு "

"நான் இங்கே வருவது உங்களுக்குத் தொந்தரவா?"

"எனக்கு இஷ்டமில்லே"

உங்களை எழுத வேண்டாம்னு நான் சொல்லி இருக்கேனா? நீங்க எழுதுற காகிதத்தை கிழிச்சி போட்டிருக்கேனா? பேனாவை கெடுத்து இருக்கேனா?"

"ஒண்ணும் பண்ணலே. நீ பேசினாலே போதும் என் மனசு மாறுது"

-- அவளுக்கு கோபம் வந்தது. உடனே வெளியே போனாள். நான் பூக்காரம்மாவின் வாழ்க்கையைப் பற்றி கற்பனை செய்து கொண்டிருந்தேன். புதிதாக எதுவும் கிடைக்கவில்லை என்பதால் சென்று உறங்கலாம் என்று முடிவு எடுத்தேன்.

மூன்றாம் நாள் நான் எழும் போதே சங்கல்பம் செய்து கொண்டே எழுந்தேன். இன்று நான் எப்படியாவது கதையை எழுதி முடிப்பேன். அதன்பின் தபாலில் அனுப்புவேன். மாலை வீட்டிற்கு வந்தவுடன் எழுதுவது என்று முடிவு எடுத்தேன்.

அலுவலகத்தில் நடந்த பல நிகழ்ச்சிகளினால் காலை முதற்கொண்டு எனக்கு கோபம் கோபமாக வர ஆரம்பித்தது. நான் எல்லோர் மீதும் எரிந்து விழுந்தேன். மூஞ்சூரு முகத்துக்காரனான என்னுடைய முதலாளியுடைய வார்த்தையைக் கூட, மரியாதையில்லாமல் அவர் பேசியதற்கு மறு பேச்சு பேசி அதிகமான கடுமையான வார்த்தைகளைப் பெற்றேன். மாலை அலுவலகம் முடிந்து வரும் போது என் கோபம் தணிந்திருந்தது. வீட்டிற்கு வந்த பிறகு அலுவலக யோசனையை விட்டுவிட வேண்டும் என்று நினைத்தேன்.

வீட்டை நெருங்கும் போது, வாசலிலேயே மனைவியை கண்டேன். அவள் புடவைக் கட்டி வெளியே செல்வதற்காக தயாராக இருந்தாள். எனக்கு ஆச்சரியமாகவும் அச்சமாகவும் இருந்தது. இப்பொழுது திரைப்படத்திற்குச் செல்ல வேண்டும் என்று தகராறு செய்வாளோ? - நான் அவளைத் தவிர்த்து உள்ளே செல்ல முயற்சி செய்தேன். அவள் வாய் திறக்கும் முன்பே, நான் உள்ளே சென்று உடைகளை மாற்றிக்கொண்டேன். அதற்குள் அவள் காபி எடுத்து வந்து கொடுத்தாள். நான் எதுவும் பேசாமல் அதைப் பருகி முடித்தேன். அவள் எப்பொழுது வாயைத் திறந்து திரைப்படத்திற்குச் செல்வதற்குண்டான விஷயத்தை கேட்பாளோ என்ற சிந்தனையிலேயே நான் இருந்தேன். அவள் பேசினாள்-

"நான் வெளியே போறேன்"

- அப்படி என்றால் அவள் மட்டும் தனியாக. நான் கூட செல்ல வேண்டிய அவசியமில்லை. நல்லது -

"எங்கே போறே?"

"ரேஷன் கடைக்கு. மண்ணெண்ணெய் தீர்ந்திருக்கு"

"சரி போய் உடனே திரும்பி வா"

அவள் புறப்பட்டாள். எனக்கு நல்லது என்று தோன்றியது. சிறிதாவது மனதிலே முழ்கி எழுதத் தயார் செய்யலாம். நேற்று எழுதியது பாதியிலேயே நின்று விட்டது. அதை உடனடியாக முடிக்க வேண்டும். நேற்று எழுதியதை ஒரு விமர்சகரின் பார்வையில் படித்தேன். நேற்று வந்த அதே பிரச்சனை மறுபடியும் வெளியே வந்தது -

நான்காவது பத்திக்குப் பிறகு, அந்த பூக்காரம்மாவின் துக்கம் என்னவாகும்? அவளுடைய மகன் மீண்டும் வந்து அவளை முடித்துவிடுவது என்பது நன்றாகயில்லை. அதன் பிறகு? அவளை துக்கம் என்னும் நரகத்திலே போட்டு அவளை தவிக்கவிட்டால் நன்றாக இருக்கும். வாசகர்களுடைய உணர்ச்சிகளை ஈர்க்கும்படியாக இருக்கும். அவ்வாறு ஈர்க்கும்படியாக இல்லை என்றால், அவர்களுக்கு மனதிலே வருத்தமாக இருக்கும். அவர்களுக்கும் பாதிப்பு இருக்கும். கதையுடைய முடிவு நன்றாக இருக்கும். நல்லது. நல்லது.

நான் காகிதத்திலே எழுத ஆரம்பித்தேன்-

ஆறு ரூபாய் ஐம்பது காசுகள். ஒண்ணேகால் கிலோ அரிசிக்கு போதும். மூன்று நாட்களுக்கு சாப்பாட்டுக்குப் போதும். ஆனால் சாப்பாடு என்றால், சாதம் மட்டுமல்ல. சாம்பாரும் வேண்டும். மீனும் வேண்டும். சாம்பாருக்கு ஏதாவது காய்கறி வீட்டு தோட்டத்திலிருந்து கிடைக்கும். ஆனால் மீன்? அதற்கு என்ன செய்ய? அதற்காக மீண்டும் நாளை பூக்களை வாங்கி வியாபாரம் செய்வதற்காக வர வேண்டும். அவ்வாறு எல்லா மாலை நேரத்திலும் இங்கே வந்து உட்கார வேண்டும். மரணம் ஏற்படும் வரை -

திடீரென்று மின்சாரம் தடை ஏற்பட்டது.

தரித்திரம். இன்றே இப்பொழுதே இவ்வாறு நடக்க வேண்டுமா? சொர்க்கத்திலிருக்கும் தேவர்களே, எதற்காக இவ்வாறு என்னை இம்சைபடுத்துகிறீர்கள்? அதுவும் இன்றே எதற்காக? நான் பல்லைக் கடித்தேன். தலையிலே அடித்துக் கொண்டேன். பேனாவைக் கீழே போட்டேன். என்னுடைய மனதிலே வந்த எல்லாவிதமான தீய

வார்த்தைகளையும் உச்சரித்தேன். ஆனாலும் கோபம் தணியவில்லை. நான் எழுந்து வெளியே நடமாட ஆரம்பித்தேன்.

மனைவி சபித்துக் கொண்டே வந்தாள் -

"ஊர் முழுவதும் மின்சாரமில்லை. அனைத்து கஷ்டமும் ஒரே நேரத்தில் வந்திருக்கு. மின்சாரமிருந்தால் தண்ணி இல்லை. தண்ணியிருந்தா மின்சாரமில்லை. ஏதோ ஒண்ணு இருக்கக் கூடாதுன்னு ஒரு புதிய சட்டம் இவங்க கொண்டு வந்திருக்காங்க. கெடுக்க வந்துட்டாங்க."

அவள் கூறியது உண்மை என்று எனக்கும் தோன்றியது. ஆனால் நான் எதுவும் பேசவில்லை.

"நீங்க என்ன படுக்கப் போகும் நாய் போல சுத்திகிட்டே இருக்கீங்க?"

"இனி நான் என்ன செய்ய? தூக்கிலே தொங்கட்டுமா?"

"விளக்கு வைக்கும் நேரத்திலே இப்படி எல்லாம் பேசாதீங்க"

"நீ வேண்டாதது எல்லாம் மனசிலே கொண்டு வராதே"

"சரியாப் போச்சு. என்னுடைய தப்பு தான். மெழுகுவர்த்திக் கூட எடுத்து வைக்கத் தெரியாதா? பாருங்க, வீடு முழுக்க இருட்டாயிருக்கு."

"நீ தான் வந்துட்டியே. அதை நீயே செய்"

"சரி. நல்லது. நானே பண்ணுறேன். நான் செய்யறதுக்குத் தானே இருக்கிறேன். பண்ணுறேன். பண்ணுறேன். பெண்ணுங்கற இந்த ஜென்மம்!"

நான் எதுவும் பேசாமல் இருந்தேன். எனக்கு வந்த இந்தக் கஷ்டத்தைப் பற்றி அவளுக்கு என்ன தெரியும்! திருமணமாகி பதினாறு வருடங்கள் முடிந்த பிறகும் என்னைப் பற்றி அவளுக்கு ஒன்றும் தெரியாது. என்னுடைய எழுத்தைப் பற்றிய விஷயம் எதுவும் அவளுக்குப் புரிவதில்லை. என்னுடையது மட்டுமல்ல. யாருடைய இலக்கியத்தைப் பற்றியும் அவளுக்கு தெரியாது. அவ்வாறு இருக்கும் போது என்னுடைய இருபது வருட இலக்கிய பணிப் பற்றி அவளுக்கு என்ன தெரியும்? மனோநிலை மற்றும் உத்வேகம் பற்றி அவளுக்கு என்ன தெரியும்? சரி விடு. என்னுடைய வேலையைப் பார்க்கலாம். ஆனால் இருட்டு. மெழுகுவர்த்தியைத் தேடலாம். அவள் எங்கே வைத்திருப்பாள்? நான் சமையலறைக்குச் சென்றேன்.

அவள் தரையிலே உட்கார்ந்து என்னவோ செய்து கொண்டிருந்தாள்.

"அடியே, மெழுகுவர்த்தி எங்கே வச்சு இருக்கே?"

அவள் அவளுடைய வேலையிலே மூழ்கி உள்ளாள் -

"கேட்கலையா?"

"கேட்டேன். அந்த அலமாரியிலே இருக்கு"

"அதை சீக்கிரமா ஏன் சொல்லலே"

அவள் ஒன்றும் பேசாமல் வேலையிலேயே ஈடுபட்டிருந்தாள். நான் அலமாரியின் அருகிலே சென்று, அதில் தேட ஆரம்பித்தேன். மெழுகுவர்த்தி எங்கும் கிடைக்கவில்லை.

"இங்கே இல்லையே"

அவள் அமைதியாக இருக்கிறாள்.

"கேட்கலையா?" எனக்கு கோபம் வந்து கொண்டே இருந்தது.

"அங்கே பார்க்கலாமே. நான் வேலை செய்துகிட்டு இருக்கேன்னு நீங்க தான் பார்க்கறீங்க இல்லே"

- அவள் ஸ்டவ்வுடைய திரியை சரி செய்து கொண்டிருந்தாள் -

"பார்த்தேன். மெழுகுவர்த்தி எங்கே வச்சிருக்கேன்னு சொல்லு"

"அங்கேயே தான் இருக்குமே"

- எனக்கு கோபம் வந்தது. என்னுடைய நேரத்தை வீண் ஆக்குகிறாள்.

"அங்கே என்றால் எங்கே? உன் தலையிலா?"

"தலைன்னு சொல்லாதீங்க. இது நல்லதுக்கு அல்ல"

- எனக்கு ஞாபகம் வந்தது. நான் இறந்தால் தான் அவள் முண்டச்சி ஆவாள். ஆனாலும் என்னுடைய கோபம் ஒன்றும் தணியவில்லை.

"நீ ஒண்ணும் எனக்கு புத்தி சொல்ல வேண்டாம். மெழுகுவர்த்தி எங்கே இருக்குன்னு சொல்லு. எந்தப் பொருளும் ஒரே இடத்திலே வைக்கிறதுங்கறது உனக்கு இல்லே. ஒரு நாள் இங்கே, மறுநாள் அங்கே. எப்போ வேணுமோ அப்போ கையிலே கிடைக்காது. எழுந்திரிச்சு அதை எங்கே வச்சிருக்கியோ எடுத்துக் கொடு. எழுந்திரி-"

நான் அவளுடைய கையைப் பிடித்து இழுத்தேன். அவளுடைய கை ஸ்டவ்வின் மீது இருந்தது. ஸ்டவ் கவிழ்ந்தது. மண்ணெண்ணெய் அவளுடைய கையிலே கொட்டியது. அவளுக்கும் கோபம் வந்தது. அவளுடைய முகத்தைப் பார்க்கும் போதே அவள் எந்தளவுக்கு கோபப்பட்டிருக்கிறாள் என்று தெரிந்து கொண்டேன். அவள் சட் என்று எழுந்து அலமாரி பக்கத்தில் சென்றாள் -

"பசங்க மெழுகுவர்த்தியை எடுத்து விளையாடுராங்கன்னு எடுத்து வைச்சிருந்தேன். இந்தாங்க"

கோபம் வந்த வேகத்தில் மெழுகுவர்த்தி வைத்த அந்த டப்பாவை அவள் எடுத்துக் கீழே வீசினாள். டப்பா என்னுடைய கால் விரலிலே வந்து விழுந்தது. அந்த வலியினால் ஈரேழு லோகமும் கண்டேன். அந்த வலியுடைய துடிதுடிப்பினால் நான் என்னையே மறந்தேன். என்னுடைய புத்தி பேதலித்துப் போனது. என்னுடைய மனிதத்துவம் மறந்தேன். நான் முழுவதும் கோபமயமானேன். என்னுடைய கையும் அந்த கோபத்திற்கு அடிமையானது. என்னுடைய கை அவளுடைய கன்னத்தைப் பதம் பார்த்தது. மீண்டும்... மீண்டும் விளாசிவிட்டேன். கடைசியாக அவளின் கழுத்தைப் பிடித்து அழுத்தினேன். அவள் குப்புற விழுந்தாள்.

எனக்கு யாரோ குறுக்கே வந்தார்கள். யாரோ பின்னாலே இருந்து இழுத்தார்கள். யாரோ வேண்டாம் வேண்டாம் என்று குறுக்கே வந்தார்கள். யார்? யார்? என்ன ஆயிற்று? நான் என்ன செய்தேன்?

முன்னாலே அவள் அசைவற்று குப்புற விழுந்துகிடக்கிறாள். என்னுடைய காலை, என் மகன் பிடித்து இழுக்கிறான். பின்னாலே, என்னுடைய அக்கம் பக்கதிலிருப்பவர்கள் கூடிவிட்டார்கள். ஒருவர் என்னை கெட்டியாக எதற்காக பிடித்திருக்கிறார்? எதற்காக? திடீரென்று எனக்கு நினைவு வந்தது. நான் என்ன செய்தேன் என்பதை தெரிந்து கொண்டேன் - நான் மனைவியை அடித்திருக்கிறேன். இத்தனை அடி வாங்கியதால் அவள் அப்படி கிடக்கிறாள். அவள் இறந்துவிட்டாளா? நான் அவளின் கழுத்தை நெறித்தேன் - அவள் தலை நசுங்கி இறந்தாளா? நான் என்ன செய்தேன்? நா... நா... நான் என்ன செய்தேன்? -

எனக்கு பயம் தொற்றிக் கொண்டது. எனக்குப் படபடப்பானது. அந்த பயத்தினாலே சிலை ஆனேன். என்னாலே எதுவும் பேசவோ, செயல்படவோ முடியவில்லை. என்னுடைய கண்கள் திறந்தேயிருந்தாலும் எதுவும் தெரியவில்லை. காதிலே 'உம்' என்னும் சத்தம் மட்டும் கேட்டது.

மெதுவாக என்னுடைய பரிதாபமான நிலையிலிருந்து மீண்டேன். கூடியிருந்தவர்கள் மெதுவாக என் மனைவியை தூக்கி உட்கார வைக்க முனைந்து கொண்டிருப்பதை நான் பார்த்தேன். அவளுக்கு தண்ணீர்

தரும் போது அவளின் உதடுகளின் ஓரத்திலிருந்து இரத்தம் வருவது தெரிந்தது. எனக்கு இப்பொழுது எதுவும் பார்க்கப் பிடிக்காமல், நான் திரும்பினேன். நான் விர் என்று என்னுடைய அறைக்குச் சென்றேன். என்னுடைய மனைவியின் சத்தம் கேட்டு பலர் வந்திருந்தார்கள். அவர்கள் எல்லோரும் கூட்டமாக முணுமுணுத்துக் கொண்டிருந்தார்கள். நான் என் அறையின் தாழ்பாளை இட்டுக் கொண்டேன். கையை மேஜையிலே வைத்து நாற்காலியில் உட்கார்ந்தேன். கையின் மீது தலையை வைத்து, கண்களையும் மூடியபடி. என்னுடைய தலையின் நரம்பு துடிதுடித்தது.

நான் சிந்தித்தேன் - நான் என்ன செய்தேன்? நான் எதற்கு என் மனைவியை அடித்தேன்? எதற்குத் தள்ளிவிட்டேன்? எதற்கு இரத்த காயம் ஏற்படுத்தினேன்? நான் என் மனைவிக்கு இதுவரை இப்படி செய்ததே கிடையாது. எனக்கு கோபம் வருகிறது. இது போல கோபம் இதுவரை வந்ததுமில்லை. இப்படி அடித்ததுமில்லை. இன்று எனக்கு என்ன ஆயிற்று? காலை முதல் மனதிலே எரிச்சல் தோன்றிக் கொண்டே இருந்தது. இறுதியில் இப்படி ஆகிவிட்டது. இது எப்படி ஆனது? எதனால்?

சிறிது நேரத்தில் என் மனதில் மன்னிக்கும் மனப்பான்மை தோன்றியது. மனைவியின் அடைத்த வாய் கண்ணிலே தெரிந்தது. எனக்கு வெட்கமாக இருந்தது. நான் ஒழுக்கமானவன் புரிந்துக்கொள்பவன். நான் ஏன் இவ்வாறு கீழ்த்தரமாக நடந்து கொண்டேன்? எனக்கு கோபம் வந்தது. நான் எந்த அளவுக்கு கேவலப்பட்டேன் என்றால் மனைவியின் இரத்தம் வரும் முகம் நினைவுக்கு வரும் போதே , நான் உள்ளே ஓடி போனேன். உட்கார்ந்த இடத்திலே ஆடிப் போனேன். இப்பொழுதே அவள் இந்த அறைக்கு வந்து என் முன்னாலே நின்றால், என்னால் அவளின் முகத்தைப் பார்க்க முடியாது. இப்பொழுது மட்டுமல்ல! பிறகும் முடியாது. இனி அவள் முகத்தைப் பார்த்து பேசவே முடியாது. நாளை குழந்தைகளின் முகங்களைப் பார்த்து, அதிகாரமாக ஒன்றும் கூற முடியாது. எனக்கு என்ன ஆயிற்று? இதெல்லாம் எப்படி நடந்தது?

நான் நினைவுப்படுத்தினேன் -

அவள் மெழுகுவர்த்தி டப்பாவை எடுத்தாள். அவள் அதை என் காலிலே போட்டாள். அதன் பிறகு? நான் அவளின் கையைப் பிடித்து இழுத்தேன். அவளுடைய கையிலும், புடவையிலும் மண்ணெய் விழுவதற்கு முன்பு என்ன நடந்தது? நான் கோபமாக மெழுகுவர்த்தியைத் தேட ஆரம்பித்தது. மின்சாரம் துண்டித்திருந்தது. என்னுடைய மனோநிலையில் பாதிப்பு ஏற்பட்டது. என்ன மனநிலை? ஹூம். நான் எழுதுவதற்குத் தயார் செய்து கொண்டிருந்தேன். எல்லாமே அதைத் தொடர்ந்தே நடந்தது. மோசமான மனோநிலை. அந்த மனநிலை எதனாலே பாதிப்படைந்தது. நான் எத்தனை முறை எழுதியிருக்கிறேன்? இவ்வாறு

இதுவரை நடந்துள்ளதா? எழுதுவதற்கு மனம் ஒத்துழைக்கவில்லை என்பதனால் மனைவியை அடிப்பதா? நீ என்ன ஒரு மனிதன்? தரம்கெட்டவன். நீ ஒழுக்கமானவன், படித்தவர்களுடன் இருப்பவன், மனிதத்துவத்தின் மகிமையைப் பற்றி எழுதும் இலக்கியவாதிகளுடன் இருப்பவன். நீ பொய் சொல்பவன். சுயநலவாதி. நீ புலித் தோல் போர்த்திய வெள்ளாடு. பொய்யனே! உன்னுடைய அந்தப் போர்வை பறந்து போனது. இனி மேற்கொண்டு நீ இவ்வாறு செய்வாயா? நீ வெட்கப்படவில்லையா?

எனக்கு வெட்கமாயிருக்கிறது. உலகத்தின் முன்பு நான் நிர்வாணமாக நிற்பதாக உணர்கிறேன். என்னுடைய் ஒழுக்கம் என்பது அனைத்தும் பொய். எல்லாமே பொய். நான் துக்கப்பட்டேன். நான் இத்தனை பொய்யாக நடந்திருக்கக் கூடாது. இப்பொழுதாவது என்னுடைய உண்மையான சுயரூபத்தைக் காட்ட வேண்டும். ஆமாம். அதைக் காட்டு. அதன் விஷயத்தை எழுது. எழுது.

இப்பொழுது எனக்குப் புத்துணர்ச்சி பிறந்துவிட்டது. நான் முதலில் எழுதி வைத்ததைக் கிழித்து எரிந்தேன். வேகமாக வந்த வார்த்தைகளை காகிதத்திலே எழுதினேன்.

“ஆசிரியரின் கடிதம் வந்தது - என்னுடைய கதை வேண்டும் என்று. எழுத்து குறிப்பிட்ட தேதிக்குள் வந்து சேர வேண்டும் என்று. கடிதம் வந்து பல நாட்கள் கடந்த பிறகு தான் என் கைகளுக்கு கிடைத்தது. அதனால், மீதம் குறைந்த நாட்களே உள்ளன...

– புத்துணர்ச்சி–‘கொங்கன் டைம்ஸ்’–தீபாவளி மலர்–1988

8. விருந்தினர்களுக்காக

ஒரு காக்கை ஜன்னல் வழியாக குதித்து உள்ளே நுழைந்தது. சாய்ந்த தலையோடு ஒற்றைக் கண்ணால் வீடு முழுவதும் ஒரு பார்வை பார்த்தது. அறையிலே யாரும் இல்லாததால் சந்தோஷமாக முன்னாலே குதித்துச் சென்றது.

அந்த நேரத்தில் அவள் அறைக்குள்ளே வந்தாள். வந்த உடனேயே காக்கையை பார்த்தாள். கையை உயர்த்தி காக்காயை விரட்ட "சூ.,.சூ" என்று சத்தமிட்டாள். காக்கை பயந்து தாவி... தாவி பறந்தது. அவள் ஜன்னல் சாத்தினாள்.

நான் செய்ய வந்த வேலை சுலபமானதல்ல என்பது போல, சீக்கிரமாகத் தாவி கிணற்றடியிலே உட்கார்ந்தது. சுற்றுமுற்றும் கவனித்துக் கொண்டிருந்தது. அறையின் கதவு வழியாக அவளுக்கு காக்கை தெரிந்து கொண்டிருந்தது. அவளை பார்த்தவுடன், வாந்தி வருவதுப் போல் "கா... கா..." என்றது.

"யார் வரான்னு தெரியலையே?" அவள் சொன்னாள்.

"யாரு வரா?" அவள் மகள் அருகிலே வந்தாள்.

"ம். யாருக்குத் தெரியும்?" அவளுக்குத் தெரியாது என்று அப்பாவித்தனமாகக் கூறினாள்.

"அப்போ, நீ யார் வருவதா சொன்னே?"

"காக்கா கரைவது கேட்டியா?"

"ஆமா"

"காக்கா இப்படி கரைஞ்சதுன்னா, விருந்தினர் வருவாங்களாம்"

"விருந்தினர்னா யாரு?"

விருந்தினர்னா விருந்தினர்"

மகள் குழம்பினாள்.

"அப்படீன்னா?"

"போடி, விருந்தினர்னா யாருன்னு தெரியாதா?" - மற்றொரு அறையில் இளைய மகன் தூங்கிக் கொண்டிருந்தவன் எழுந்து அழ ஆரம்பித்தான்.

"அம்மா, குட்டிபாப்பா எழுந்துருச்சிட்டான்"

"ம்"

குழந்தைக்குப் பால் தரும் போது மறுபடியும் மகள் கேட்டாள்.

"விருந்தினர்னா யாரு?"

'நம்ம வீட்டிலே நமக்கு வேண்டியவங்க யாராவது வந்தா - அவர் நமக்கு விருந்தினர் ஆவார்"

"ஓ, அப்போ யாரு இப்போ வருவாங்க?"

"எனக்குத் தெரியாது"

"தாத்தாவா?"

"தாத்தா இங்கே எப்போதும் தான் வராரே. எப்போதும் வர்றவரை விருந்தாளின்னு சொல்ல மாட்டாங்க"

"அப்போ யாரு?"

"ஆ"

மகள் மிகவும் யோசித்தாள்.

"அந்த கோவா மாமாவா?"

"யாரு?"

"நீ பாப்பாவுக்குப் பால் தரும் போது ஒரு பாட்டு பாடினாயே அப்போ அந்த பாட்டிலே ஒரு மாமாவுடைய விஷயம் வந்ததே. அந்த மாமாவா?"

அம்மாவுக்கு அந்தப் பாட்டின் ஞாபகம் வந்தது. அதன் பிறகு அவளுக்குச் சிரிப்பு வந்தது.

- "அந்த மாமாவல்ல. அந்த மாமா வர மாட்டார்."

"ஏன்?"

"அவர் நம்மை மறந்துட்டார். அவர் இங்கே வந்தாலும் நம்முடைய அடையாளம் தெரியாது"

"அது ஏன்?"

"அது அப்படித் தான்"

சிறுமி குழம்பினாள்.

"அப்போ யாரு அம்மா, வரப்போறாங்க?"

"எனக்கு தெரியாது குட்டி. நீ கொஞ்சம் வெளியே போ. போய் கொஞ்சம் விளையாடு. எனக்கு தொந்திரவு கொடுக்காதே. போ... போ... சித்ரா"

சித்ரா வெளியே வந்தாள். காக்கை இப்பொழுதும் கிணற்றடியிலேயே இருந்தது. அவள் வெளியே வருவதைக் கண்டு ஒரு கணம் அப்படியே உட்கார்ந்தது. அதன்பின், "கா... கா" என்று கரைந்தது.

"யாரோ வரா" அவளுக்கும் தோன்றியது. யாரா இருக்கும்? தாத்தாவா? சித்தப்பாவா? மாமாவா? யாரு? காக்கையிடமே கேட்டால் நல்லது -

காக்கா... காக்கா.

"காக்கா... .காக்கா, யாருடா வரா?"

"உன் புருஷன்" - பின்னாலேயிருந்து ஒரு பதில் வந்தது. அவளுக்கு திடுக்கென்றானது. அவள் திரும்பிப் பார்த்தாள் - பக்கத்துவீட்டு சிறுவன் -

"என்னடி காக்காக்கிட்டே பேசுறே?"

"ஒண்ணுமில்லே"

"நீ பேசினதை நான் தான் கேட்டேனே"

"என்ன கேட்டே?"

"நீ காக்காகிட்டே பேசினதை. காக்காகிட்டே பேசற பைத்தியக்காரி"

"சரிடா குரங்கே"

அவனுக்கு குரங்கு என்று கூறியதில் கோபம் வந்தது -

"நாளைக்கு கிளாசிலே சொல்றேன், நீ பைத்தியக்காரியைப் போல காக்காகிட்டே பேசிட்டு இருந்தேன்னு"

"சொல்லு, எனக்கு பயமில்லே"

- அவன் சென்றான். காக்கை இப்பொழுதும் "கா... கா" என்று கரைந்து கொண்டேயிருந்தது. அவளுடைய கோபத்தை காக்காவின் மீது வெளிப்படுத்தினாள் -

"சூ... சூ...இங்கேயிருந்து தொலைஞ்சு போ"

காக்கை தாவி... தாவி சென்றது. அவள் வீட்டுக்குள்ளே சென்றாள். . அவளுக்கு சிறிது நேரத்தில் சந்தேகம் ஏற்பட்டது -

காக்கையை விரட்டியதால் விருந்தினர் வரமாட்டார்களோ?

- அம்மா பாப்பாவை தூங்க வைத்துக் கொண்டிருந்தாள்.

"அம்மா, நான் காக்கையை விரட்டினேன்"

"உஷ்... சத்தம் போடாதே. பாப்பா தூங்குது"

"காக்காயை துரத்தினா விருந்தினர் வர மாட்டாங்களா?"

"வருவாங்க. நீ வெளியே போய் பார்"

அவளுக்கு தவறு செய்துவிட்டோமா என்று தோன்றியது. காக்கையை விரட்டிவிட்டதினால் ஒன்றுமாகாது என்று மனதைத் தேற்றிக் கொண்டாள். விருந்தினர் கண்டிப்பாக வருவார். யார் வருகிறார் என்று பார்க்கலாம். அவள் முன்கதவை திறந்து வெளியே வந்து அந்த வாசலிலே இருக்கும் படிக்கட்டிலே உட்கார்ந்தாள்.

வீட்டிற்கு முன்பு ஒரு வீதி இருக்கிறது. அந்த வீதி வழியாக செல்வது அங்கிருந்தே தெரியும். யார் வந்தாலும் போனாலும் தெரியும். யார் நம் வீட்டிற்கு முன்பு வருகிறார்களோ அவர்கள் ஒரு பெரிய முற்றத்தைத் தாண்டி வருவார்கள். அவள் அந்த முற்றத்தைப் பார்த்துக் கொண்டே உட்கார்ந்திருந்தாள்.

திடீரென்று வெள்ளை நிற பட்டாம்பூச்சி இறக்கைகளை படபடத்துக் கொண்டு வீட்டுத் தோட்டத்துக்குள்ளே புகுந்தது. இறக்கைகளை அடித்துக் கொண்டே மேலும் கீழும் பறந்து கொண்டேயிருந்தது. சித்ரா அதனை உற்று நோக்கிக் கொண்டே இருந்தாள். அந்த பட்டாம்பூச்சி எத்தனை வேகத்திலே இறக்கைகளை அசைத்துக் கொண்டு இருக்கிறாள்? அந்த இறக்கைகளுக்கு வலிக்காதா? அவளுக்கு எங்கேயாவது உட்கார்ந்து இளைப்பார தெரியாதா?

இந்த நேரத்தில், இன்னொரு பட்டாம்பூச்சியும் வந்து சேர்ந்தது. அவள் முன்பு வந்த அந்த பட்டாம்பூச்சி போலவே நடனம் ஆடிக் கொண்டிருந்தது. அவ்வாறு ஆடி ஆடியே முதலில் வந்த அந்த பட்டாம்பூச்சி அருகிலேயே சென்றது. அதன் பின் இரண்டும் ஒரே மாதிரியாகப் பறக்க ஆரம்பித்தன. ஒரு பட்டாம்பூச்சி நிலையாக நின்று செடியின் இலைகளின் கீழே இறக்கைகளை ஒன்று சேர்த்து தொங்கியது. சிறிது நேரத்தில் இரண்டாவது பட்டாம்பூச்சியும் அவ்வாறே செய்தது.

சித்ராவுக்கு அருகிலே சென்று பார்க்க வேண்டும் என்று தோன்றியது -அந்த பட்டாம்பூச்சிகள் இலைகளுக்குக் கீழே தொங்கிக் கொண்டு என்ன பண்ணுகிறது? தூங்குகிறதா? அவள் படிக்கட்டிலிருந்து எழுந்தாள். மெதுவாக அந்த பட்டாம்பூச்சிக்கு அருகிலே சென்றாள். அந்த பட்டாம்பூச்சி அப்படியே ஆடாமல் உட்கார்ந்திருந்தது. அதனைப் பிடிக்க வேண்டும். பிடித்து? வெறுமனே பார்ப்பது - சரியாக உற்றுப் பார்த்து அதை விடுவிப்பது. அந்த பக்கத்து வீட்டுச் சிறுவன் கல்லாலே அடிப்பது போல அல்ல.

அவள் எச்சரிக்கையுடன் முன்னால் நகர்ந்தாள். கைகளின் விரல்களை மெதுவாகப் பட்டாம்பூச்சி அருகிலே கொண்டு சென்றாள். அதைப் பிடிப்பதற்கு என்று விரல்களை அசைத்தாள். பட்டாம்பூச்சி பறந்தது. சித்ராவுக்கு வியப்பாக இருந்தது - அதற்கு நான் பிடிக்கவருகிறேன் என்று எப்படி தெரிந்தது? அவள் தூங்காமல் தான் இருந்திருப்பாள். போகட்டும். மற்றதைப் பார்க்கலாம்.

சித்ரா அதன் அருகிலே வரும் முன்னாலே அந்த மற்றொரு பட்டாம்பூச்சி பறந்து போனது. அது எப்படி வந்ததோ அதே வேகத்திலே பறந்து போனது. சிறுமி வருத்தத்துடன் திரும்பி வந்து படிக்கட்டிலே அமர்ந்தாள். இனி என்ன செய்ய? - ஆ... ஆமாம்... விருந்தினருக்காக தான் இங்கே உட்கார்ந்திருக்கிறேன். எங்கே அவன்? வீதியிலே பலர் சென்று கொண்டிருந்தினர். வீட்டிற்கு முன்பாகவும் சென்று கொண்டிருந்தனர். ஆனால் யாரும் முற்றத்தின் முன்பு நிற்கவில்லை.

அவள் வழி மீது விழி வைத்துப் பார்த்துக் கொண்டிருக்கும் போது, பக்கத்து வீட்டு சிறுவன் மறுபடியும் வந்தான்.

"சித்... ரா..."

இவள் ஒன்றும் பேசாமல் இருந்தாள்.

"அக்கா... அக்கா"

"நான் அக்கா இல்லே"

"அக்கா... அக்கா"

".................."

"போடா"

"அக்கா... அக்கா"

புதர்க்குள்ளே இருந்து ஒரு பூனை வந்தது. தூக்கிய கால் அப்படியே வைத்து அவர்களை பார்த்தது -

"மியாவ்... மியாவ்" சிறுவன் அதை அழைத்தான். அது அசையாமல் நின்றது.

"மியாவ்... மியாவ், மியாவ்... மியாவ்" அவன் அந்தப் பூனையிடம் ஓடினான். அவனுடைய அந்த வேகத்தைப் பார்த்து பூனை தறிகெட்டு ஓடியது. அதற்குள் அவனுடைய தாய் அழைத்தாள். அவன் சென்றுவிட்டான். சித்ரா மறுபடியும் தனியாக அமர்ந்தாள்.

விருந்தினர் எப்பொழுது வருவார்? யார் வருவார்? அவள் யோசிக்க ஆரம்பித்தாள் - தாத்தாவா? சித்தப்பாவா? அல்லது மாமாவா? யாராவது வந்தால் சரி. தாத்தா அவ்வப்பொழுது வந்து போவார். எப்பொழுதும் வருபவர் விருந்தினர் இல்லையாம். அப்படி என்றால் தாத்தாவை கருத்தில் கொள்ள முடியாது. தாத்தா வந்தால் நன்றாக இருக்கும். அவர் அழகாகக் கதைகளைச் சொல்லுவார். ஆனால் அவர் வரமாட்டாரே! சித்தப்பாவோ மாமாவோ வரக் கூடும். சித்தப்பா போதும். அவரும் தாத்தாவைப் போலவே கதைகளைச் சொல்லுவார். அது மட்டுமல்ல, மாலையில் வெளியேயும் அழைத்துச் செல்வார் - கோயிலுக்கு, கடற்கரைக்கு, பூங்காவிற்கு. சித்தப்பா வந்தால் போதும். எப்பொழுது வருவார்? இன்னும் வரவில்லையே? காக்கை கரைந்து சென்று பல நேரமாகிவிட்டதே! அம்மாவிடம் கேட்கலாம் - அவள் உள்ளே சென்றாள்.

"அம்மா, மணி என்ன?"

"போய் கடிகாரத்திலே பார்"

சித்ரா அசையவே இல்லை.

"நீ விருந்தினர் வருவதாக சொன்னியே, யாரும் வரலையே?"

"வருவார்"

"எப்போ?"

"யாருக்குத் தெரியும்? இப்போ கூட வரலாம்"

"யார் வருவா?"

"உனக்கு யார் வேணும்?"

"தாத்தா. இப்போவே வருவாரா?"

"ம். இன்னிக்கு என்ன இங்கேயே சுத்திகிட்டு இருக்கே?"

விளையாடுறதுக்கு யாரும் கிடைக்கலையா?"

சித்ரா, பதில் அளிக்கவில்லை. அவள் மீண்டும் படியிலே வந்து உட்கார்ந்து விருந்தினர் வருகிறாரா என்று பார்த்துக் கொண்டேயிருந்தாள். அந்த வட்டாரத்தில் உள்ள பலர், வீதியிலே வந்து சென்று கொண்டிருந்தார்கள். சிலர் அவளைப் பார்த்து புன்னகைத்தும், சிலர் அவசரமாகவும் சென்றனர்.

தூரத்திலிருந்து ஒருவர் ஒரு வண்டியை இழுத்துக் கொண்டு வந்தார். அவர் வண்டியை நிறுத்தி... நிறுத்தி மெதுவாக வந்து கொண்டிருந்தார். அவர் ஏதோ விற்பனைக்காக கொண்டு வருகிறார் என்று சித்ராவிற்கு தெரிந்தது. அதனாலே அவள் முற்றத்திற்கு முன்னாலே வண்டியை நிறுத்தும் போதே வேண்டாம் என்று கூறினாள். அவர் அம்மாவை கூப்பிடச் சொன்னார். அவள் கூப்பிட்டாள் -

"அம்மா"

"என்னடி"

"யாரோ வந்திருக்கா"

"யாரு?"

"யாரோ எதையோ விற்க"

அம்மா வெளியே வந்தாள். முற்றத்திலே நின்று விவரம் கேட்டறிந்தாள். சிறிது நேரத்தில் ஐந்து - ஆறு மாம்பழத்தை வாங்கி வீட்டினுள்ளே சென்றாள். சித்ரா எழுந்து நின்றாள்.

"அம்மா, அம்மா, எனக்கு ஒரு மாம்பழம்"

"இந்த மாம்பழம் சாப்பிட முடியாது. இது புளிப்பு... புளிப்பு"

"பரவாயில்லே ஒண்ணு கொடு"

"வேண்டாம், வேண்டாம். அப்புறமா வெட்டும் போது தரேன்"

"சரி"

அம்மா உள்ளே சென்றாள். சித்ரா வீதியிலே கண்ணை வைத்து உட்கார்ந்தாள். அம்மா மறுபடியும் வெளியே வந்து மாம்பழம் விற்பவரிடம் சென்று, அவருக்குப் பணத்தைக் கொடுத்து வீட்டுக்குள்ளே சென்றாள். மகள், வீதியிலே செல்பவர்களை பார்த்துக் கொண்டே உட்கார்ந்து இருந்தாள்.

சிறிது நேரத்தில் மேலேயிருந்து வண்ணமயமான ஒரு பட்டாம்பூச்சி வந்தது. அதன் வடிவம் பெரியதாகவும் இறக்கைகள் அகலமாகவும்,

இறக்கையில் யாரோ ஓவியம் தீட்டியது போலவும் இருந்தது. பட்டாம்பூச்சி இறக்கை விரித்தது. நடுநடுவே, அது ஆடாது. பிறகு மேலேயிருந்து குதிப்பது போல் இறங்கும். முதலிலே வந்த பட்டாம்பூச்சி போல இலைகளுக்குக் கீழே செல்லாமல் செடிகளின் மேலே தாவி, பூக்களின் மேலே உட்கார்ந்து அது இறக்கைகளை ஆட்டிக் கொண்டேயிருந்தது.

சித்ராவிற்கு விசித்திரமாகத் தென்பட்டது. அவள் எழுந்து செடிகளின் பக்கத்திலே சென்று நின்றாள் - பட்டாம்பூச்சியின் அந்த நடனம் பார்ப்பதற்கு. பட்டாம்பூச்சியை அவள் பார்த்துக் கொண்டேயிருக்கும் போது அவளுடைய காலுக்கடியில் ஏதோ மினுமினுத்து ஒரு பொருள் கண்டாள். அது பார்க்கும் போது - ஒரு அரணை! பாம்பைப் போலவே பளிச்சிடும் அதன் உடம்பு. சிவப்பான வாயிலிருந்து நாக்கை வெளியே இட்டுக் கொண்டு அருகிலே வந்தாள்.

இதை பார்த்த சித்ரா ஸ்தம்பித்து நின்றாள்.

"அம்மா" என்று ஒரு சத்தம் எழ பார்த்தது. ஆனால் வெளியே வெறும் காற்று தான் வந்தது. முழு உடம்பும் நடுங்கியது. ஆனால் என்ன செய்வது என்ற எந்த யோசனையும் அவளுக்கு வரவில்லை. அவள் வெறுமனே கண்களை மூடி நின்றாள். சிறிது நேரத்திலேயே அவள் கண்களை திறந்தாள். அரணை தூரத்திலே சென்றுவிட்டது.

இருதயம் படபடத்தது - பயத்திற்கு முடிவேயில்லை. அந்த அரணை கண்ணுக்கு எட்டியவரை தெரியவில்லை. அது கடிக்கவும் மறந்து போனது. அரணைக்கு மறதி அதிகமாம். அது கடிக்க வருவதற்காக வேகமாக வந்தாலும், எதற்காக வந்தது என்பதை மறந்துவிடுகிறது! ஆனால், கடித்தால், மரணம் உடனே நிகழுமாம்!

மரணம் என்றால் என்ன? அந்த பக்கத்து வீட்டுச் சிறுவனின் பாட்டி முந்தா நாள் இறந்தாள். நான் சென்று பார்த்த போது அவள் வெறுமனே படுத்திருந்தது போல இருந்தது. அவளை ஒரு வெள்ளை துணியால் போர்த்தியிருந்தார்கள், நிறைய பேர் சுற்றிலும் அமர்ந்து அழுது கொண்டு இருந்தார்கள். அம்மா கூறினாள் - இறந்தவர் எழமாட்டாராம். நானும் இறந்தால் எழ மாட்டேனா? அந்த அரணை என்னை கடித்திருந்தால் நானும் இறந்திருப்பேன். எப்படி மரணிப்பேன்? மரணம் எப்படித் தழுவும்? இரவு நேரத்திலே இப்படியே கண்களை மூடிப் படுத்துக் கொள்வது. கண்கள் எரியும். அதன் பின் எதுவும் தெரியாது, அடுத்த நாள் கண்ணைத் திறக்கும் போது தெரியும் - நான் தூங்கித் தான் இருந்தேன் என்று. ஆனால் இறந்தவர்கள் கண்களை திறப்பதில்லையாமே. அப்படி என்றால், நான் கண்களை திறக்காமல் எத்தனை நேரம் அப்படியே படுத்திருப்பது?

இந்த கேள்விக்கு அவளுக்கு விடை கிடைக்கவில்லை. மீண்டும் கண்களை திறக்க முடியாது என்ற மாறுபட்ட விஷயத்தை நினைத்து... நினைத்து குழம்பிப் போனாள். மெது மெதுவாக இந்த சிந்தனை மாறிப்போனது. அவளுடைய அந்த குழப்பம் ஓய்ந்தது. அவளுக்கு விருந்தினர்களின் ஞாபகம் வந்தது.

அவர் ஏன் வருவதற்கு மறந்து போனார்? இல்லை வழி தான் மறந்துவிட்டாரா? அம்மாவிடம் கேட்கலாம் - அவள் உள்ளே சென்றாள்-

அவளைப் பார்த்த உடனேயே அம்மா கேட்டாள் -

“திரும்பி வந்திட்டீயா”

“அம்மா அவர் இன்னும் வரலேயே?”

“யார் வரலே”

“விருந்தினர்”

“ஆ... விருந்தினரா?”

“ஆமா. ஏன் இன்னும் அவர் வரலே? வழி மறந்துட்டாரா? இல்லே வருவதற்கே மறந்துட்டாரா?”

“வருவாருடீ குட்டி, வருவார்”

“அப்போ ஏன் இன்னும் வரலே? அந்த காக்கா பொய் சொல்லிச்சா?”

“காக்கா கரைஞ்சா கண்டிப்பா விருந்தினர் வருவார். சாயிந்தரத்துக்குள்ளே கண்டிப்பா வருவார்”

“இப்போ வர மாட்டாரா?”

“வரலாம்”

“பார்”

சிறுமி மறுபடியும் முற்றத்திற்குச் சென்று போவோர் வருவோரை வேடிக்கைப் பார்த்து நின்றாள். யாரும் விருந்தினர் போலத் தெரியவில்லை.

அந்த முற்றத்தின் முன்பு, வீதி ஆரம்பிக்கும் இடத்தில் சாக்கடையின் மேலே கான்கிரீட் ஸ்லேப் வைக்கப்பட்டு இருந்தது. ஸ்லேபின் கீழே இருக்கும் சாக்கடையின் ஒரு சில கற்கள் பெயர்ந்து போயிருந்தது. அதன் மீது கால் வைத்தால், அது ஆடிக் கொண்டிருந்தது.

சித்ரா அதன் மீது ஏறி நின்று, அவளுடைய எடையை பேலன்ஸ் செய்து ஆடிக் கொண்டு இருந்தாள். அந்த ஸ்லேப்பை காலாலே அழுத்திப் பிடித்துக் கொண்டு இருந்தாள். ஸ்லேப் ஆடும் போது அவளும் ஆடிக் கொண்டிருந்தாள். ஸ்லேபின் தடக்... டக் என்ற சப்தம் கேட்டுக் கொண்டிருந்தது. அந்த சப்தம் அவளை ஈர்த்தது. அதற்காகவே அவள் அந்த ஸ்லேபை ஆட்டிக் கொண்டேயிருந்தாள். தடக்...டக், தடக்...டக், தடக்...டக். அவளுக்கு அந்த சப்தத்தினால் குதிரை ஓடுவது போல ஒரு அனுபவம் ஏற்பட்டது. அன்று சினிமா பார்க்கும் போது அதில் ஓடிய குதிரைக்கும் இதேப் போல சப்தம் ஏற்பட்டது. தடக்...டக், தடக்...டக். அந்த குதிரையின் மேலே யாரோ ஒருவர் உட்கார்ந்திருந்தான் - தலையிலே தொப்பி வைத்துக் குனிந்து குதிரையை விரட்டிக் கொண்டிருந்தான். திரும்பி பார்த்துக் கொண்டே குதிரையை விரட்டினான். ஒரு முறை திரும்பி பார்க்கும் போது அவன் பின்னால் பல பேர் அவனை துரத்திக் கொண்டு குதிரையிலே வந்து கொண்டிருந்தார்கள். தடக்...டக், தடக்...டக், தடக்...டக். அதேப் போல இது ஒரு குதிரை. ஓடு குதிரையே ஓடு...ஓடு... தடக்...டக், தடக்...டக், தடக்...டக்.

தூரத்திலேயிருந்து ஒருவர் ஒரு வண்டியை இழுத்து வந்தார். சித்ராவிடம் வந்தவுடன் அவன் கேட்டான் -

“தேங்காய் வேணுமா? தேங்காய்?”

வண்டி முற்றத்தின் முன்பே நின்றது. அவள் ஸ்லேபை ஆட்டிக் கொண்டிருந்தாள், அப்படியே நின்று விட்டாள்.

“பாப்பா, தேங்காய் வேணுமான்னு உள்ளே போய் கேளு”

தடக்...டக், தடக்...டக், தடக்...டக்

“வேணாமா?”

“வேண்டாம்”

“வேணாமா?”

தடக்...டக், தடக்...டக், தடக்...டக்

“உள்ளே போய் அம்மாக்கிட்டே கேட்டுட்டு வா பாப்பா”

அவன் வண்டியை முற்றத்தின் அருகாமையிலேயே தள்ளிக் கொண்டு வந்து நின்றான்.

“போ. போய் கேளு”

வண்டி வீதியின் நடுவிலேயே இருந்தது. சித்ராவின் பின்னாலேயிருந்து வந்து ஒரு மோட்டார் பைக் வீதியின் ஓரமாகவும், வண்டியின் அருகேயிருந்தும் முன்னேறிச் சென்றது. சித்ராவின் பக்கத்திலே நெருங்கும் போது அவன் ஒலி எழுப்பினான்.

அவள் பயந்தாள். அவள் திரும்பிப் பார்க்கும் போது அவளின் நிலை தடுமாறியது. காலுக்கு கீழே இருக்கும் ஸ்லேப் தடக்...டக்...தடக்... ஆனது. அவள் கால் நழுவியது. சாக்கடையின் மேலேயிருக்கும் அந்த ஸ்லேபின் உடைந்த சிறிய கல் நெற்றியிலே பட்டது. கண்கள் இருட்டியது.

வலி தாங்க முடியாமல் கண்களில் வெளிச்சம் வந்தது. நெற்றியிலே பட்ட அடியினாலே அது வெடித்துவிடுமோ என்றும் ஏதோ நெளிவது போலவும் தெரிந்தது. கண்கள் திறந்துப் பார்க்கும் போது அம்மா அருகிலேயே இருந்தாள். அவளுடைய கைகள். நெற்றியிலேயிட்ட பஞ்சின் மேலே வருடிக் கொண்டிருந்தது -

"வலிக்குதா?"

"ம்"

"அங்கே எதக்கு போய் நின்னே?"

தடக்...டக்...தடக்... தடக் பீயிங் எனும் வண்டியின் சத்தம் - சாக்கடையின் கல் பெயர்ந்து வெளியே வருகிறது... சாக்கடையின் அந்த விளிம்பு... டம்... ஆ.

"இனி மேலே ரோட்டிலே போய் நிக்காதே. என்ன?"

"ம்"

"ரோட்டிலே எதுக்கு போய் நின்னே? விருந்தினருக்கா! விருந்தினர்!"

"அம்மா, அவர் வந்துட்டாரா?"

"யாரு?"

"விருந்தினர்"

"ஆமா"

"வந்துட்டாரா?"

"ஆமா"

"எங்கே?"

"போயிட்டார்"

"எப்போ?"

"அப்போவே"

"சே"

"யாரு வந்தது?"

"ஆ... யாரு வேணும் உனக்கு?"

"தாத்தா"

"அவர் தான் வந்தாரு"

"ஏன் என்னை எழுப்பலே?"

"நீ தூங்கிட்டு இருந்தே"

"தாத்தா ஏன் போனாரு?"

"நீ தூங்கிட்டு இருந்ததாலே"

"நான் தான் இப்போ முழிச்சிட்டேனே"

"தாத்தா இப்போ திரும்பி வருவார்"

"இப்போவா?"

"ஆ... இப்போவே"

சித்ரா எழுந்திருக்க முயற்சி செய்தாள் -

"எழுந்திருக்காதே. தலை வலிக்கும். அப்படியே படு"

- "தாத்தா வந்தால்! நான் இப்படியே மறுபடியும் தூங்கிப் போவேன். எனக்கு எழுந்திருக்கணும்"

"தலை வலிக்கும்"

"இல்லே"

அவள் எழுந்து உட்கார்ந்தாள். அவளின் தலை வலிக்க ஆரம்பித்தது. அவள் மறுபடியும் சாய்ந்தாள்.

"சொன்னேன் இல்லே. தலைவலிக்குமுன்னு. அங்கே படு. மத்தியானம் சாப்பிடவே இல்லே. இப்போ சாப்பிடு. தட்டு இங்கேயே கொண்டு வரேன்"

தாய் சமையல் அறைக்குச் சென்றாள். சித்ரா மெதுவாக எழுந்து உட்கார்ந்தாள். இப்படியே தூங்கிக் கொண்டு இருந்தால், சரி வராது. மறுபடியும் தூங்கின நேரத்திலே தாத்தா வந்து திரும்பிப் போயிடுவார். அடிபட்ட இடத்திலே துடிதுடித்தது. ஆனால் படுக்கக் கூடாது.

தாய் கொண்டு வந்த சாப்பாட்டைச் சாப்பிட்டு எழுந்து நின்றாள்.

"எங்கே போறே?"

"அங்கே"

"வேண்டாம். இங்கேயே படுத்துத் தூங்கு"

"தூங்க வேணாம்"

"சும்மா, தூங்கு"

தாய் சமையல் அறைக்குச் சென்றாள்.

சித்ரா மெதுவாக முன்னாலேயிருக்கும் அறைக்குச் சென்றாள். கதவைத் திறந்தாள். வெளியே சென்று படியிலே உட்கார்ந்தாள். அப்பொழுது அவளுக்கு மாலை நேரம் நிறைவுற்றது என்பதை தெரிந்து கொண்டாள். வெளிச்சம் குறைய ஆரம்பித்திருந்தது. காக்கைகள் தங்கள் கூட்டிற்குத் திரும்பிப் போய்க் கொண்டிருந்தன. அவள் இரண்டு கைகளையும் தொடையிலே வைத்து, அதில் கன்னத்தை வைத்து முற்றத்தையே கூர்ந்து கவனித்துக் கொண்டிருந்தாள்.

- விருந்தினர்களுக்காக – 'கொங்கன் டைம்ஸ்' –
தீபாவளி மலர் – 1987

9. மரணத்தின் நிழல்

நான் அவள் அருகிலே சென்று நின்றேன். அவள் கட்டிலிலே என் பக்கம் முதுகை திரும்பி தூங்கிக் கொண்டிருந்தாள். மிருதுவான குரலில் அவளிடம் பேசினேன் -

“சோமா”...

சோமா அதே நிலையில் படுத்திருந்தாள். நான் பேசியதற்கு அவள் எந்த பதிலும் அளிக்கவில்லை. அவள் சிறிதுகூட மாறிப் படுக்கவில்லை. நான் வந்திருக்கிறேன் என்பதற்காக எதுவும் கண்டு கொள்ளவில்லை. அவள் இப்போதும் தூங்கிக் கொண்டே இருக்கிறாளா? அரை மணி நேரத்திற்கு முன்பு வந்த போதும், அவள் ஆழ்ந்த தூக்கத்தில் இருந்தாள். பாவம். நேற்று இரவு தூங்காமலேயே கழித்தாள். நான் அவள் முகத்தைப் பார்க்க முற்பட்டு முன்னாலே சென்றேன். மறுபடியும் அழைத்தேன்.

சோமா திடுக்கிட்டாள். நான் அவளின் தலையைத் தூக்கி அவளை எழுந்திருக்கச் செய்தேன். என்னை பார்க்கும்படி அவளை உட்கார வைத்தேன். அவள் என்னைப் பார்க்கவில்லை. அவள் அவளுக்குள்ளேயே அடங்கியிருந்தாள். அவளுடைய கண்களுக்குக் கீழே கருப்பாக இருந்தது. எனக்கு பாவமாக தோன்றியது. நான் அவளின் தலைமுடியை சரி செய்தேன். இரண்டு கைகளையும் அவளுடைய தோளின் வழியாக அரவணைத்தேன்.

“சோமா போய் பல் விளக்கி, குளிக்கலையா? இப்பவே பதினொரு மணி ஆயிடுச்சு”.

அவள் பேசவேயில்லை.

“சோமா”

“ம்... ம்”

“எழு”

அவள் நகரவேயில்லை

“உனக்கு கொஞ்சம் காபி கொண்டு வரட்டுமா?”

கண் இமைகளை மேலே தூக்கி என்னைப் பார்த்தாள். அவளுடையதும் என்னுடையதும் கண்கள் ஒன்று சேர்ந்தன. திடீரென்று அவளுக்கு துக்கம் பீறிட்டது. அவளுடைய உதடுகள் துடித்தன. அவளுடைய முகத்தில் ஞாபகத்தின் நிழல் பரவியது. நேற்று... நேற்று...

அவள் என்னுடைய கையிலிருந்து மாறி படுக்கையிலே விழுந்தாள். முகத்தை தலையணையாலே மறைத்தாள். அவளுடைய தோள்கள் மேலும் கீழும் போய் வந்து கொண்டிருந்தன. அழுகிறாள் என்று தெரிந்தது. சோமா! நான் குழம்பிப் போனேன். என்னுடைய இருதயத்திலே பட்டாம்பூச்சிகள் பறந்து கொண்டிருந்தன. எந்த வார்த்தையும் வரவில்லை.

அவளை அழ விடு. அழுது அழுது மனது தெளிவாகட்டும் - நான் எழுந்து ஜன்னல் பக்கமாகச் சென்று நின்றேன். வெளியே, பூமியிலே இருக்கும் பச்சை பசேல் எனும் புற்கள், மழை நீரிலிருந்து துளிர்விட்டுக் கொண்டிருந்தன. பள்ளத்திலே இப்பொழுதும் மழை நீர் தேங்கியுள்ளது. பழுத்த இலை, சேற்றிலே விழுந்திருக்கிறது. பதினொரு மணி வெய்யில், இப்பொழுது தான் குளித்து வந்தது போலிருந்தது. மரத்தின் கிளைகள் கூட மினுமினுத்துக் கொண்டிருந்தன.

முந்தா நாள் இரவு சீதோஷண நிலைமாறி குளிர்ச்சியானது. மழை பலமாக பெய்து கொண்டேயிருந்தது. என்னுடைய வீட்டில் மரணத்தின் காற்று வீசியது.

பின்னாலே சத்தம் கேட்டது - சோமா எழுந்தாள். கழிவு அறையை நோக்கி நடந்தாள். நான் மெதுவாக சமையலறைப் பக்கம் சென்றேன். அம்மா காலையிலேயே காபி போட்டு வைத்திருந்தாள். சோமா எழுந்திருக்கவில்லை என்பதால் பிளாஸ்கில் ஊற்றி வைத்திருந்தாள். நான் அந்த பிளாஸ்க்கும், கப்பும் எடுத்துக் கொண்டு சோமாவின் அறைக்குச் சென்றேன். நேற்றிலிருந்து அவள் பச்சைத் தண்ணீர் கூட குடிக்கவில்லை.

அவள் மீண்டும் அந்த கட்டிலில் வந்து படுத்தாள். அவளை மெளனமாக எழ வைத்து, காபியை கப்பிலே ஊற்றிக் கொடுத்தேன். எனக்கு அவள் முகத்தை நேராகப் பார்ப்பதற்கு சக்தி இல்லை. தப்பித் தவறிக் கூட நம் பார்வை ஒருவர் மேலே ஒருவர் வீழ்ந்தால், என்னால் சகித்துக் கொள்ள முடியாமலிருந்திருக்கும். நான் அவளின் கைவிரல்களை பார்த்துக் கொண்டே இருந்தேன். அவள் அசையவேயில்லை. எனக்கு வலித்தது. நான் மெதுவாக கூறினேன்.

“காபி குடி”

அவள் காபியை மெதுவாக பருகினாள். அவள் என் பக்கமாக திரும்பாமலேயே பேசினாள்.

- “ரமேஷ்”

“சொல்லு”

“ஏன் அவன் இவ்வளவு சீக்கிரமாக போனான்?”

எனக்கு ஓங்கி அடித்தது போல இருந்தது.

“நிஜமாவே ஏன் அவன் இவ்வளவு சீக்கிரமாக போனான்?”

அவனுக்கு வெறும் இருபத்திரண்டு நாட்கள் தான் கழிந்திருந்தன.

மரணம் அவனை அழைத்தது.

... முந்தா நாள் மாலை அவன் அழுதான். திடீரென்று அவனுக்கு சுவாசிப்பதிலே சிரமம் ஏற்பட்டது. அவனுக்கு மேல் மூச்சும், கீழ் மூச்சும் வாங்கியது. அதன் பின் குளிர்ச்சியான வேர்வை வழிய ஆரம்பித்தது. சிறிது நேரம் அப்படியே அமைதியாகப் படுத்திருந்தான். இவள் அவனுக்கு புட்டிப் பால் தொடுத்தாள். அவன் சாப்பிடவில்லை. நான் அவளிடம் கூறினேன் - பால் குடிக்கவில்லை என்றால் பரவாயில்லை - அவனை அரவணைத்து வைத்துக் கொள். உன்னுடைய இருதயத்தின் சத்தம் கேட்கும் போது, அவனுக்குத் தாயார் காப்பாற்றுவாள் என்று தெரியும் - அவன் அழ மாட்டான்...

- “ரமேஷ் சொல்லு”

அவள் என்னை குலுக்கினாள். அவள் அழும் நிலையிலிருந்தாள். கண்கள் மீண்டும் ஈரமாவதற்கு முனைந்தன.

“சோமா, மறந்து விடு”

- ஆனால் எப்படி? எப்படி ? நான் இப்பொழுது தான் அவனிடம் அன்பு காட்ட பழகிக் கொண்டிருந்தேன். அதற்குள் நேற்று...

அவளின் குரல் தொண்டையில் சிக்கியது. நான் மெதுவாகச் சொன்னேன் - அவனுடைய இருதய சதைகள் சரியில்லாமல் இருந்தன. இருதய துடிப்பு மாறிக் கொண்டிருந்தன- ஆனால் ஏன் அவனுக்கே? ஏன் எனக்கு அப்படி நடக்கவில்லை - அவள் உதடுகளைக் கடித்து, தலையை ஆட்டிக் கொண்டிருந்தாள். இப்பொழுது அழ ஆரம்பிப்பாள். சோமா, உனக்கு இன்னொரு கப் காபி ஊற்றித் தருகிறேன். குடி. அவள் தலையை அசைத்துக் கொண்டேயிருந்தாள். அவள் குடிக்கமாட்டாள் - எனக்குத் தெரியும். அவள் நேற்று முதல் எதுவும் சாப்பிடவோ, குடிக்கவோ இல்லை. நானும் - என்னுடைய கண்களின் முன்னாலேயும் அதே காட்சி தான் தெரிந்து கொண்டிருந்தது.

... அவனை மருத்துவமனைக்கு அழைத்து வந்து முன்னாலே இருக்கும் அறையிலே படுக்க வைத்தோம். போர்த்தி. அவன் எப்பொழுதும் போல கண்களை மூடி படுத்திருந்தான். வாய் மட்டும்

திறந்து இருந்தது -உதடுகளிலே சுருக்கமே இல்லாத அளவுக்குத் திறந்தே இருந்தது. அவனுடைய கன்னத்திலே ஒரு ஈ பறந்து வந்து உட்கார்ந்தது. அது உதடுகளின் பக்கம் சுற்றிச் சுற்றி வாயிலே நுழைந்தது. நான் இப்படி ஆகுமோ என்று பார்த்துக் கொண்டிருந்தேன் - அவன் அப்பொழுது எழுந்திருப்பான் - அவன் மடக்கி வைத்த விரல்களை வாயின் பக்கமாக எடுத்துச் செல்வான் - தலை ஆட்டுவான். ஆனால் அப்படி எதுவும் நடக்கவில்லை. அவன் உடம்பு ஆடாமல் அசையாமலிருந்தது. என்னுள்ளே எல்லாமே மரத்துப் போனதால் ஒன்றும் தெரியவில்லை. அப்பா சென்று பவுடர் டப்பாவை வாங்கி வந்து அந்த சிறிய உடம்பிலும், முகத்திலும் தெளித்தார். ஈ பறந்து போனது...

அவன் என்னுடைய மூத்த பிள்ளை. ஒன்றரை மாதம் முன்பு மருத்துவர் பிரசவ தேதி குறித்த பிறகு, அவளிடம் கேட்டேன் - உனக்கு மகன் வேண்டுமா, மகள் வேண்டுமா என்று. அவள் மகன் வேண்டும் என்று கேட்டிருந்தாள். அப்பொழுது புராணத்தில் தேவர்கள் தவத்திலே இருப்பவர்களுக்கு வரம் தருவது போல கையை உயர்த்தி அவளிடம் சொன்னேன் - "அப்படியே ஆகட்டும்" என்று. பிள்ளை சிவப்பாக இருக்க வேண்டுமா? அல்லது கருப்பாக வேண்டுமா? சிவப்பாக, தலை நிறைய முடியுடன்- அவளுடைய ஆசையை வெளிப்படுத்தினாள். "அப்படியே ஆகட்டும்" நான் கூறினேன். அப்படியே நடந்தது. அவளுடைய ஆசை நிறைவேறியது. ஆனால் நேற்று அந்த ஆசை முற்றுப் பெற்றது. நேற்று-

... என் கடவுளே! நேற்று காலையிலேயே அவனை தூக்கிக் கொண்டு

இடுகாடு சென்றேன். என்னைப் போலவே வேறு யாரோ இருந்தனர். நான் என்ன செய்யப் போகிறேன் என்று எதுவும் தெரியாமல் இருந்தேன். யாரோ சொன்னார்கள் - அதை இங்கே வை - நான் அவனை கீழே வைத்தேன். மழை பெய்து கொண்டும், குளிர் காற்று வீசிக் கொண்டும் இருந்தது.

"பையனுக்கு எத்தனை வயசு?" - அவன் கேட்டான்.

"இருபத்திரண்டு நாட்கள்."

"அப்போ பல்லு கூட முளைக்கலை இல்லையா?"

நான் தலை அசைத்தேன்

அவன் "ம்" என்று சொல்லி நகர்ந்தான்.

என்னுடைய மரத்துப் போன அந்த நெஞ்சினில், ஒரு மின்னல் வெட்டியது - அவன் இப்பொழுது இவன் மீது விறகை வைப்பான்.

இவனுடைய உடல் அதற்கு கீழே நசுங்கிப் போகும். அந்த உடல் முதல் நாள் நான் ஸ்பரிசப்பட்ட போது, ரோஜா மலர் போல மிருதுவாக இருந்தது. அப்படி இருந்த அந்தப் பிஞ்சு உடல், இப்பொழுது பாரமாகயிருக்கும் இந்த விறகின் கீழே... நான் பல்லைக் கடித்தேன். கண்களை மூடிக் கொண்டேன். அவன் என்னுடைய கண்களிலே தெளிவாக தெரிந்து கொண்டே தான் இருந்தான்.

விறகை கொண்டு வந்து, அவன் மீது வைக்கவில்லை. ஒருவர் வந்து என்னுடைய காதிலே, அதை எடுத்து என்னுடனேயே வா என்று கூறினான். மௌனமாக அந்த சடலத்தை எடுத்து நடந்தேன். முதல் மரத்தின் கீழே நிறைய பேர் நின்று கொண்டிருந்தனர். நானும் அங்கேயே சென்றேன். மரத்திற்கு கீழே ஒரு பள்ளம் தோண்டியிருந்தது. பக்கத்தில் நின்ற ஒருவர் விரலைக் காட்டி அதில் வைக்கும்படி கூறினான். என்னுடைய கண்கள் ஈரமானது. இதைப் பார் - நான் அவனின் ரூபத்தை மனதிலே கொண்டு வந்தேன் - உன்னுடைய கடைசித் தொட்டில். இப்போ தூங்கு. நான் அவனின் இரண்டு கன்னத்திலும், உதடுகளிலும், தாடையிலும், நெற்றியிலும் என்னுடைய முதத்தை உரசினேன். பள்ளத்திலே அவனை வைத்தேன் - ஒரு முறை உன்னுடைய கைகள், கால்கள், வயிறு, கண்கள் அசைப்பாயா? - நான் பார்த்துக் கொண்டேயிருந்து, ஆசையற்றுப் போனேன். யாரோ அவன் மீது வாழையிலை வைத்தார். பள்ளத்தை மூடினர்...

காலடி சத்தம் மெதுவாக வந்து, கதவின் பக்கத்தில் நின்றது. ஓ... என்னுடைய் நண்பன். அவனுடைய பார்வை என்னுடைய முகத்தை மாற்றியது. நான் அவனையும் அழைத்துக் கொண்டு வேறு ஒரு அறைக்குச் சென்றேன் -

“நான் என்னுடைய ஆழ்ந்த இரங்கலை தெரிவிக்கிறேன் ரமேஷ்.”

என்னால் எந்த பதிலும் பேச முடியவில்லை -

“எனக்கு நேத்து ராத்திரி தெரிஞ்சது. எப்படி ஆச்சு?”

- இருதய சதையிலே கோளாறுன்னு மருத்துவர் சொல்லியிருந்தார். இருதய துடிப்பு சரியில்லாமலிருந்தது - அவன் பேசவேயில்லை. நானும். எனக்கு அந்த சத்தம் கேட்க ஆரம்பித்தது.

“கேஏ... கேஏ”

கேஏ... வினாடி பொழுதில் அவனுடைய அழுகை அதிகமானது. திடீரென்று மூச்சு முட்டியது. உடம்பு முழுவதும் வேர்த்து, ஈரமானது. வெளியில் மழை பெய்து கொண்டியிருந்தது. பலமாக, கோபமாக. வெளியே சென்று டாக்சி பிடித்து மருத்துவரின் வீட்டிற்குச் சென்றேன்.

மருத்துவர் அப்பொழுது தான் காய்கறிகள் வாங்கி வீட்டுக்குள் வந்திருந்தார். அவரிடம் மாத்திரைகளை வாங்கிக் கொண்டு வந்து, குழந்தைக்குக் கொடுத்தேன். இரவு சிறிது நேரம் அழுதான். சத்தம் போட்டு அழுத பிறகு அவனுடைய உடல் ஜிலென்றானது. வெளியே மழையின் கோரம் அப்படியே தொடர்ந்து கொண்டிருந்தது. நான் அவளிடம் சொன்னேன் - புறப்படு - மருத்துவமனைக்குப் போகலாம்.

அவனை பரிசோதனை செய்து மருத்துவர் கேட்டார் - இவனுக்கு பிறக்கும் போதே இப்படி நிறம் இருந்ததா? அவள் ஆமாம் என்றாள்.

இதே நிறந்தான் இருந்ததா? என்று நம்மை மறுபடியும் பார்த்துக் கொண்டே வினவினார். அந்த அறையிலுள்ள வெள்ளை நிறமான வெளிச்சத்தில் குழந்தையின் தோலிலுள்ள நீல நிறத்தை நான் பார்த்தேன். மருத்துவர், செவிலியரைப் பார்த்து 'அவசரம்' என்று கூறினார். அவள் ஓடி ஓடிப் போனாள். அவனை அங்கேயே படுக்க வைத்து இரண்டு - மூன்று ஊசி போட்டு ஆக்சிஜன் வாயு செலுத்தப்பட்டது. மருத்துவர், நாளை காலை எட்டு மணிக்கு எக்ஸ்ரே இயக்குபவர் வருவாரென்று கூறினார். எக்ஸ்ரே எடுக்க வேண்டும், அது வரை நான் பார்த்துக் கொள்கிறேன். நீங்கள் வெளியே சென்று சற்று ஓய்வு எடுத்துக் கொள்ளுங்கள். குட் நைட்.

நாம் வெளியே வந்து படுத்தோம். நடுவே நான்கு - ஐந்து மணிக்கு மருத்துவர் வந்தழைத்தார். திரு ரமேஷ், உள்ளே வந்து பாருங்க.

உள்ளே அவன் படுத்திருந்தான். அவனுடைய குளிர் உடம்பு எங்களுடைய விரலிலே பட்டது. சோமா குலைந்துப் போனாள்.

நண்பன் எழுந்தான். அவன் மெதுவாக - "தைரியமா இரு. அவளுக்கும் துணையாக இரு. வரேன்" என்றான்.

"சரி"

அவன் புறப்பட்டான். நான் மறுபடியும் அவள் அறைக்குச் சென்றேன். அவள் கட்டிலிலே ஒரு பக்கமாக படுத்திருந்தாள். என்னுடைய பக்கம் முதுகு இருந்தது. ஜன்னல் வழியாக வெளியே பார்த்துக் கொண்டு.

"சோமா"...

அவள் பேசவேயில்லை. நான் அவள் முன்பு போய் நின்றேன். அவள் எங்கேயோ வெளியே பார்த்துக் கொண்டிருந்தாள். அவளுடைய அந்த திறந்த கண்கள், வெளியே மரத்திலே இருக்கும் இலைகளும், ஆகாயத்திலே உள்ள மேகத்தையும் தாண்டி, எங்கோ சென்றிருந்தது.

எனக்கு படபடப்பு ஏற்பட்டது. நான் கட்டிலிலே உட்கார்ந்து மறுபடியும் அவளை அழைத்தேன் - "சோமா".

அவள் பயந்தாள். நான் அவளின் கையை பிடித்து எழச் செய்தேன்.

"ஒரு கேள்வி கேக்கட்டுமா?"

"கேளு"

நீ உண்மையிலேயே அவன்கிட்டே பாசத்தோடு இருந்தியா?"

எனக்கு ஆச்சரியமாக இருந்தது.

"கண்டிப்பா. ஆமா".

அவனுடைய அந்த சிறிய மூக்கு, உதடுகள், கண்கள், காதுகள், விரல்கள், தலைமுடி எல்லாமே நேசிக்கும்படியிருந்தது.

- இப்பொழுது எதுவும் நடக்காதது போல் எப்படி இருக்கிறாய்? நான் அவளை உற்று நோக்கினேன். நன்றாக இருக்கிறதே.

"நீ என்ன சொல்றே?"

- உனக்கு எதுவும் தெரியவில்லையா?

- தெரிகிறது. என்னுடைய இருதயம் தொலைந்தது போலிருக்கிறது. நேற்று முழுவதும் நான் ஒரு அறிமுகமில்லாத பள்ளத்திலே விழுந்திருந்தேன் - காரணம், அந்த பள்ளத்திற்கு கணிக்க முடியாதளவு ஆழமிருந்தது. லூயி கேரோலினுடைய எலிஸ் போல நான் அந்த பள்ளத்திலே விழுந்து கிடந்தேன். என்னைச் சுற்றி இருட்டு. இருட்டு... இருட்டு... இருட்டு மட்டுமே இருந்தது. இப்பொழுது பார்க்கும் இந்த லோகம் தூரமாக எங்கோ இருந்தது. இனி... இனி...

அவள் கேட்கவே இல்லை.

- சோமா, நான் அவளை குலுக்கினேன் - குளித்து வா. போ. பலமாக அவளை குளியலறை பக்கமாகக் கொண்டு போனேன்.

அவள் நேற்று இரவு முழுவதும் முழித்துக் கொண்டே இருந்தாள். இப்படியும் அப்படியுமாக மாறி...மாறி படுத்துக் கொண்டிருந்தாள். நான் தூங்கினேன் எனும் போது, என்னை எழுப்பிக் கொண்டிருந்தாள். நிறைய முறை நான் கண்ணைத் திறந்துப் பார்க்கும் போது அவள் கட்டிலிலே அமர்ந்திருந்தாள். முகத்திலே வேர்வை துளிகள் இருந்தது தெரிந்தது.

"என்ன ஆச்சு?"

முதலில் அவளிடம் கேட்டேன்.

அவன் கண்களிலேயே தெரிகிறான்.

"பயமா இருக்கா?"

"இல்லே. ஆனா தூக்கம் வர மாட்டேங்கது".

நான் அவளை ஒரு பக்கமாகப் படுக்க வைத்தேன். சிறிது நேரத்தில் அவள் மறுபடியும் எழுந்து உட்கார்ந்தாள்.

"எனக்கு அவன் தெரிகிறான்."

"எப்படித் தெரிகிறான்?"

ஒரு முறை நான் அவளிடம் கேட்டேன்.

- நான்... நான். ஒரு மலையின் கீழேயிருக்கும் வயலிலே நின்று கொண்டிருக்கிறேன். அவன் அந்த மலையின் உச்சியிலே தெளிவாகத் தெரிந்தான் -

வயலிலே தங்க நிறத்துடைய நெற்கதிர்கள் காற்றிலே ஆடிக் கொண்டிருந்தன. - எனக்குப் பின்னால் சூரியன் எரிந்து கொண்டிருந்தான். அவன் - அவன் சிரித்துக் கொண்டிருந்தான். நான் வயலிலே இறங்கி ஓடினேன். அந்த மலையின் மேலே ஏறினேன். நான் அருகிலே சேர்ந்த போது அவன் கீழே விழுவதைப் பார்த்தேன்.... அவன் நின்றிருந்த இடத்தை அடைந்த போது அவன் அங்கேயில்லை... அவன் உருண்டு... கீழே.

நான் மௌனமாக அவளைப் பிடித்து படுக்க வைத்தேன் - கையாலே அவள் கண்களை மூடினேன். நெற்றியைத் தடவினேன். என்னால் எதுவும் சொல்ல முடியவில்லை - பார், என்னுடைய கனவிலும் அவன் வந்திருந்தான் -

- மழை பெய்து கொண்டிருந்தது. நான் ஓடிச் சென்று ஒரு மரத்தின் கீழே நின்றேன். அப்பொழுது என் நினைவுக்கு வந்தது. அந்த இடத்திலே தான் அவனை அடக்கம் செய்யப்பட்டது என்று - நான் அங்கு பார்த்தேன் - அந்த பள்ளம் திறந்தது - அவன் நிம்மதியாக தூங்கிக் கொண்டிருந்தான். மெதுவாக அவன் கண்கள் திறந்தன - உதடுகள் புன்னகைத்தன - திடிரென்று மழை பலமாகப் பெய்தது. பள்ளத்தின் மேலேயிருந்து சிவந்த மண், மழை நீரில் கலந்து, பள்ளத்திலே விழுந்தது. பார்த்துக் கொண்டிருக்கும் போதே அவனுடைய உடம்பு, சேற்று நீரில் மூழ்கியது. மேலே இருக்கும் மண் நழுவி அவனுடைய கண்களிலும், வாயிலும் விழுந்தது. நான் ஓடினேன். ஓடிக் கொண்டேயிருந்தேன்...

அவள் குளித்து வந்தாள். அவள் திரும்ப வந்து, கட்டிலிலே உட்காரும் போது, அவளுடைய ஈரமான தலைமுடி எனக்குத் தெரிந்தது. தலைமுடியிலிருந்து தண்ணீர் சொட்டிக் கொண்டிருந்தன. ரவிக்கையில் ஈரத்தின் அடையாளம் இருந்தது. அவள் இன்னும் நெற்றியிலே பொட்டு வைக்கவில்லை.

- அடியே! முடியை இன்னும் துவட்டப்படவில்லையே. ஈரம் காயவில்லை. இந்தா - சரியாகத் துவட்டு. நான் அவளுக்கு துவட்டுவதற்கு துண்டு கொடுத்தேன். அவள் அதைப் பற்றி கவலைப்படவேயில்லை. நான் அதை அவளின் தலையிலே போட்டுவிட்டேன். அதை பின்புறமாக முண்டாசு கட்டுவதுப் போல் கட்டிவிட்டேன்.

"வா, ஏதாவது சாப்பிடு".

"வேண்டாம்"

"ஏன்?"

"எனக்கு வேண்டாம்"

"வாடி, அம்மாவும் அப்பாவும் உனக்காக காத்துக்கிட்டு இருக்காங்க. அவங்களும் நேத்து ஒண்ணும் சாப்பிடலே. சீக்கிரம் வா."

"நான் வரலே. எனக்குப் பசிக்கலே."

"அடம் பிடிக்காதே. இப்படியே பட்டினி கிடந்தா என்ன ஆகும்?"

அவள் அமைதியாக நின்றாள்.

"வாமா. நீ எதுவும் சாப்பிடவோ, குடிக்கவோ இல்லைன்னா, யாருக்கும் தொண்டையிலே இறங்காது. தயவு செய்து வா".

"நீங்க சாப்பிடுங்க. எனக்குப் பசியில்லே".

"ஆனா இப்படி எவ்வளவு நாளுக்கு இருப்பே? நாம தைரியமா எதிர்கொள்ளணும்"...

அவளின் கையை பிடித்து எழுந்திருக்க வைத்தேன். வெறுமனே இருப்பதனால் பயனில்லை.

அவள் கண்களை உயர்த்தி என்னைப் பார்த்தாள். ஏதோ ஒன்று விசித்திரமாக இருந்தது - "நான் என்ன சும்மாவா இருக்கேன். இது என்ன கேள்வி?"

- சோமா, மரணம் தழுவும். இந்த அற்புதமான ஆத்மாவைக் கொண்டு போகும். அதற்காக நாம் யாரிடம் சண்டை போட முடியும்? வெறுமனே சண்டை போட்டு என்ன பிரயோஜனம்?

அவள் செயலற்று நின்றாள். நான் மெதுவாகக் கூறினேன்.

"பாரு, நம்முடைய முதல் குழந்தை நம்மைவிட்டுப் போகுமுன்னு எனக்கும் தான் தெரியாது இல்லையா? இப்போ உனக்கு இருக்கிற மாதிரி, எனக்கும் துக்கம் இருக்கு இல்லையா? என்னுடைய நெஞ்சும் அழுது. துக்கம் பீறிட்டுத் தான் வருது. ஆனா நாம இப்படியே யுகம் யுகமாக அழுதா என்ன பிரயோஜனம்? நாம அவனை நம்மோட உயிரோட வச்சுக்குவோம்."

அவள் செயலற்று இருந்தாள்.

"வா சோமா. இப்படிக் கஷ்டப்படாதே. நாம் இன்னும் பல குழந்தைகளை பெத்துக்கலாம்".

அவளின் உதடுகள், நடுங்கின. கண்களிலே, துக்கம் வழிந்தது. அவள் என்னைத் தள்ளி கட்டிலிலே திரும்பி குப்புறப் படுத்தாள். விக்கி... விக்கி... அழுதாள்.

எனக்கு என் தவறு புரிந்துவிட்டது.

— மரணத்தின் நிழல்—'கொங்கன் டைம்ஸ்'—
தீபாவளி மலர்—பிப்ரவரி—1983

10. எதிர்பார்ப்பு

சாயதிரக்கா, மாட்டு கொட்டகைக்கு உள்ளே சென்றாள். அவளுடைய கையிலிருக்கும் வெளிச்சம், அந்த கொட்டகை முழுவதும் பரவியது. அவளுடைய அந்தப் பழக்கத்தினால், மாடுகள் அவளுடைய வருகையை எதிர்பார்த்துக் கொண்டிருந்தன. வெளிச்சம் அங்கே பரவியவுடன் அவர்களின் தலைகள், அவள் பக்கமாக திரும்பின. அவர்களுடைய கண்கள் அந்த மங்கலான வெளிச்சத்திலும் மினுமினுத்துக் கொண்டிருந்தன. கீழே படுத்துக் கொண்டிருந்த கன்றுகுட்டிகள் குதித்து எழுந்து நின்றன.

சாயதிரக்கா, அந்த விளக்கை மேடான ஒரு இடத்திலே வைத்தாள். மாடுகளுக்கு புல் இட்டாள். வாளியிலிருந்த தண்ணீரில் தவிடை கலக்கி குடிக்க வைத்தாள். அதன்பின் அவள், மாட்டின் அருகிலே சென்று உட்கார்ந்தாள். மாட்டின் மடியில் தண்ணீர் தெளித்து, எண்ணெய் தடவி பால் கறக்க ஆரம்பித்தாள். மாட்டின் மடியில் சிறிது பாலை விட்டுவிட்டு கன்றுக்குட்டிகளை குடிக்க வைத்தாள். பாலின் சொம்பை வீட்டிலே கொண்டு போய் வைத்து, அவள் மீண்டும் கொட்டகைக்கு வந்து அங்கே கோமியமும், சாணியும் அகற்றி சுத்தப்படுத்தினாள்.

சிறிது நேரத்தில், பொழுது புலர்ந்தது. வெளிச்சம் பரவியது. சாயதிரக்கா வெளியே வந்து, வீட்டின் முற்றத்தை கூட்டிப் பெருக்கினாள். வீட்டைச் சுற்றியும் வீட்டின் உள்ளேயிருக்கும் அறையும் கூட்டிப் பெருக்கினாள். இப்பொழுது கோயிலுக்குச் சென்று திரும்புபவர்களின் சத்தம் கேட்டது.

பால் வாங்க வருபவர்கள் வருமுன் குளிக்க வேண்டும் என்று அவள் நினைத்தாள். அவள் சீக்கிரமாகக் குளித்து வந்தாள். கோயிலுக்குச் சென்று சாமி கும்பிட்டு, மடியுடன் வீட்டிலிருக்கும் சாமிக்கு முன் இருக்கும் விளக்கு ஏற்றி, துளசிக்கு நீர் வார்த்தாள்.

சட்டினிக்காக அரைத்துக் கொண்டிருக்கும் போது வெளியிலிருந்து ஒரு சத்தம் கேட்டது -

“சாயதிரக்கா”

“வந்துட்டேண்டீ... வந்துட்டேன்”

சாயதிரக்கா வெளியே வந்தாள் - வெளியே ஒரு சிறுமி நின்று கொண்டிருந்தாள் -

“அடியே நீ தான் இன்னிக்கு வந்திருக்கியா?”

“ஆமா சாயதிரக்கா”

“இன்னிக்கு சீக்கிரம் எழுந்திருச்சிட்டியா?”

சாயதிரக்கா சிறுமியிடமிருந்து பாத்திரத்தை வாங்கினாள்.

“இன்னிக்கு எங்களுக்கு பரீட்சை, சாயதிரக்கா”

“இன்னும் உன்னுடைய பரீட்சை முடியலையா? மத்தவங்க பரீட்சை எல்லாம் முடிஞ்சுடுச்சே”

“இன்னிக்கு கடைசி பரீட்சை சாயதிரக்கா. ஒரு பரீட்சை தள்ளிவச்சிருந்தாங்க. அது இன்னிக்கு நடக்கும்”

“அப்போ நீ ஏன் இங்கே வந்திருக்கே? உன்னுடைய படிப்பு வேலை முடிஞ்சுடுச்சா?”

சாயதிரக்கா அவளுக்கு பால் பாத்திரத்தைக் கொடுத்தாள்.

“ஆ. முடிஞ்சுடுச்சு... நான் கிளம்புறேன்”

“போயிட்டு வா. பரீட்சை நல்ல எழுது. சரியா?”

“ஆ”

சாயதிரக்கா சமையலறைக்குச் சென்றாள். சட்டினி அரைத்து முடித்தாள். அடுப்பிலே தோசைக் கல்லை ஏற்றினாள். தோசை வார்த்துக் கொண்டிருக்கும் போது வெளியே இருந்து மற்றொரு குரல் கேட்டது.

“சாயதிரக்கோ”

“ஓ”

“என்ன, தோசை சுட்டுகிட்டு இருக்கீயா?”

“ஆமா, யாரு புரோகிதரா?”

சாயதிரக்கா எழுந்தாள்.

“ஆமா”

“சத்தம் கேட்கும் போதே தெரிந்சது - புரோகிதர் வந்திருக்காருன்னு” “

“எப்படி தெரிஞ்சது?”

“தோசையைப் பத்தியும், சாப்பாட்டைப் பத்தியும் வேற யாரு கேக்கப் போறா? புரோகிதருக்கும் பலகாரத்துக்கும் நிறைய சம்பந்தமிருக்கு இல்லே?”

"பாத்தியா... பாத்தியா. சாயதிரக்கா காலையிலே என் காலை வாரிட்டே இல்லே?"

- சாயதிரக்கா சிரித்தாள் -

"ரெண்டு தோசை சாப்பிடுங்க. உள்ளே வாங்க"

"வேணாம். வேணாம். சாயதிரக்கா"

"ஏன், நான் கேலி பண்ணிட்டேங்கிறதுனாலேயா?"

"இல்லே சாயதிரக்கா"

"என்னுடைய காலையிலே பூஜை முடிக்காமல், பச்சை தண்ணி கூட நான் குடிக்க மாட்டேன்"

"ம்... ம்"

"எனக்கு கொஞ்சம் பூ வேணும். எடுக்கலாமா?"

"ஓ. எடுங்க"

- சாயதிரக்கா சமையலறைக்குச் சென்று தோசை வார்க்க ஆரம்பித்தாள். சிறிது நேரத்தில், பாலுக்காக வேறு ஒருத்தர் வந்தார்.

"சாயதிரக்கா, பால்"

"வா, உள்ளே வா"

"என்ன பண்ணிக்கிட்டு இருக்கே? தோசை வார்க்கிறியா?"

"ஆமா. வயித்துக்கு ஏதாவது வேணுமில்லே?"

"இத்தனை சீக்கிரம் ஏன் செஞ்சுக்கிட்டு இருக்கே?"

"சும்மா உட்காருவதுக்கு பதிலா, ஒவ்வொரு வேலையா முடிச்சிட்டு வரலாம்னு... இந்தா உன்னுடைய பால் பாத்திரம். உன்னுடைய பாத்திரம் கொடு"

"சாயதிரக்கா, இன்னிக்கு எங்களுக்கு கொஞ்சம் அதிகமா பால் வேணும்"

"எவ்வளவு வேணும் ?"

"அரை லிட்டர் அதிகமா வேணும்"

"அரை லிட்டர் இருக்காது. கால் லிட்டர் தறேன்... இன்னிக்கு எனக்கும் கொஞ்சம் பால் வேணும்"

"இன்னிக்கு என்ன விசேஷம்?"

"இன்னிக்கு என்னுடைய கொழுந்தனாரும், அவருடைய மனைவியும் வராங்க"

"அப்படியா? அவங்க வந்து பல நாள் ஆச்சே. இல்லையா?"

"ரெண்டு வருஷம் ஆயிடுச்சுன்னு நினைக்கிறேன். இந்த தடவை வந்தே ஆகணுமுன்னு நான் கடுதாசி எழுதியிருந்தேன்"

"சரி - சரி"

"மாசா மாசம் வர முடியலேன்னு இருந்தாலும் வருஷத்துக்கு ஒரு முறையாவது வரலாமில்லே? அதுவும் இல்லேன்னா என்ன பண்றது?"

"ஷேன்வாஸ் இப்போ எங்கே இருக்கிறார்?"

"ஷோலாபூரிலே. அங்கேயிருந்தும் வேறு எங்கோ போகணுமுன்னு சொல்லிக்கிட்டு இருந்தான். அதன் பின் என்ன ஆச்சுன்னு தெரியலே. ஆயுசு முழுக்க இப்படியே சுத்தி... சுத்தி முடிஞ்சிடும் போல இருக்கு"

"இன்னிக்கு வராங்க இல்லே?"

"ஆமா. இந்த முறை வரமுடியாதுன்னு எழுதினான் - உனக்கு வர முடியலேன்னா வேணாம். பொண்டாட்டியும். குழந்தைகளையும் அனுப்புன்னு சொன்னேன். இப்போ அவனும் வரானாம். அவங்களை விட்டுட்டு அவன் போவான்னு நினைக்கிறேன். அதுக்கு அப்புறமா அழைச்சுப் போக மறுபடியும் வருவான்."

"அவனுக்கு எத்தனை குழந்தைங்க ரெண்டு பேரா?"

"மூணு பேர். நீ அவங்களை பார்க்கவேயில்லே இல்லே"

"பெரிய பையன் இங்கே போன முறை வந்தானில்லே. பாத்திருக்கேன்னு நினைக்கிறேன்"

"வா, அப்புறமா வா. ரத்தினம் போல குழந்தைங்க!"

"அப்புறமா வரேன்"

"உனக்கு அதிகமா பால் வேணுமுன்னா சாயந்திரம் கறக்கும் போது தரேன்... உனக்கு எவ்வளவுடா வேணும்?"

"ஒரு லிட்டர், சாயதிரக்கா"

"முக்கால் லிட்டர் இப்போ எடுத்திட்டு போ. மத்தத சாயந்திரம் தரேன்... உன்னுடைய அம்மா நேத்து மோர் வேணுமுன்னு சொல்லியிருந்தா. வேணுமா?"

"தெரியலையே சாயதிரக்கா. எங்கிட்டே ஒண்ணும் சொல்லலே"

"இருக்கட்டும். ஜாஸ்தி இல்லேன்னு சொல்லு. இருக்கிறத எடுத்திட்டு போ". - அவன் சென்ற பிறகு சாயதிரக்கா சமையல் அறைக்குச் சென்றாள். காலையிலே மூன்று - நான்கு பேருக்கு சாப்பிடுவதற்கு உண்டான தோசையை எடுத்தாள். புடவையை துவைக்கச் சென்றாள். அவள் காலையில் ஏழு - எட்டு மணிக்குள் கொழுந்தனாரும் அவரின் குடும்பமும் வந்து சேரும் என்று எதிர்பார்த்திருந்தாள். எட்டு முப்பது மணியாகியும் அவர்கள் வரவில்லை. அவள் சமையலறைக்குச் சென்று பாலை சூடு செய்ய ஆரம்பித்தாள். காலை சிற்றுண்டியை முடித்தாள்.

முன்னாலேயிருக்கும் அறைக்கு வந்து அரிசியைச் சுத்தப்படுத்தினாள். வெளியே சிறிய சத்தம் ஏற்பட்டாலும், நிழல் ஆடியது போல அவளுக்கு தெரிந்தாலும், உடனே தலையைத் தூக்கிப் பார்த்துக் கொண்டிருந்தாள். அரிசியை சுத்தப்படுத்திய பிறகு மத்தியான சாம்பாருக்கு காய்கறியை நறுக்க ஆரம்பித்தாள்.

"அம்மா" வெளியே முற்றத்திலிருந்து ஒரு குரல் கேட்டது. சாலையை சுத்தப்படுத்தும் ஒரு பெண் அங்கே நின்று கொண்டிருந்தாள். சாயதிரக்காவை பார்த்தவுடன் அவள், குடிதண்ணீர் கேட்டாள். அதைக் கொண்டு வரும் போது, அவள் - காலையிலே ஒண்ணும் சாப்பிடலே ஏதாவது இருக்கா? என்று கேட்டாள். சாயதிரக்கா தோசை கொண்டு வந்து அவளுக்குக் கொடுத்தாள் - இந்தா சாப்பிடு. காலையிலே எடுத்தது. ஆறிப் போயிருக்கு. பரவாயில்லையா? - இல்லே - இது கிடைச்சுதே பெரிசு. ரொம்ப நன்றி - என்றாள்.

நேரம் ஆகிக் கொண்டேயிருந்தது. ஒன்பது முப்பது - பத்து மணி ஆயிற்று. ஆனாலும் விருந்தினர்கள் வரவில்லை. சாயதிரக்காவிற்கு போர் அடித்தது. அதன்பின் அவள் பதட்டமடைந்தாள். அவள் கொட்டகைக்குச் சென்று மாடுகளை அவிழ்த்துவிட்டாள். அவர்கள் புல் மேய்ந்து... மேய்ந்து வீதியிலே சென்று காணாமல் போனது. மாலை கறவை நேரத்தில் திரும்பி வரும்.

இனி என்ன செய்ய என்று யோசிக்கும் போது, பக்கத்து வீட்டுக்காரி வந்தாள் -

"என்ன சாயதிரக்கா, கொழுந்தநாரும் குடும்பமும் இன்னமும் வரலையா?"

"இல்லடி. போர் அடித்து என்ன பண்றதுன்னு பார்த்துட்டு இருக்கும் போது, நீ வந்திட்டே. நல்லதா போச்சு. உன் புருஷன் வேலைக்கு போயிட்டாரா?"

"ஆமா. கொண்டு போயிட்டாங்க"

“கொண்டு போயிட்டாங்களா?”

சாயதிரக்கா அவளுடைய பேச்சிலேயிருக்கும் அந்த பாவனையை தெரிந்து கொண்டு ஆச்சரியப்பட்டாள்.

“போதும்னு ஆயிடுச்சு சாயதிரக்கா. ஒரு புருஷனும் ஒரு மாமியாரும் இந்த தரித்திரமான வாழ்க்கையும். எனக்கு இது போதும்”

“அப்படி ஒண்ணும் சொல்லக் கூடாதம்மா. புருஷன் எப்போதும் புருஷன் தான். அவன் எத்தனை கெட்டவனா இருந்தாலும், அவனுக்கு மரியாதை கொடுக்க வேண்டியதை கொடுத்துத் தான் ஆகணும்”

“நீங்க சொல்வீங்க சாயதிரக்கா. உனக்கு நான் கஷ்டப்படறது என்ன தெரியும்? இந்த மாமியாரும் புருஷனும் சேர்ந்து எனக்கு பண்ணும் துரோகம் சாமி ஒருத்தருக்குத் தான் தெரியும்“

இருக்கட்டுமடி இருக்கட்டும். எல்லாருக்கும் ஒரு காலம் வரும். இன்னிக்கு எனக்கு. நாளைக்கு உனக்கு. கர்மாவுடைய பலன் எப்போதும் விடாது. விடுமா? இன்னிக்கு உனக்கு யார் கஷ்டம் தராங்களோ, நாளைக்கு அவங்க பலன் எதிர்கொள்ள வேண்டியிருக்கும்”

“இல்லை சாயதிரக்கா. நான் என்ன பண்ணினேன்னு என்னை இப்படி இம்சைப்படுத்துறாங்க. ஒண்ணும் இல்லேன்னா-“

“விடுறீ... அத விடு. நீ இதெல்லாம் என்கிட்டே சொன்னேன்னு தெரிஞ்சா அவங்களுக்கு இன்னும் கோபம் வரும். நீ இப்படி சொல்றதும் சரியில்லே. உன்னுடைய வீட்டோட பிரச்னையே நீயே தானே பாத்துக்கணும் இல்லையா? புருஷனும் மாமியாரும் என்னமோ பண்ணட்டும். நாம தான் அவங்களை அன்பாலே சரி பண்ணிக் கொண்டு வரணும். சமாதானமா இருந்தா எல்லோருக்கும் நல்லது. அவங்க கோபிச்சிட்டாலும் நீ அமைதியா இருந்தா நீ சமாதானமா இருக்க முடியும். என்ன சொல்றே?”

“எனக்குப் புரியலே சாயதிரக்கா. கடைசியா நான் ஏதாவது ஒரு குளத்திலே போய் குதிக்க போறேன். இது சத்தியம்”

“சீ! அப்படி எல்லாம் சொல்லாதே டி” -

- முற்றத்தின் முன்னால் ஒரு டாக்சி வந்து நின்றது -

- “ஷேன்வாஸ் வந்துட்டான் போல”

சாயதிரக்கா முற்றத்துக்குப் போனாள். பக்கத்து வீட்டுக்காரியும் முன்நோக்கிச் சென்றாள். டாக்சியிலிருந்து சாயதிரக்காயுடைய கொழுந்தநாரும் அவரின் மனைவி மற்றும் குழந்தைகளும் இறங்கினர்.

கொழுந்தநார் டாக்சியிலிருந்து பொருட்களை கீழே இறக்கும் போது சாயதிரக்காவும் பக்கத்து வீட்டுக்காரியும் குழந்தைகளையும் பொருட்களையும் உள்ளே கொண்டு போயினர். மீதமுள்ள பொருட்களைத் தூக்கிக் கொண்டு, ஷேன்வாஸ் மற்றும் மனைவி பின்னாலே வந்தனர். பக்கத்து வீட்டுக்காரி சென்றாள்.

“ஏண்டா, வர்றதுக்கு தாமதம்?”

சாயதிரக்கா கேட்டாள்.

“டிரெய்ன் லேட் ஆயிடுச்சு அண்ணி”

“காலையிலேயிருந்து நீங்க வருவீங்களான்னு பார்த்துக்கிட்டே இருந்தேன். வரீங்களா, வரீங்களான்னு பார்த்துக்கிட்டு இருந்தேன்”

“வந்துட்டோமில்லே?”

ஷேன்வாஸ் சிரித்தான்.

“வந்துட்டீங்க. இப்போ தான் நிம்மதியா இருக்கு”

“நீ என்ன நினச்சே - நாம் டிரெய்னை திருப்பி, மீண்டும் ஷோலாபூருக்கு போயிட்டோம்ன்னா?”

“நீ அதையும் செய்வே. உனக்கு இப்போ அண்ணி வேண்டாம், இந்த வீடும் வேண்டாம், இந்த ஊரும் வேண்டாம், இல்லையா?”

“அப்படி இல்லே அண்ணி. நேரம் கிடைக்க வேண்டாமா? இப்போ முன்னே மாதிரி இல்லை. ஆபீஸ் உடைய பொறுப்பு முழுவதும் என் தலையிலே இருக்கு”

“உன்னுடைய பொறுப்பு - போடா... சரி... குழந்தைகளே என்னை தெரியுமா?” -

சாயதிரக்கா சிரித்துக் கொண்டே கேட்டாள்.

“அவங்க உன்னை மறந்துட்டாங்கன்னு நினைக்கிறீயா?”

ஷேன்வாஸ் கேட்டான்.

“ஒண்ணுமில்லே. வரும் வழி முழுவதும் உன்னையும், உன்னுடைய கன்னுக்குட்டி விஷயத்தையும் தான் இவங்களுடைய பேச்சா இருந்துச்சு.”

“சரி, உனக்குத் தான் நான் வேண்டாம்னு ஆயிட்டாலும், அவங்களுக்கு அப்படி இல்லையில்லையா? எனக்கு அது போதும்.”

“இப்போ உங்களுக்கு குளிர்ச்சியாலே நடுக்கம் வருதா?”

கொழுந்தனாரின் மனைவி கேட்டாள்.

"கடவுள் அருளாலே கடந்த ரெண்டு வருஷமா ஒண்ணுமில்லே. இப்படியே இருந்தா போதும். ஐம்பத்தி ரெண்டு வயசாச்சு. இந்த நடுக்கம் தவிர வேறே ஒண்ணும் உடம்புக்கு இல்லே. இனியும் இப்படியே இருந்து, படுத்தபடுக்கையா இல்லாமே இருந்தா போதும்"

"உங்களுக்கு எப்படியும் அங்கே - வீட்டு வேலைக்கு ஆள் இருக்காங்களா?"

"இருக்காங்க. இல்லேன்னா என்னால் முடியுமா அண்ணி? இவங்களுக்கும், குழந்தைகளுக்கும் நேரத்திலே ஆபீசுக்கும் ஸ்கூலுக்கும் அனுப்புவது சின்ன காரியமா?"

"அது சரி தான்"

"அண்ணி, நீ என்ன எங்களை பட்டினியோட உக்கார வைக்க போறீயா? எனக்கு பசிக்குது"

"பசிக்குதுன்னா முதுகை கடி"

குழந்தைகள் சிரித்தனர்.

"யாருடைய முதுகை கடிக்க?"

"உன்னுடைய பொண்டாடியுடைய"

"கடிக்கட்டுமா?"

"வேண்டாம் டா. காலையிலேயே தோசை வார்த்து வைச்சிருக்கிறேன். உனக்கு ரொம்ப பசிக்குதுன்னா அதை சாப்பிடு. இல்லேன்னா சூடா, போட்டுத் தரேன்"

"சூடா போதும் அண்ணி"

"ஏங்க அவங்களை தொந்திரவு பண்ணிறீங்க"

ஷேன்வாசிடம் மனைவி கூறினாள்.

"நீ சும்மா இரு. அவள் என்னுடைய அண்ணி. வேறு யாருமில்லே."

"ஒண்ணும் பிரச்சினையில்லே. கல்லை சூடு பண்ணி அதிலே மாவு ஊத்தினா தோசையாயிடும். அதிலே என்ன பிரச்சினை? நீங்க போயி உடையை மாத்திக்கிட்டு வாங்க. பல் விளக்கலேன்னா விளக்குங்க. அதுக்குள்ளே தோசை தயார் ஆயிடும். போங்க"

சாயதிரக்கா உற்சாகத்துடன் சமையல் அறைக்குச் சென்றாள். தோசை வார்க்க ஆரம்பித்தாள்.

"உனக்குக் குளிப்பதற்குச் சுடு தண்ணி வேணுமா?"

அவள் கொழுந்தனாரின் மனைவியிடம் கேட்டாள்.

"வேண்டாம் அண்ணி. பச்சை தண்ணியிலேயே குளிக்கிறேன். இந்த வெக்கைக்கு பச்சை தண்ணியிலே குளிச்சா தான் நல்லா இருக்கும்."

"குழந்தைகளுக்கு?"

"அவங்களுக்கு அப்படி ஒண்ணுமில்லே அண்ணி. பச்சை தண்ணியிலேயே குளிச்சு அவங்களுக்கு பழக்கமிருக்கு"

"வேணுமுன்னா, தண்ணீரை காய வைக்கிறேன்"

"வேண்டாம், வேண்டாம்"

குழந்தைகள் பக்கத்திலே வந்தனர் -

"பெரியம்மா, போன தடவை நாங்க வந்தப்போ ஒரு கன்னுக்குட்டி இருந்திச்சே. அது இப்போ எங்கே? வெளியே போயிருக்கா?"

"அதை வித்துட்டேன்"

"வித்துட்டியா? எதுக்கு?"

"அது இப்போ வளர்ந்து காளை மாடு ஆயிருக்கும். காளை மாட்டை வச்சிக்கிட்டு நமக்கு என்ன கிடைக்கும்?"

"ஒண்ணும் கிடைக்காதா?"

"மாட்டை வளர்த்தா, பால் கொடுக்கும். காளை மாடு வளர்ந்துச்சுன்னா வயலை உழுவதற்குத் தான் பயன்படும். இல்லேன்னா வண்டிக்குக் கட்டலாம். நமக்கு வயலும் இல்லை, வண்டியும் இல்லை. அப்புறம் காளை மாடு எதுக்கு?"

குழந்தைகளுக்கு இது பிடிக்கவில்லை. அதனால் அவள் கூறினாள்-

"அடேய், இங்கே மத்த கன்னுக்குட்டி இருக்கே. மாட்டுக் கொட்டகையிலே போயி நீங்க பார்க்கலையா? ஒண்ணு இல்லே, ரெண்டு கன்னுக்குட்டி"

"நாங்க போயி பாக்கலாமா?"

"ஓ, ஆனா இப்போ வேண்டாம். இப்போ இங்கே உக்கார்ந்து இதை சாப்பிடுங்க. அப்புறமா, எங்கே வேணுமுன்னாலும் போங்க"

- சாயதிரக்கா அவர்களுக்குத் தட்டை வைத்து தோசையைக் கொடுத்தாள். சிறிது நேரத்தில் ஷேனவாஸும் மனைவியும் வந்தனர் -

“அப்புறம் என்ன அண்ணி விசேஷம்?”

“என்னடா விசேஷம்? ஏதோ நாள் போயிகிட்டே இருக்கு”

“உனக்கு நம்மோடயே அங்கேயே வந்து இருக்கக் கூடாதா?”

“ஒண்ணும் வேண்டாமடா. இந்த வயசான காலத்திலே இங்கே அங்கேன்னு சுத்தி சாக சொல்றியா?”

“ஏன் அண்ணி அப்படி சொல்றீங்க?”

- கொழுந்துனாரின் மனைவி கேட்டாள்.

“இப்போ என்னுடைய் வயசு ஒண்ணும் சுத்துற வயசில்லே. நினைச்ச இடத்திலே எல்லாம் போனா எனக்கு ஆகாது. தண்ணி, சீதோஷ்ணம் இதெல்லாம் மாறினா எனக்கு ஒத்துவராது -

நான் சத்தியமாக சொல்றேன். அப்புறம் காய்ச்சல் வந்துருச்சு, நடுக்கம் வந்துருச்சு, வயித்துக்கு ஒத்துவரலே, அது ஆகலே, இது ஆகலேன்னு உங்களுக்கு கஷ்டம். உங்களுடைய சாபம் எனக்கு எதுக்கு? நான் இங்கேயே சுகமா இருக்கேன். இங்கேயே இருக்கேன். கல்யாணம் முடிஞ்சதிலிருந்து இங்கேயே தான் இருக்கேன். மரணமும் இங்கேயே ஆகட்டும்.”

“எத்தனை காலம் தான் இப்படியே தனியாக இருப்பீங்க அண்ணி?”

“தனியான்னு யாருடா சொன்னா? உங்களுக்கு நான் தனியா இருக்கேன்னு தோணுது. இன்னிக்கு நீங்க வந்திட்டீங்க அப்படீங்கறதுனாலே வேறு யாரும் வரலே. இல்லேன்னா, இங்கே அக்கம்பக்கத்திலே இருக்கிற யாராவது வந்துகிட்டே இருப்பாங்கன்னு உங்களுக்கு தெரியுமா? நீங்க வரும்போதே ஒரு பெண் இருந்தாளே எப்போதும் அப்படி தான்-“

- சாயதிரக்காவுக்கு வேறு ஒன்று சொல்லத் தோன்றியது -

நான் எப்போதும் இதே போல தனிமையில் இருக்க மாட்டேன். ஒரு நாள் என் கணவன் திரும்பி வருவார். என்னுடைய வீட்டு முற்றத்திலே நிற்பார். “சாவித்திரி” என்று அழைப்பார். மக்கள் அவர் மறைந்ததாகக் கூறுகிறார்கள். அது பொய் என்று நிரூபிப்பார். நாங்கள் மீண்டும் ஒன்றாவோம். ஆம். மக்கள் பொய் சொல்கிறார்கள். அவர் இறந்துவிட்டாரென்று சொல்வது முழுவதும் பொய். எத்தனை பேர் என்னுடைய கணவனை பார்த்து இருக்கிறார்கள் என்று கூறி

உள்ளார்கள். ஆமாம் இருபத்தி ஐந்து வருடத்திற்கு முன்பு என் கணவன் இறந்துவிட்டார் என்று துக்க பிரகடனம் செய்து தந்தி வந்தது எல்லாமே பொய் தான். ஏதோ ஒரு பிணத்தைப் பார்த்து அவர்கள் என் கணவன் என்று தவறுதலாக நினைத்துவிட்டார்கள். எனக்குத் தெரியும். அவர் உயிருடன் இருக்கிறார். எங்கேயோ இருக்கிறார். என்றைக்காவது திரும்பி வருவார். என்னைக்காவது -

ஆனால் சாயதிரக்கா இவ்வளவு தான் கூறினாள் -

“இனி யாரும் இல்லேன்னு என்னடா ஆகும்? கடவுள் ஒருவர் இருக்கிறார். அவர் என்னை கைவிட மாட்டார்”

“யார் அது அப்போ வந்தது?”

கொழுந்துனாரின் மனைவி கேட்டாள்.

அந்த வீட்டுக்காரி.

சாயதிரக்கா பக்கத்து வீட்டை நோக்கி விரலை காட்டினாள்.

“ஓ ஜெயகுமாரின் பொண்டாட்டியா?”

ஆமா. உனக்கு தெரியுமா? அவனுடைய அப்பா போன வருஷம் காலமாயிட்டார்”

“அப்படியா? எதனாலே? அவருக்கு அப்படி ஒண்ணும் உடம்புக்கு முடியாமே போகலையே?”

“ஒண்ணுமில்லாமே தான் இருந்தது. காலையிலே எழுந்திருக்கலேன்னு போய் பார்த்தா இப்படியா விழுந்து கிடந்தார்”

“ம்... ம்”

“அந்த பையனின் கல்யாணம் ஆகி ஏழு - எட்டு மாசந்தான் ஆயிருந்தது. இப்போ எல்லாரும் அந்த பொண்ணைத் தான் தப்பா சொல்லறா. அவள் வீட்டிலே கால் வச்ச நேரம், மாமனார் காலமாயிட்டாராம்”

“முட்டாள்தனம்”

“ஒவ்வொருத்தருடைய தலைவிதி. பாவம், தினமும் இங்கே வந்து அழறா. ஏதாவது குளத்திலே போய் தற்கொலை பண்ணுவாளோன்னு தான் எனக்கு பயம். அப்போ வந்து சொல்லிக்கிட்டு இருந்தா - பிரச்சனை அதிகம் ஆயிடுச்சுன்னா குளத்திலே குதிப்பேன்னு...”

"அண்ணி, அந்த ரங்கநாத மாமாவுடைய பையன் இருக்குறானில்லே, அவன் ஷோலாபூருக்கு வந்திருந்தான்"

"அப்படியா? எப்போ?"

"ஆச்சு நாலு - ஐஞ்சு மாசம். எங்க வீட்டிலேயும் ஒரு நாள் தங்குனான்"

"ஆ... ஆ! அவன் எதுக்குடா ஷோலபூருக்கு போயிருந்தான்?"

"என்னமோ வேலை இருக்குன்னு சொல்லிகிட்டு இருந்தான். எதையோ வாங்க வேண்டியிருந்தது போலிருக்கு "

"ஒண்ணுமில்லேடா, அவன் இங்கே இருந்து ஒளிஞ்சு சுத்திகிட்டிருக்கான். துணி வியாபாரம் பண்றேன்னு ஊரு பூரா கடன் வாங்கி எல்லாமே முடிச்சுட்டான். இங்கே இருந்தா வாழ முடியாதுங்கறதனாலே ஊர் ஊராக அவன் சுத்திகிட்டு இருக்கான். முந்தாநாள் யாரோ ஜல்காமில் சுத்தறதை பார்த்தாங்களாம்..."

ஜல்காம் என்று கேட்ட உடனே ஷேனவாஸுக்கு தலையிலே அடித்தது போல இருந்தது...

"அண்ணி, ஜல்காமுன்னு சொல்லும் போது ஞாபகம் வந்திருச்சு..."

அவன் சாயதிரக்காவுடைய முகத்தைப் பார்த்தான். அவள் கேட்டுக் கொண்டிருந்தாள். அவன், குழந்தைகளை வெளியே போய் விளையாட கூறினான். அதன்பின், அவன் பேச்சு சத்தம் தானாக குறைத்து -

"ஒன்றறை மாசம் முன்னாலே நான் அண்ணனைப் பார்த்தேன்" - சாயதிரக்கா உடனே குழம்பிப் போனாள் -

நான் என்ன கேட்டுகிட்டு இருக்கேன். உண்மையா? பொய்யா? நான் கேட்டுக் கொண்ட இந்த வார்த்தைகள் என்னுடைய நெஞ்சிலே வெறுமனே தோன்றியதா? இல்லை கொழுந்தனாரின் உதடுகளில் இருந்து வந்ததா? அவன் என்னுடைய கணவனைப் பார்த்தாகச் சொன்னாரா -

என்னடா? என்ன சொன்னே நீ? யாரை பார்த்தேன்னு சொன்னே?"

"அண்ணனை, உன் புருஷனை"

- சாயதிரக்காவுக்கு அவளுடைய கணவனை தன்னுடைய அண்ணனை எங்கே எப்பொழுது பார்த்தார் போல விஷயத்தை அவர் கூறினார். சாயதிரக்கா ஸ்தம்பித்துப் போனாள். கணவனை வெவ்வேறு நேரத்தில் பலர் பார்த்திருப்பதாக அவளுக்கு தகவல் கிடைத்திருந்தது. ஆனால், யாரும் அவரை நேரடியாக பார்த்திருக்கவில்லை. கொழுந்தனார்

போல யாரும் அவரிடம் பேசி இருக்கவுமில்லை. அதன்பின் யாரும் தங்கியிருக்கவும் இல்லை -

இருபத்தி ஐந்து வருடத்திற்கு பின் இன்று ஊர்ஜிதப்படுத்தும் அந்த தகவல் வந்து சேர்ந்தது. என்னுடைய கணவன் உயிருடன் இருக்கிறார். அவர் மரணிக்கவில்லை. அவர் இறக்கவில்லை. அன்று அவர் மறைந்தார் என்று வந்த தகவல் தவறானதே. அவர் என்னைப் போலவே எலும்பும் சதையும் கொண்டு நடமாடிக் கொண்டு இருக்கிறார் - கடவுளே!

சாயதிரக்காவுடைய முழு உடம்பு புல்லரித்தது. அவளுக்கு சந்தோஷத்தில் உற்சாகம் பிறந்தது -

"எனக்குத் தெரியும். அவருக்கு ஒண்ணுமாயிருக்காதுன்னு. எனக்கு தெரியுமடா. யாராவது ஒரு நாள் எனக்கு இப்படி சொல்லுவாங்கன்னு. அன்னிக்கு அந்த தந்தி வரும் போதே எனக்கு அப்படி தோணிச்சு - அது எனக்கு இல்லேன்னு. என்னுடைய இந்த பொட்டைப் பார்த்து பைத்தியக்காரிப் போலே பலர் பார்த்தது உண்டு. ஆனால், எனக்குத் தெரியும்டா - அவர் எங்கோ இருக்காருன்னு. என் மனசு சொல்லிச்சு. எனக்கு நல்ல விசுவாசம் இருந்துச்சு. இப்போ தெரிஞ்சுதா நான் ஏன் இந்தப் பொட்டு வைச்சிருக்கேன்னு? அது தான் கடவுளின் திருவிளையாடல். முதலே எனக்கு என்னவோ போல இருந்துச்சு ---

இப்படி ஆயிடுச்சே கடவுளே - என்று. இப்போ பார். என்னுடைய விசுவாசம் ஜெயிச்சுடுச்சு. கடவுள் என்னுடைய பிராத்தனையை ஏத்துக்கிட்டார். "அடேய், கோயிலிலே ஒரு கல்யாண உத்சவம் பண்ணணும். சரியா? ரூபாய் நான் தரேன். சாயிந்தரமே கோயிலுக்குப் போய்க் கட்டு. சரியா?

- கொழுந்தனார் அமைதியாக உட்கார்ந்திருந்தார்.

"இல்லேன்னா நானே போறேன். தினமும் ரெண்டு வேளை நான் கோயிலுக்கு போறேன். உன்கிட்டே எதுக்கு சொல்லணும்? அது இருக்கட்டும். உன் அண்ணா இப்போ எப்படி இருக்காரு?"

"முடி நரைச்சு, கன்னம் ஒட்டிப் போய், கண்கள் குழியாகி நல்ல கிழவனா இருக்கிறார்."

"பின்னே, கிழவன் ஆகாமே? அப்பவே அவருக்கு முப்பத்தோரு வயசு இருந்தது. இப்போ ஐம்பத்தாறு - ஐம்பத்தேழு ஆயிருக்கும். கிழவன் ஆகாமே அப்புறம்? ஐம்பது வயசு ஆகறதுக்கு முன்னேயே உன் முடி எல்லாமே நரைச்சிருக்கிலே?"

“அண்ணாவின் விஷயம் கேட்டவுடனேயே நான் வேணாமுன்னு ஆயிடுச்சு. சரி இருக்கட்டும். இருக்கட்டும்.”

திடீரென்று சாயதிரக்காவுக்கு ஒரு சந்தேகம் வந்தது -

“யுத்தம் முடிஞ்சு இருபத்தி ஐஞ்சு வருஷம் ஆயிடுச்சு. ஒரு தடவைக் கூட அவருக்கு இங்கே வர தோணலே. எத்தனையோ பேரு திரும்ப வந்துட்டாங்க”

-- அவளுடைய இந்த சந்தேகம் வளர்ந்தது -

“அவங்க மட்டும் எப்படி திரும்பி வந்தாங்க? ரா-பகலா கண்ணிலே எண்ணெய் ஊத்தி காத்துகிட்டு இருக்கிறாளுன்னு ஏன் அவருக்கு தெரியலே?”

கொழுந்தனாருக்கு சங்கடமாக இருந்தது. அவருடைய மனதிலே, அவளை தான் ஏமாற்றிவிட்டதாக ஒரு குற்ற உணர்வு தோன்றியது. அவர் எச்சில் முழுங்கினார். அவன் மௌனமாக இருந்ததைப் பார்த்து சாயதிரக்கா பயந்தாள்.

- “ஏண்டா? ஏன் பேச மாட்டீங்கரே?”

கொழுந்தனாருக்கு, அண்ணாவின் பேச்சு எடுத்ததே தப்பாகிவிட்டதோ என்று தோன்றியது. அவன் மனைவியின் முகத்தைப் பார்த்தான் - அங்கே “சொல்ல வேண்டாம்” எனும் கருத்து அவளுடைய முகத்தில் பிரதிபலித்தது. அவன் பேசாமல் இருந்தான் -

“என்னடா இது? ஒவ்வொருத்தரும் மூஞ்சியே பார்த்துகிட்டே இருந்தா என்னப் பண்றது? ம்? நீங்க என்னமோ மறைக்கிறீங்க. அப்படித் தானே?”

“ஒண்ணுமில்லே அண்ணி”

“ஒண்ணுமில்லையா? பொய் சொல்லாதே. பொய் சொன்னா, நான் போட்டு அடிப்பேன். உனக்கு எத்தனை வயசு ஆச்சு, கல்யாணம் ஆச்சு, குழந்தைக இருக்காங்கன்னு ஒண்ணும் பார்க்கமாட்டேன். சொல்லு”

“அது ஒண்ணும்மில்லே அண்ணி” -

“மறுபடியும் அதே பேச்சு”

- அவளுக்கு மறுபடியும் சந்தேகம் வலுத்தது.

“ஆமா, நீ அவரை சந்திச்சேன்னு சொன்னது உண்மையா?”

"அது உண்மை தான் அண்ணி"

"அப்புறம் என்ன? அவரை நீ சந்திச்சிட்டேன்னா உனக்கு தெரிஞ்சிருக்குமே அவர் ஏன் இங்கே வரலைன்னு. கை கால் நல்லா தானே இருக்கு?"

"ஆமா அண்ணி"

"அப்புறம் என்னத்துக்கு அவர் ஒளிஞ்சுகிட்டு சுத்துறார்? அவருக்கு நான் வேண்டாதவளாகிவிட்டேனா? அப்படி ஆகாதேடா. நீ சொல்லு. சொல்லலேன்னா நாளைக்கே நான் ஜல்காமிக்கு புறப்படுறேன். இருபத்தியஞ்சு வருஷம் காத்துகிட்டு இருந்தது சும்மாயில்லே. எனக்கு அவரைச் சந்திக்கணும். அவர் இங்கே வரலேன்னா நான் அங்கே போவேன்"

"அண்ணி, நீங்க போக வேணாம். அண்ணாவுக்கு இங்கு வரத் தோணலைன்னா நீங்க எதுக்கு போகணும்? இங்கே வரதற்கு அவர் வழி மறந்து போய் அல்ல வராமே இருக்கறது. நீ ஒருத்தி இங்கு இருக்கேங்கறதை அவர் மறக்கவே இல்லே. அவருக்கு இங்கு வர வேண்டாமுன்னு தோணிச்சு - அதனாலே வரலே"

"அது எப்படி அவருக்கு இங்கே வர வேண்டாமுன்னு தோணும்? - நான் அவருக்கு வேண்டாமுன்னு ஆயிடுச்சா?"

- கொழுந்தனார் ஒன்றும் பேசவில்லை. அவனும், மனைவியும் பேசாமல் இருப்பதைப் பார்த்து சாயதிரக்காவுக்கு பயம் ஏற்பட்டது - "நான் அவருக்கு வேணாமுன்னு ஆயிடுச்சா?" அவளுடைய முகத்தைப் பார்த்து கொழுந்தனார் கூறினார் -

"அண்ணி, உனக்கு சொல்ல வேண்டாமுன்னு நினைச்சேன். ஆனா சொல்லாமே இப்போ வேறு வழி இல்லே"

- சாயதிரக்காவுக்கு இப்பொழுது முழுவதும் தெரிந்தது. அவளுடைய இருதயம் படபடத்தது -

"அவருக்கு அங்கே வேறு ஒரு பொண்டாட்டி இருக்கா. குழந்தைகளும் இருக்காங்க. யாருக்கும் சொல்ல வேண்டாமுன்னு சொன்னார். உனக்கு தெரியட்டுமுன்னு நான் சொன்னேன்."

- சாயதிரக்கா பெரிய மூச்சு விட்டாள். சிறிது நேரம் யாரும் எதுவும் பேசவில்லை. அதன்பின், அவள் கூறினாள் -

"இப்படி ஏதோ இருக்குமுன்னு எனக்கும் தோணிச்சுடா. இருக்கட்டும். இருக்கட்டும். அவர் எங்கே இருந்தாலும் நல்லா இருந்தா போதும். எனக்கு வேறு எதுவும் வேணாம். இருபத்தியஞ்சு வருஷம்

கழிஞ்சு அவர் சௌக்கியமாக இருக்காருன்னு தெரிஞ்சதில்லையா? அதுவே போதும்."

"அண்ணி, நீங்க ஒண்ணும் நினைக்காதீங்க, சரியா? அண்ணனுடைய சுபாவம் எனக்குத் தெரியும். ஆனா அவர் இப்படி பண்ணுவாருன்னு கனவிலேக் கூட நினைக்கலே"

"எனக்கு ஒண்ணுமில்லேடா. என்னுடைய ஐம்பதிரெண்டு வருஷத்திலே இருபத்தியஞ்சு வருஷம் இப்படியே போச்சு. ஜாஸ்தின்னா இன்னும் பத்து - பதினைஞ்சு வருஷம்"

கொழுந்தனார் பேச்சை மாற்றினார் -

"அண்ணி, உங்களுக்கு அந்த முரளியை தெரியுமில்லே?"

"ம்"

"அவனுக்கு வேலை கெடச்சுருச்சாமே"

"ஆமா"

"தப்பிச்சுட்டான்"

சாயதிரக்கா தலையை ஆட்டினாள்.

"சும்மா அங்கே இங்கேன்னு சுத்திட்டு இருந்தான். என்னிக்கோ ஒரு இண்டர்வியூக்குப் போனானாம். இப்போ உத்தரவு வந்திருக்கு. உனக்கு அவன் சொல்லலையா?"

"இங்கே வந்திருந்தான். சொன்னான்."

"எனக்கு கடிதம் போட்டிருந்தான். அப்படித் தான் எனக்குத் தெரிஞ்சது"

"... "

"அவனுடைய சகோதரியுடைய கல்யாணம் ஆயிடுச்சா, இல்லையா?"

"இல்லே"

"ஏன் அவளை கல்யாணம் பண்ணித் தர எண்ணம் இல்லையாமா? இல்லே அவளைக் கல்யாணம் பண்ணி தர காசு இல்லையா? எத்தனை பெண்களுக்கு சரியான நேரத்திலே கல்யாணமாகமே போகுதில்லையா?"

"ம்"

“அங்கே சோலாப்பூரிலே எங்க வீட்டு பக்கத்திலே இப்படியே ஒரு பொண்ணு இருந்தா. முப்பதி அஞ்சு வயசு இருக்கணும். கல்யாணம் பண்ணி தரணுமுன்னு யாரும் நினைக்கல போல. ஒரு நாள் யார் கூடவோ ஓடிப் போயிட்டா”

“....”

“அண்ணி, அங்கே நான் ஒரு பிளாட் வாங்கலாமுன்னு நினைக்கிறேன். என் ஆபிஸுக்குப் பக்கத்திலே ஒரு ஹௌசிங் காலனி கட்டுறாங்க. வேலை இன்னும் ஆரம்பிக்கலே. மழைக் காலத்திற்கு பிறகு ஆரம்பிப்பாங்கன்னு நினைக்கிறேன். இப்போ பிளாட் கட்டுறதுக்கு யாருக்கு இஷ்டம் இருக்கோ, அவங்ககிட்டேயிருந்து பணத்தை வாங்கிட்டு இருக்காங்க. நானும் ஒரு பிளாட் புக் பண்ணினா என்னன்னு நினைக்கிறேன். நீ என்ன சொல்றே?”

“....”

“அண்ணி”

“ம்”

கொழுந்தனார் அவளின் முகத்தைப் பார்த்தான் -

“ஏன் ஒண்ணும் சொல்லலே?”

“ஆ... நீ என்ன சொன்னே?”

அவன் மறுபடியும் எல்லாம் திரும்பி கூறினான். “நான் ஷோலப்பூரில் ஒரு பிளாட் வாங்கலாமுன்னு” -

“ஆ... அ... வாங்கேன்... நல்லது.”

குழந்தைகள் ஓடி வந்தனர் -

“அம்மா... அம்மா... அந்த மாடு இவனை முட்ட வந்துச்சு”

“நல்லா ஆச்சு. முட்டி இருக்கணும்”

“எனக்கு அல்ல - அவனுக்கு”. “அவன் பால் கறக்க போனான்”

“நல்லா ஆயிடுச்சுடா நாளையிலேயிருந்து, காலையிலே எழுந்திருச்சு எல்லா வீட்டுக்கும் பால் கறக்கப் போ”

- யார் தவறு பண்ணியதோ, அவன் விரலைக் கடித்து நின்றான்.

“அண்ணி, நான் வெளியே போய் வரேன். தெரிஞ்சவரை பாத்துட்டு வரேன்”

"சரி"

"அப்பா, நானும் வரேன்"

"வா"

தந்தையும் மகனும் வெளியே சென்றனர்.

சாயதிரக்கா மதிய சாப்பாடு தயார் செய்வதற்காக சமையலறையில் சென்றாள். அங்கே ஏதோவெல்லாம் செய்து கொண்டிருந்தாள். நிறைய வேலை இருந்ததால் இருவரும் அதிலேயே மூழ்கி இருந்தனர். ஒன்றரை - ரெண்டு மணிக்கு கொழுந்தனாரும், மகனும் திரும்பி வந்தனர். பேசிக் கொண்டே சாபிட்டு, அதன் பின் தூங்கப் போயினர். உடனே தூங்கியும் போயினர். அவர்களின் பின்னாலேயே பெண்களும் சாப்பிட்டுத் தூங்கினர்.

சாயதிரக்கா மூடிய கண்களில் முழித்துக் கொண்டே இருந்தாள்-

கடைசியில் இப்படி ஆயிற்று! என்னுடைய முதுகிலே குத்திவிட்டனர்! இத்தனை நாட்கள் எதிர்பார்ப்புடன் இருந்தேன். இன்று அவர் வருவார் என்று - பின்னாலே இருந்து - "சாவித்திரி" - இப்படி அழைப்பார் - நான் திரும்பிப் பார்க்கும் போது, கத்தியை எடுத்துக் குத்துகிறார் - இந்தா உனக்கு - இருபத்தி ஐந்து வருடம் கண்ணிலே எண்ணெய் ஊற்றி பார்த்துக் கொண்டே இருந்தாய் அல்லவா? இந்தா! நான் வரும் போது ஓடி வந்து கழுத்திலே மல்லிப்பூ மாலை போடுவதற்கு காத்துக் கொண்டிருந்தாய் அல்லவா? இந்தா! இந்தா! இந்தா!

கடவுளே! நான் என்ன தவறு செய்தேன்? மற்றவர்களைப் போலவே எனக்கும் கல்யாணமானது. ஏழு வருடத்திற்கு பின் தந்தி வருகிறது -உன்னுடைய கணவன் இறந்துவிட்டான் என்று. இன்று கொழுந்தனார் கூறுகிறான் - உன்னுடைய கணவன் உயிருடன் இருக்கிறார் என்று. சௌக்கியமாக இருக்கிறார் என்று. ஆனால் நீ அவனுக்கு வேண்டாம். சொல், நான் என்ன செய்தேன்? இந்த எல்லா கஷ்டமும் எதற்கு எனக்கே வருகிறது? நான் ஒரு எறும்புக்குக் கூட தீங்கு விளைவிக்க மாட்டேன். அதன்பின் ஏன் என்னையே தேடிப் பிடிக்கிறாய்?

- போன ஜென்ம பாவத்தினாலே இருக்கலாம். வேறு என்ன என்று கூற? ஆனாலும் எனக்கு இப்படி ---

- ஆ. விட்டுவிடு. தலை விதி. வேறு என்ன?

- உயிருடனிருந்து இனி என்ன பயன்? இன்று வரை ஒரு காரணம் இருந்தது - அவர் வருவார் என்று. இனி மேல் எதுவுமில்லை. எதுவும். ஏதாவது ஒரு நாள் முற்றத்திலே வந்து நின்று அழைப்பார் - சாவித்திரி!... இவளைத் தெரியுமா? இவள் என்னுடைய மனைவி. உன்னை

வீட்டைவிட்டு போகச் சொல்லி நான் சொல்ல மாட்டேன். இங்கேயே தங்கு.

அதற்கு முன்பே உயிரை விட்டுவிடுவது நன்று. அந்த குளத்திலே போய் மூழ்கினால் போதும். நாளை மேலே வருவேன். ஒன்றுமில்லை என்றாலும் மக்கள் கூடுவார்கள். இன்றே இறந்தால் நல்லது. கொழுந்தனார் இருக்கிறார் - அவனுக்கு ஒரு தந்தி கொடுப்பான். அப்படி அவனுக்கு ஒரு தகவல் கிடைத்தால் எப்படியிருக்கும்? துக்கப்படுவானா? அவனுடைய உள்மனது நீ தான் இதற்கு காரணம் என்று சபிக்குமா? இல்லை அவள் இறந்துவிட்டாள் என்று இரகசியமாக சந்தோஷப்படுவானா?

வேண்டாம். அவனுக்கு எப்படி ஆயினும் நான் வேண்டாம் என்றாகியுள்ளது. அதன் பின் நான் இறந்தாலும், இருந்தாலும் அவனுக்கு என்ன? இறந்துவிட்டேன் என்று தெரிந்தாலும் பரவாயில்லை என்று விட்டுவிடுவார். அவ்வாறு என்னைப் பற்றி சிந்தனை இருந்திருந்தால், கடந்த இருபத்தி ஐந்து ஆண்டுகளில் ஒரு முறையாவது வந்திருக்கலாமே. அவனுக்கு சிறிதும் நான் வேண்டாம் என்று ஆகியுள்ளேன்.

- இனி மேல் என்ன செய்வது? இனி மேல்? காளை மாடு போல மற்றவர்களுக்காகவே வாழ்வது. யாருக்காகவோ, வண்டியை இழுப்பது, யாருடையதோ வயலை உழுவதற்காக ஏரைக் கழுத்திலே மாட்டி உழுவது. என்னுடையதென்று, எனக்கென்று எதுவும் இருக்காது. நடைப்பிணமாக இருப்பது. கடைசியாக இறைச்சிக் கடைக்காரனுடைய அரிவாள், கழுத்தை வெட்டும் வரை இப்படியே உயிருடன் இருப்பது.

நீ எதற்கு இது போல அபசகுனமாக எண்ணிக் கொண்டு இருக்கிறாய்? - மகனைப் போலக் கொழுந்தனார் இல்லையா? அவனை நீ தானே வளர்த்தாய்? அவனுக்கு உன் மீது பாசமில்லையா!

அது சரி. ஆனால், அவனுக்கு அவன் மனைவி, குழந்தைகள் என இருக்கின்றனர். மனைவி குழந்தைகளுக்கு முன்னால் அண்ணி யார்? சிறிது காலத்திற்கு அவன் பார்த்துக் கொள்ளலாம். எப்போதுமல்ல, எப்போதுமல்ல. அது சரியாக வராது. எதுவும் சரியாகாது. ஒரே வழி தான். குளத்திலே மூழ்க வேண்டியது தான். இல்லையென்றால் பரணிலே ஏறி தூக்கு மாட்டிக் கொள்வது தான்...

வெளியே மாடு கத்தியது. சாயதிரக்கா மௌனமாக அவளிடம் கூறினாள் - போ, உன் வழியே பார்த்து. இன்று முதல் உன்னை அவிழ்த்து விட்டேன். எங்கு போக வேண்டுமோ போ. நான் உன்னைத் தேடி வர மாட்டேன். போ -

மாடு கத்திக் கொண்டேயிருந்தது. சாயதிரக்கா எழுந்து மாட்டை கொட்டகையில் கட்டினாள். பால் கறக்க வேண்டிய நேரமானது. அவள் ஏனோ என்று சென்று பால் பாத்திரத்தைக் கொண்டு வந்தாள். எந்திரம் போல பாலைக் கறக்க ஆரம்பித்தாள்.

சிறிது நேரத்தில், அவளிடம் பால் வாங்குபவர்கள் ஒவ்வொருத்தராக வர ஆரம்பித்தனர். எப்போதும் போலயில்லாமல் மௌனமாக அவர்களுக்குப் பால் கொடுத்தாள். அதன் பின் சிறிது சிறிதாகத் தான் பேச்சிலே பங்கு வகித்தாள்.

அன்று இரவு ஷேன்வாஸ் மனைவிடம் கூறினான் -

"அண்ணி ரொம்ப வருத்தப்படுறாங்களோ?"

"எனக்குத் தெரியும். புருஷன் விட்டுவிட்டு போனான் என்றால் யாருக்குத் தான் அப்படி ஆகாது? நான் உங்களிடம் சொல்ல வேணாமுன்னு ஜாடையாலே சொன்னேனே."

"திடீரென்று அண்ணியைப் பார்த்துச் சொல்லிவிட்டேன். அப்புறம் எதுவும் மறைக்க முடியலே"

"விடுங்க. ரெண்டு - மூணு நாளிலே சரியாயிடும்"

"அவள் மிகவும் சென்சிடிவ் டைப். அன்று அந்த தந்தி வந்த பிறகு எத்தனை நாட்களுக்கு அவள் அழுது கொண்டு இருந்தாளென்று உனக்குத் தெரியுமா?"

"அன்னிக்கு நடந்த அந்த அதிர்ச்சி இல்லையே இன்னிக்கு நடந்தது?"

"அன்னிக்கு அந்த தந்தி மாறித் தான் வந்ததுன்னு பலரும் அவளிடம் சொன்னார்கள். சரின்னு தோணிச்சு. ஆனா இன்னிக்கு அப்படியில்லே. அண்ணாவைப் பார்த்தேன்னு நானே சொல்லியிருக்கேன். அவன் வேறு ஒரு கல்யாணம் பண்ணி இருக்கான்னு நானே சொல்லியிருக்கேன். இந்த தடவை அவள் கேட்டது தப்புன்னு எப்படிச் சொல்றது? சே. சொல்லியேயிருக்கக் கூடாது. இப்போ என்ன பண்றது?"

"ஒண்ணும் பயப்படாதீங்க. நான் இங்கே இருப்பேன் இல்லே. நான் பார்த்துக்குறேன்"

"அவளுக்குக் கொஞ்சம் சமாதானம் பண்ணு"

"ம்"

அடுத்த நாள் ஷேன்வாஸ் எழுந்தான். சாயதிரக்காவை யாரோ கூப்பிட்டுக் கொண்டிருந்தார். அதைக் கேட்டு கடிகாரம் பார்க்கும் போது,

ஏழரை மணி. மனைவியும் குழந்தைகளும் நன்றாக தூங்கிக் கொண்டிருந்தனர்.

அவன் எழுந்து முன் வாசல் கதவு பக்கம் சென்றான். கதவின் தாழ்பாழ் போடாமல் இருந்தது. அவன் கதவைத் திறந்தான். வெளியே பால் வாங்க வந்தவர் கேட்டார் -

"சாயதிரக்கா இல்லையா?"

"இருக்காங்களே"

பால் வாங்க வந்தவர் முன்னாலே பாத்திரத்தை நீட்டிக் கூறினார்-

"பால்"

பாத்திரத்தை வாங்கி ஷேன்வாஸ் உள்ளே சென்றான். சாயதிரக்காவை கூப்பிடச் சமையலறைக்குச் சென்று பார்க்கும் போது அவள் அங்கே இல்லை. வேறு எந்த அறையிலும் அவள் தென்படவில்லை. ஒரு அறையின் சுவற்றை ஒட்டி ஏணி வைத்திருப்பது அவன் கண்ணிலே பட்டது. ஏணி வைத்திருந்த இடம் மேலே பரணுக்குச் செல்லும் வழியாக இருந்தது.

அவனுக்கு நேற்று நடந்த அந்த உரையாடல் - அதைத் தொடர்ந்து அண்ணிக்கு ஏற்பட்ட அந்த மாற்றம் நினைவுக்கு வந்தது. அவன் உடம்பு சிலிர்த்தது. அண்ணி, மேலே பரணிலே போய் என்ன செய்து கொண்டிருப்பாள்? என்ன ஆகி இருக்கும்? - அவன் குழம்பினான். சிறிது நேரத்தில் அவன் தேற்றிக் கொண்டான். நடுங்கும் கைகளால் பால் பாத்திரத்தின் மூடியைத் திறந்தான். அது காலியாக இருந்தது. வேறு பாத்திரத்திலும் பாலில்லை. அதனால் மேலும் அவன் குழம்பிப் போனான். அவன் வெளியே வந்தான்.

"பால் இல்லே போல தெரியுது. சரியா?"

- வந்தவருக்கு ஆச்சரியமாக இருந்தது.

"ஏன்?"

"பால் கறக்கலே போல இருக்கு"

"அப்படியா, இன்னிக்கு சாயதிரக்காவுக்கு என்ன ஆச்சு? உடம்பு சரியில்லையா?"

"அப்படி ஒண்ணுமில்லே. எழுந்திருக்க நேரமாயிருக்கும்"

- வந்தவர் என்ன பண்ணுவது என்று ஒரு குழப்பத்திலே நின்றார்-

“ஒரு ஒன்பது - ஒன்பதரை மணிக்கு வாங்க. அப்போ பார்க்கலாம்”

“சரி”

– அவர் சென்ற பிறகு ஷேன்வாஸ் அவசரமாக உள்ளே சென்றான் -மனைவியை எழுப்பினான். அதன் பின், அவளுக்கு அந்த அறைக்குச் சென்று, அந்த ஏணியை காண்பித்தான். ஏணியை பார்க்கும் போது அவனுக்கு ஏற்பட்டது போலவே அவளுக்கும் அதிர்ச்சியாக இருந்தது. அவளுக்கும் பயம் கவ்விக் கொண்டது.

“நான் மேலே ஏறி என்ன ஆயிருக்குன்னு போய் பாக்குறேன்” ஷேன்வாஸ் கூறினான். மனைவி கீழே நடுங்கிக் கொண்டு இருப்பதைக் கட்டுப்படுத்திக் கொண்டு இருக்க, அவன் ஏணியின் மீது காலை வைத்து, பரணிலே ஏறினான். அங்கேயிருக்கும் அரை வெளிச்சத்தில் ஒரு மூலையில் அண்ணியின் அசைவு இல்லாத உருவத்தைக் கண்டான். அவள் அவனுக்கு முதுகு தெரியும்படியும் கையிலே ஏதோ பிடித்தபடியும் மற்றொரு கையிலே தாங்கியும் உட்க்கார்ந்திருந்தாள். அவனுடைய இருதயம் படபடத்தது -

“அண்ணி”

- அவள் திரும்பினாள். அதிலே அவனுக்கு உயிர் வந்தது.

- அவள் ஒன்றும் செய்துவிடவில்லை. நான் தான் வெறுமனே பயந்து போயிட்டேன். ஆனாலும் பயப்படுவதற்கு ஒரு காரணம் இருந்தது. கீழே மனைவி, இப்போதும் பயந்து கொண்டே இருக்கிறாள் -

“அண்ணி”

“ஷ்” உதடுகளிலே விரல் வைத்து அங்கிருக்கும் பொருட்களின் நடுவே பார்க்க சொன்னாள். அங்கே இப்பொழுது தான் பிறந்த மூன்று பூனைக் குட்டிகள் ஒன்றோடு ஒன்று சாய்ந்து படுத்துக் கொண்டிருந்தன. அவள், அவைகளை பார்த்துக் கொண்டேயிருந்தாள்.

“அண்ணி”

ஷேன்வாஸ் அவளை மீண்டும் கூப்பிட்டான்.

இன்னிக்கு பால் கறக்கலையா? பாலுக்காக ஒருத்தர் வந்திருந்தார். உன்னைக் கூப்பிட்டுக் கொண்டேயிருந்தார். நீ கேட்கலேயா?”

“எத்தனை மணி ஆச்சு?”

“ஏழேமுக்கால் ஆயிருச்சு. நீ இங்கே உட்கார்ந்து என்ன பண்ணிக்கிட்டு இருக்கே?”

"ஒண்ணுமில்லே"

"கீழே இறங்கலாம்"

"சரி, இந்தா. அவள், அவனிடம் ஒரு பெரிய பாத்திரத்தைக் கொடுத்தாள் -

"இதை கீழே இறக்கு"

ஷேன்வாஸ் பாத்திரத்தையும் கொண்டு கீழே இறங்கினான். பின்னாலே அவளும் இறங்கினாள். கீழே கொழுந்தனாரின் மனைவியுடைய முகத்தைப் பார்த்தாள். அவர்களுடைய பயம் அவளுக்குத் தெரிந்தது -

- "நான் செத்துட்டேன்னு நினச்சீங்களா?"

அவள் ஒண்ணும் பேசலே -

"அப்படி ஒண்ணும் இல்லே. நான் எதுக்காக சாகணும்?"

திடீரென்று ஒன்றுக்கு பின்னாலே மற்றொன்று வார்த்தை வந்தது. ஆனால், அதை எல்லாம் அப்படியே முழுங்கினாள். ஒரு பாவனை மட்டும் தெரியப்படுத்தினாள் -

"இருபத்தியஞ்சு வருஷம் ஒருத்தருக்காகக் காத்திக்கிட்டு இருந்து - எப்போவாவது அவர் வருவார் - எருமை மாட்டின் மீது உட்கார்ந்து பாசக் கயிறுடன். அது வரை இப்படியே போகட்டும்"

ஷேன்வாஸும் மனைவியும் பேசாமல் இருந்தனர். வெளியிலிருந்து ஒரு சத்தம் கேட்டது -

"சாயதிரக்கா"

- அவள் ஒன்றும் பேசாமல் வெளியே போனாள். பிறகு சிறிது நேரத்தில் திரும்பி வந்தாள். பால் பாத்திரம், தண்ணீர் டம்ளர் மற்றும் எண்ணெய் டப்பாவை எடுத்துக் கொண்டு கொட்டகைக்குள்ளே சென்றாள்.

மாடுகள் அவளுடைய வருகைக்காகக் காத்துக் கொண்டிருந்தன. அவள் அதற்கு புல் போட்டாள். தண்ணீர் வைத்தாள். மாட்டின் மடியிலே தண்ணீர் தடவினாள். எண்ணெய் விட்டாள். அவளுக்குச் சோர்வு ஏற்பட்டது. அவளுடைய கவனம் மாறியது. மாட்டின் மடியிலே விரல்கள் செயல்படவில்லை. அவள் பார்த்துக் கொண்டேயிருந்தாள்.

— எதிர்பார்ப்பு–'கொங்கணி'வருடாந்திர பதிப்பு–1987–1988

11. அவன் பைத்தியக்காரன்

நான் கண்களைத் திறந்தேன். அந்த அதிகாலையின் இளம்வெய்யில் கண்ணிலே பட்டது. வீதி வழியாக வண்டிகள் எல்லாம் ஓட ஆரம்பித்தன. மக்கள் பேசுவதும் கேட்கிறது. நான் தலையை நிமிர்த்திப் பார்த்தேன் - யாரும் எழுந்திருக்கவில்லை. இந்தக் கடையின் வாசலிலே எல்லோரும் படுத்துக் கொண்டிருந்தார்கள்.

எழவா? - வேண்டாம். சீக்கிரமாக எழுந்து என்ன செய்ய இருக்கிறது? நான் வேறுபக்கமாகத் திரும்பி, வெளிச்சத்திற்கு முதுகுகாட்டிப் படுத்தேன். சோம்பல் முறித்தேன். தலைவழியாகத் துணியை இழுத்துப் போர்த்திக் கொண்டேன். தொடைகளுக்கு நடுவே கையை வைத்தேன். கண்களை மூடினேன்.

சட்டென்று ஞாபகம் வந்தது - இன்று ஞாயிற்றுக்கிழமை!

இன்று ஞாயிற்றுக்கிழமை. சர்ச்சில் மக்கள் அதிகாலையிலேயே வருவார்கள். அந்த தேவாலயத்தில் காலை ஐந்தரை மணி முதல் பத்தரை மணி வரை ஜெபக் கூட்டம் நடைபெறுகிறது. மிலாகிரிஸ் சர்ச்சுக்கு சீக்கிரமாகச் சேர வேண்டும். மிலாகிரீஸ் என்றால் பெரிய சர்ச். முக்கியமான சந்திப்பின் ஓரிடத்தில், மிலாகிரிசின் மஞ்சள் கட்டிடம். இப்பொழுது அந்த சர்ச்சின் கதவு வழியாக, பக்தர்கள் உள்ளே சென்று கொண்டிருப்பார்கள். உடனடியாக அங்கே போக வேண்டும்.

நான் எழுந்தேன். போர்த்திக் கொண்டிருந்த துணியைத் தோளிலே சுற்றினேன். தலைமாட்டிலே வைத்திருந்த செருப்பை காலிலே அணிந்தேன், தலையணையாக வைத்திருந்த பொட்டலத்தை கக்கத்திலே வைத்துக்கொண்டேன். அதன் பின், கைத்தடிக்கு சாய்ந்து எழுந்து நின்றேன்.

மிலாகிரிஸ் - எனக்கு அங்கே எத்தனை சில்லறை கிடைக்குமோ அது போல வேறு எங்கும் கிடைக்காது. மிலாகிரிஸ் செல்வந்தர்களுடைய பிரார்த்தனை இடம். அங்கே ஞாயிற்றுக்கிழமை ஜெபக் கூட்டம் என்றால், எனக்கு பாக்கியத்தின் திருவிழா. என்... பாக்கியம் பிச்சை எடுப்பது.

பாக்கியம் என்னும் போதே, எனக்கு அந்த மனிதனின் ஞாபகம் தான் வருகிறது. அவன் யாரென்று எனக்குத் தெரியாது. எல்லா ஞாயிற்றுக்கிழமையும் என்னைத் தாண்டி அவர் அந்த சர்ச்சிற்குச் செல்கிறார். வெளியே வரும் போது, எல்லா பிச்சைக்காரர்களுக்கும் அவர் பிச்சையிடுகிறார். மற்றவர்கள் பத்து காசு அல்லது நான்கு அணா போடும் இடத்தில், இவர் எட்டு அணா என் முன்னாலே விரித்த துணியிலே போடுவார். ஒவ்வொரு பிச்சைக்காரன் முன்பும் நின்று உற்றுப் பார்த்து,

சட்டைப்பையில் கைவிட்டு நாம் நீட்டிய கையில் எட்டு அணாவோ அல்லது ஒரு ரூபாய் நாணயமோ வைப்பார். அவர் பரிதாபப்படுகிறார் என்பது சரி. நம் முன் நிற்கும் போது அவர் கருணையுடன் புன்னகைப்பதை நான் பார்த்திருக்கிறேன்.

அவன் யார்? பல முறை நான் யோசித்திருக்கிறேன். அவனுக்கு நம்மீது இத்தனை கருணை வருவதற்கு என்ன காரணம்? அவனை ஒவ்வொரு ஞாயிற்றுக்கிழமையும் பார்த்திருக்கிறேன். ஒவ்வொரு

ஞாயிற்றுக்கிழமையும் காலையில் நான் மிலாகிரிசுக்கு புறப்படும் போது, அவனுடைய ஞாபகம் வருகிறது. ஆனால், அவன் யார் என்று இன்று வரை தெரியாது. மற்ற பிச்சைக்கார்களுக்கும் அது தெரிய வேணடாம். அவர்களுக்கும் அது தெரியாது. "நீங்க யாரு" என்று அவரை கேட்கவும் முடியாது.

எனக்குத் தோன்றுகிறது, அவன் என்னைப் போலவே பிச்சைக்காரனாக இருந்திருப்பார். அதன்பின், பாக்கியத்தாலேயோ அல்லது கஷ்டப்பட்டு உழைத்தோ பணக்காரராகிவிட்டார். ஆனாலும் அவருக்கு அவருடைய கக்ஷ்டத்தின் ஞாபகம் வருகிறது என்பதால், நம்மீது பாசம் காட்டுகிறார். இல்லையென்றால், அவர் பெரிய பணக்காரராக இருந்தாலும், அவருக்குக் குழந்தை பேறு இல்லை போலும்... ஒரு பையனோ, பெண்ணோ பிறக்க வேண்டும் என்பதற்காக மாறாமல் இந்த சர்ச்சிற்கு வருகிறான். நம்மைப் போல இருப்பவர்களுக்குப் பிச்சைப் போட்டு தெய்வத்தின் தயையை சேர்த்து வைக்கிறான்...

மிலாகிரிஸ். பக்தர்கள் உள்ளே சென்று கொண்டிருக்கின்றனர். சர்ச்சின் முன்புள்ள வீதியின் ஓரமாக பிச்சைக்காரர்கள் வரிசையாக அமர்ந்துள்ளார்கள். நான் தான் கடைசியாக சேர்ந்திருக்கிறேன். இப்போது, சர்ச்சிலிருந்து வெளியே வருபவர்கள் என்னிடம் கடைசியாக வந்து சேருவார்கள். இருக்கட்டும்... இருக்கட்டும்...

நான் உட்கார்ந்தேன். பொட்டலத்திலிருந்து பழைய துணியை எடுத்து முன்னாலே விரித்தேன். அலுமினிய பாத்திரத்திலுள்ள சில சில்லறைக் காசுகளைத் துணியிலே போட்டேன். அதன்பின் சர்ச்சுக்கு வெளியே, உள்ளே செல்பவர்களிடம் பணிவாக கெஞ்சினேன் -

"அம்மா... அம்மா!"

ஒருவர் அருகிலே வரும் போது என்னுடைய கை நீண்டது. குரல் மேலோங்கியது -

"அய்யா... அம்மா..."

எனக்குத் தெரியும். நான் இப்படி குரல் உயர்த்த வேண்டுமென்று இல்லை. என்னுடைய இந்த ஈகைக் குரல் கேட்டும், கேட்காதவாறு பலர் முன்னாலேயே தாண்டிச் சென்றனர். சிலர் நான் குரல் எழுப்பாமலிருந்தாலும் என் முன்னாலே விரித்திருக்கும் துணியிலே காசைப் போடுவார்கள்.

மெதுவாக வெளிச்சம் அதிகமாகிக் கொண்டு வந்தது. ஒரு ஜெபக்கூட்டம் முடிந்த உடனே, மக்கள் வெளியே போயினர். தேவாலயத்தில் அடுத்த ஜெபக்கூட்டம் துவங்கும். நான் எனக்கு முன்பு செல்பவர்களை "அம்மா...அம்மா", "அய்யா... அய்யா" என்று கூறிக் கொண்டே உட்கார்ந்திருந்தேன். நான் ஒவ்வொருத்தரிடமும் ஆசையுடன் பார்த்துக் கொண்டிருந்தேன். பலர் என் முன்னாலே இருக்கும் துணியிலே காசு போட்டார்கள். பலர் என்னைப் போல இருப்பவர்களைக் கண்டு கொள்ளாமல் முன்னாலே தாண்டிச் சென்றனர். நானும் யாரையும் எதிர்ப்பார்க்காமல் உட்கார்ந்தேன். ஆனாலும் ஏதோ ஒரு குறைபாடு தெரிந்தது.

உடனே அது என்ன குறை என்று புரிந்துது - நான் யாருடைய வருகைக்காக இங்கே உட்கார்ந்திருக்கிறேனோ அவன் இன்னும் தென்படவில்லை. அவன் சர்ச்சுக்குள்ளே செல்லும் போதும், ஜெபக் கூட்டம் முடிந்து வெளியே வரும் போதும், பார்க்க முடியவில்லை. இன்று அவன் வரமாட்டானா? இனி வரவே மாட்டானா? எனக்குச் சந்தேகம் ஏற்பட்டது. என் முன்னாலே தாண்டி செல்பவர்களை நான் கெஞ்சிக் கொண்டு என்னுடைய தரித்திரத்தை முன்னாலே நிறுத்தி வசீகரித்துக் கொண்டிருந்ததை நான் நிறுத்தினேன். கையை மட்டும் நீட்டி உட்கார்ந்தேன். இப்பொழுது தேவாலயத்தினுள்ளே செல்பவர்களைக் கண்டு கொள்ளாமல் வெளியே செல்லும் ஆண்களிடம் கவனம் செலுத்தினேன்.

நேரம் கடந்துவிட்டது. வெயில் ஆரம்பித்தது. இப்பொழுது பணக்காரர்கள் மற்றும் மோட்டார் வாகனங்கள் போய்க் கொண்டிருந்தன. சர்ச்சின் உள்ளே ஜெபக் கூட்டம் நடந்து கொண்டேயிருந்தது. அங்கே பலர் ஒரே குரலில் எழுப்பும் பிரார்த்தனையின் சத்தம் மேலோங்கியது. அதற்கு நடுவில், பாதிரியார் பேசும் பேச்சும் கேட்டது. என் மனதிலே ஒரு உணர்ச்சி மட்டும் இருந்தது - அது நிராசை. எனக்கு செல்வத்தைத் தரவிருந்த அந்த மனிதன் இன்னும் வரவில்லை. அவன் இன்று வரவே மாட்டான். நான் மனது ஒடிந்து உட்காரவில்லை. இன்று அவன் வரவே மாட்டான். வரவே மாட்டான். இன்றைய நாள் இப்படி வெறுமனே போகும் - சென்ற ஞாயிற்றுக்கிழமைக்கு பிறகு இருக்கும் நாட்களில் பெரிய அளவில் சேமிக்க முடியாது. இன்று துர்பாக்கியமான நாள்!

தேவாலயத்திலிருந்து மக்கள் வெளியே வருகின்றனர், ஜெபக் கூட்டம் நிறைவு பெற்றிருக்கும். இப்போது வரை அமைதியாக உட்கார்ந்த மற்ற பிச்சைக்காரர்கள் கவனித்துக் கொண்டு உட்கார்ந்தனர். அதேப் போல நானும் உட்கார்ந்திருந்தேன். நான் வரிசையில் கடைசியாக உட்கார்ந்திருந்ததால், வீதியிலிருந்து சர்ச்சின் உள்ளே போகும் மக்களின் கண்களிலே தென்பட்டுக்கொண்டு இருந்தேன். வெளியே செல்பவர்களுக்கு நான் அவ்வளவு எளிதிலே தெரியாமலிருந்தேன். அதனால், இன்று குறைவானவர்கள் தான் பிச்சைப் போட்டார்கள். ஆனாலும் இப்பொழுது என் முன்னாலே மக்கள் தாண்டிப் போகும் போது, நான் வெறுமனே உட்கார்ந்தேன். அவர்களை என் பக்கம் திரும்ப செய்ய நான் எந்த முயற்சியும் செய்யவில்லை. இது மட்டுமல்ல, அவர்கள் முன்பு கையை நீட்டுவது வேணாமென்று உட்கார்ந்திருந்தேன். தெளிவில்லாத ஒரு காரணத்திற்காக நான் என் உள்ளேயே அழுதேன்.

ப... பார்... பார்

அவன்! அடே அவன் - அவனே தான்! அவன் வந்து கொண்டிருக்கிறான்!

அவன் வரமாட்டான் என்று நான் நினைத்திருந்தேன். இப்பொழுது பார்த்தால் அவன் வெளியே வந்து கொண்டிருக்கிறான். வாசலிலே நான் உட்கார்ந்திருந்தும் பார்க்காமலேயே எப்படி அவன் உள்ளே போனான்?

அது இருக்கட்டும். இன்று அவன் வந்துவிட்டான். அது போதும். வா என் கடவுளே! என் பாக்கியத்தின் தேவதையே நான் தயாராக உட்கார்ந்தேன். இப்பொழுது என் கையிலே எட்டு அணா அல்லது ஒரு ரூபாய் நாணயம் விழும். என்னைப் போலவே மற்ற பிச்சைக்காரர்களும் தயாராக அமர்ந்தனர்.

நான் பார்த்துக் கொண்டேயிருந்தேன் - அவன் மெதுவாக நடந்து வந்து கொண்டிருந்தான், எங்களிடம் வரும் போது என்றைக்கும் செய்வது போல் சட்டைப் பையிலே கையை விட்டான். காசு எடுத்து ஒவ்வொரு பிச்சைக்காரரின் கையிலும் வைத்தான். என் அருகிலே வரும் போது, அவன் மீண்டும் சட்டைப் பையிலே கை விட்டான். நான் அவனுடைய முகத்தைப் பார்த்தேன். விசித்திரமாக ஒன்றும் தெரியவில்லை. ஆனால், எங்களிடம் இத்தனை நேரம் நிற்கின்றான். அதுவே எனக்கு விசித்திரமாகப்பட்டது. அவன் சட்டைப் பையிலேயிருந்து கையை வெளியே எடுத்தான். ஆனால் எனக்கு வருத்தம் ஏற்பட்டது. அதிலே காசு இல்லை - "சில்லறை இல்லே போல இருக்கப்பா" - அவன் கூறினான். நான் சிரித்தேன். மௌனமாகவே அவனிடம் கூறினேன் - சரியா பாருங்க சார். இருக்கும், பாருங்க.

என்னுடைய வேண்டுக்கோளைக் கேட்டது போலவே, அவன் அடுத்த சட்டைப் பையிலே கையை விட்டான். ஒரு நாணயத்தை என் கையிலே வைத்தான். நான் என்னுடைய இரண்டு கைகளாலும் வாங்கினேன். கண்களை மூடினேன். மூடிய கண்களின் இமைகளால் அந்த நாணயத்தைத் தடவி என்னுடைய நன்றியைத் தெரிவித்தேன். மறுபடியும் கண்களை திறந்து பார்த்தேன். என்னுடைய நெஞ்சு குதித்து மேலே எழும்பியது. என் கையிலே அவன் இட்ட நாணயம் இரண்டு ரூபாய்! என் முன்னாலே துணியிலிருக்கும் அனைத்து காசுகளையும் சேர்த்தால் இரண்டு ரூபாய் இருக்காது. ஆனால் அவன் என்னுடைய கையிலே இட்டது இரண்டு ரூபாய்! இரண்டு ரூபாய்!

நான் அவன் பக்கமாகப் பார்த்தேன். அவன் பத்து - இருபது அடி தூரமாகச் சென்றுவிட்டான். நான் அந்த நாணயத்தை மீண்டும் பார்த்தேன். என்னுடைய துணியிலே கட்டி வைத்தேன். எனக்குப் பெரிய... பெரிய அளவிலே சிரிப்பு வந்தது. எழுந்து குதிக்கலாம் என்று நினைத்தேன். அவன் சென்ற வழியிலிருக்கும் தூசு உடம்பிலே படட்டும் என்று நினைத்தேன்.

சிறிது நேரத்தில் எனக்கு இவ்வாறாகவும் தோன்றியது - அவன் அந்த நாணயத்தைத் தப்பாக கொடுத்திருப்பானோ? அந்த நாணயம் எட்டு அணாவோ, ஒரு ரூபாயோ என்று அவன் நினைத்திருக்கலாம். அவன் அப்பாவித்தனமாகத் தப்பு பண்ணி விட்டான், சரி. அவனை அழைத்துக் கேட்டிருக்க வேண்டும். அவ்வாறு செய்யவில்லை. ஒரு வெளி வேற்றானிடம் எனக்குத் தேவையில்லாத அளவு காசு பெற்றேன். நான் அவனுடைய காசைத் திருடினேன். நான் அவனை ஏமாற்றினேன். ஆமாம், நான் திருடன். நான் பொய் பேசுபவன். நான் இப்பொழுது பிச்சைக்காரனாக இருக்க முடியாது.

ஆனாலும்... நானாக அவனை ஏமாற்றினேனா? நான் அவனுடைய காசைத் திருடினேனா? “எனக்கு இரண்டு ரூபாய் தாங்களேன்” - இவ்வாறு நான் அவனிடம் கூறவில்லை. நான் இன்று, அவன் முன்பு கை நீட்டவில்லை. அவனே சட்டைப் பையிலே கைவிட்டான். சட்டைப் பையிலே அகப்பட்ட நாணயத்தை அவனாகவே எடுத்தான். அதன் பின் அதைத் தெரிந்தே என்னுடைய கையிலேயிட்டான். அவன் அதைப் பார்க்காமல் என்னுடைய கையிலே வைத்தான் என்பது உண்மை. ஆனால், அது இரண்டு ரூபாய் நாணயம் என்று எந்த குருடனுக்கும் தெரியும். அவ்வளவு பெரிய நாணயம் அது. தெரிந்திருந்தே அவன் இத்தனை பெரிய காசை எனக்குக் கொடுத்திருக்கிறான். என்னுடைய தப்பு இல்லை. நான் என்ன செய்ய - அவன் பைத்தியக்காரன்!

– அவன் பைத்தியக்காரன்–‘கொங்கன் டைம்ஸ்’
தீபாவளி மலர் –1986

12. உத்சவம்

ராமச்சந்திரன் முழு கவனத்துடன் அந்த வேலையைச் செய்து கொண்டிருந்தான். சிகரெட்டின் காலி பேக்கெட்டுகளை எடுத்து அவன் ஒன்றின்பின் ஒன்றாக வைத்து கோட்டைகட்டிக் கொண்டிருந்தான். திரையரங்கு முன்பு நிற்கும் வரிசை போல, சிகரெட் பேக்கட்டுகள் ஒன்றின் பின் ஒன்றாக வைத்து கோட்டையின் நீளத்தை அதிகப்படுத்திக் கொண்டே வந்தான். அதை பாம்பு போல வளைந்து வளைந்து ஒன்றுக்கு ஒன்று பட்டுவிடாமல் அவன் பார்த்துக் கொண்டேயிருந்தான். ஆனால், அவ்வாறு முடியவில்லை. ஒரு பேக்கெட் அதன் முன்னாலேயிருக்கும் பேக்கெட்டை தொட்டேவிட்டது. அது, அதற்கு முன்னாலே இருக்கும் பேக்கெட்டுக்குப்பட்டு ஒவ்வொரு பேக்கெட்டும் மற்றொரு பேக்கெட்டை தொட்டு சாய்த்துக் கொண்டே சென்றது. வயலிலே காற்று வீசும் போது, அந்த நாற்றுக்கள் குனிந்து எவ்வாறு அலை போலக் காட்சி தருமோ, அதேப் போல, பேக்கெட்டுகள் சரியும் போது நடந்தது. அனைத்து பேக்கெட்டும் செங்குத்தாக வைத்து கடைசி பேக்கெட் வேண்டுமென்றே கையாலே தட்டி, அதன் மேலே அலைவீசுவது போல அது விழுவதை காண்பதற்கு மகிழ்ச்சியாகயிருக்கும். அதனாலே ராமச்சந்திரன் அந்த பேக்கெட்டுகள் முன்பைப் போலவே, ஒன்றின் பின் ஒன்றாக அடுக்க ஆரம்பித்தான்.

வெளியே வீதியில் உடுக்கை சப்தம் கேட்டது. டம்... ட... டம். அந்த சத்தத்திலே தாளம் எதுவுமில்லாமல் இருந்தது. அந்த சப்தம், உடுக்கையில் எதேச்சையாக பட்டதால் எழுந்த சத்தம், அது ராமசந்திரனுக்குத் தெரிந்தது. அதனால், அவனுக்குப் புத்துணர்ச்சி வந்தது. அவனுக்கு அதன் மகத்துவம் திடீரென்று நினைவுக்கு வந்தது - இன்று கோயிலில் உத்சவம்!

அதனால், ராமசந்திரனுக்கு ஒரு ஆவல் பெருகியது. பேக்கெட்டுகள் மீது செல்லும் அந்த அலையின் மீதுள்ள மோகம் குறைந்தது. அவனுடைய மனம், ஊரின் ஒரு ஓரத்தில் சென்றது.

அவன் ஓடிப் போய் வீதியிலே பார்த்தான். நான்கு - ஐந்து பேர் உடுக்கையை எடுத்துப் போய்க் கொண்டிருந்தனர் - இப்பொழுது அவர்கள் சஷ்டி பரம்புக்குச் சென்று கொண்டிருந்தனர். அங்கே இன்னும் பலர் ஒன்று கூடுவார்கள். யானைகளும் இருக்கும். இரண்டு படகுகள் கொண்டு சேர்ப்பார்கள். எல்லோரும் அங்கிருந்து கோயிலுக்குச் செல்வார்கள்.

ராமச்சந்திரனுடைய கண்களுக்கு முன்னால் அந்தக் காட்சிகள் தோன்றின - முன்னாலே உடுக்கை - பீபீ வாசிக்கும் கலைஞர்கள், அவர்களைச் சுற்றிலும் கூட்டம், பின்னாலே இரண்டு படகுகளைக்

கவிழ்த்து, தலையிலே சுமந்து கொண்டு குண்பி இன மக்கள். அவர்கள் பின்னாலே யானைகள். யானையின் மீது வாழைத் தாருடன் குழந்தைகள். எல்லோரும் முன்னாலே நகர்ந்து கொண்டே இருக்கிறார்கள்...

அதனாலே ராமச்சந்திரனின் ஆவல் பெருகியது. அவன் ஓடி உள்ளே சென்றான். தரையிலே வீழுந்து கிடந்த சிகரெட் பேக்கெட்டுகளை அழகாக அடுக்கி வைத்தான்.

அவனுடைய அம்மா, முன் கதவின் பக்கத்திலே அமர்ந்து, அரிசி பெருக்கிக் கொண்டிருந்தாள். அவன் அவளுக்கு தெரிவித்தான் -

"அம்மா, நான் வெளியே போறேன்"

"எங்கேடா?"

"சஷ்டி பரம்புக்கு" - சஷ்டி பரம்பிலே இப்பொழுது என்ன நடக்கிறதோ, அது அவளுக்கு ஊர்ஜிதமாகத் தெரியும்.

ஆனாலும் அவள் கேட்டாள் -

"இப்போ அங்கே போகாதே, நேரமாகலேயே"

"ஆச்சு அம்மா. உடுக்கை எடுத்து ஊர்வலமா இப்போ போயிட்டாங்களே"

"போகட்டும். இப்போ நேரமாகலே"

நேரத்தைப் பற்றி அவனுக்கு எதுவும் கவலையில்லை. அவனுக்கு தேவை என்னவென்றால், சீக்கிரமாக சஷ்டிபரம்பிற்கு சேர வேண்டும். அங்கே நடைபெறும் வேடிக்கையை பார்க்க வேண்டும். அதனாலே, தாயாருக்கு தெரியாமல் புறப்பட்டுச் செல்வது என்று முடிவு எடுத்தான். ஆனால், திரும்பி வரும் போது, அவளிடம் அடி வாங்க வேண்டுமே, அதனாலே அந்த ஆசையை மூடி வைத்தான். அவன் வெறுமனே வீதி பக்கத்திலே போய் நின்றான்.

தூரத்திலேயிருந்து உடுக்கை சத்தம் கேட்டது. அதற்கு நடுவே பீப்பீ சத்தமும் கேட்டுக் கொண்டிருந்தது. வெறும் சத்தம் தான். சங்கீதமாக அல்ல. திடீரென்று சுற்றிலும் அமைதியாக இருந்தது. அந்த அமைதியாலே, அவனுக்கு ஆவல் பெருகியது. அந்த உடுக்கை மற்றும் பீப்பீ உடைய சங்கீதத்திற்காக அவன் காத்திருக்கிறான். நேரம் அவன் நினைத்தது போல நகரவில்லை. அவனுக்கு வெறுமனே நிற்கவே முடியவில்லை. அவனுடைய மனம், சஷ்டிபரம்பிலே உள்ள மைதானத்திலே சுற்றித் திரிந்தது. அவனுக்கு பறந்து அங்கே போகலாமென்று தோன்றியது. நேரம் இன்னும் நகர... நகர அவனுடைய

அந்த ஆசை தீவிரமானது. கடைசியில் மீண்டும் தாயிடமே சென்று சொன்னான் -

"அம்மா, நேரமாயிடுச்சு. நான் போறேன். சரியா?"

அவளுக்கு அவனுடைய அந்த அவசரம் புரிந்தது. அதனால் "சரி" என்றாள். அது கேட்டவுடன், ராமசந்திரன் உடையை மாற்றி வெளியே ஓடிப் போனான். வீதியிலே சேர்ந்த பிறகு, அவனுடைய வேகம் குறைந்தது. ஆனாலும் அவனுக்கு அவசரமிருந்தது.

சாலை வலதுபக்கமாக திரும்பிய உடன் அது சஷ்டி பரம்பிலே சேரும். இப்பொழுது உடுக்கையின் சத்தம் மிக அருகிலே கேட்டுக் கொண்டிருந்தது. ராமச்சந்திரனின் வேகம் அதிகமானது.

அவன் நினைத்தவாறே தாமோதர கோயில் முன்பு, மக்கள் கூடி உள்ளார்கள். இருபது பேர் கொண்ட மக்கள் கூட்டத்துடன் இரண்டு யானைகள். ஒரு யானையின் மீது ஒரு சிறுவன் உட்கார்ந்திருந்தான்.

ராமசந்திரனுக்கு ஆர்வம் அதிகமானது. உடுக்கையை மற்றும் பீபீயை. யார் வாசிக்கிறார்கள்? அவன் முன்னாலே நின்று கொண்டிருந்த மக்களைத் தள்ளி முன்னேறினான். உடுக்கை, பீபீ வாசிப்பவர்கள், மக்களுடன் கலந்து நின்று கொண்டிருந்தனர். இரண்டு - மூன்று சிறுவர்கள், ஆவலுடன் அந்த உடுக்கையை வாசித்துக் கொண்டிருந்தார்கள். ஆனால், பீபீகாரர்கள் அமைதியாக நின்று கொண்டிருந்தனர். டோல் வாசிப்பவர்களும் மற்றவர்களிடம் சாதாரணமாகப் பேசிக் கொண்டிருந்தனர். பேசிக் கொண்டே இருக்கும் போது, பீபீகாரர் அவர்களுடைய முகத்தின் அருகிலே சென்று "பீ... பீ" என்று ஊதினர். இப்பொழுது வேடிக்கைக்குண்டான நேரம் இன்னும் நெருங்கவில்லை என்று தெரிந்தது.

இந்த நேரத்தில் யாரோ அறிவிப்பு வெளியிட்டனர் -

"மீனவர்கள் வந்துவிட்டார்கள்"

படகு வந்துவிட்டது. இப்பொழுதே வந்துவிட்டது! இவர்கள் வராததனால் தான் பீபீ, டோல் வாசிப்பவர்கள் அமைதியாக இருந்தனர் போலும்.

ராமசந்திரன் படகைக் கொண்டு வந்தவர்களைப் பார்த்து, அவனுடைய ஆவல் தணிந்தது - ஒரு படகைத் தலையிலே சுமந்து அவனுடைய தந்தையே இருந்தார்.

தந்தையின் கண்ணிலே படாதவாறு அவன் ஒளிந்து நின்றான். அவனுக்கு தந்தையின் முன்பு வருவதற்கு பயமொன்றுமில்லை. ஆனால்,

அவனுக்கும் தந்தைக்குமிடையே உறவு சரியாக இல்லை. தந்தை என்றால் துன்பம், துன்புறுத்தல் மற்றும் ஒரு தீய லக்ஷணம். ராமசந்திரன் அந்த கூட்டத்திலே கலந்து தந்தையின் கண்களிலே படாமல் செல்ல முயற்சித்தான்.

கடைசியாக அடித்த அந்த உடுக்கையிலே தான் ஒரு புதிய தாளம் வந்தது. உடுக்கை வாசிக்க அனுபவம் கொண்டவர்கள் முன்னாலே வந்தனர். டோலிலே குச்சியாலே அடித்தனர். பீபீகாரர்கள் வாசிக்க ஆரம்பித்தனர். சங்கீதம் ஆரம்பமானது.

சூரியன் நடு உச்சியிலே சேர்ந்தது. வெயில் கடுமையாக இருந்தது. கால் சுட்டது.

இரண்டு யானைகளின் மேல் சிறுவர்கள் ஒருத்தருக்கு ஒருத்தர் கட்டிக் கொண்டு உட்கார்ந்திருந்தனர். யானைக்கு முன்னாலே இருக்கும் வீதியில், படகைக் கவிழ்த்து, ராமச்சந்திரனின் தந்தையும் இன்னொரு குண்பியும்* அமர்ந்திருந்தனர்.

இப்பொழுது உடுக்கை வாசிப்பவர்களைக் காட்டிலும் அதிகமானோர் முன்னாலே ஆடிக் கொண்டிருந்தனர். உடுக்கையை அடித்து, அடித்து, அவர்களுடைய கையிலே புண் ஏற்பட்டது. அவர்களிடமிருந்து, உடுக்கையை மற்றவர்கள் வாங்கி அடித்தார்கள். பல மக்கள், ஆடுவதற்காக வந்தார்கள். சில நேரம் அவர்கள் ஆடி, மற்றவர்களுக்கு வழிவிட்டார்கள்.

உச்சகட்டத்தில் போன அந்த கொண்டாட்டம் பார்க்க, நூற்றுக்கணக்கான மக்கள், அது வாசிக்குமிடத்தில், நாட்டியம் ஆடுபவர்களைச் சுற்றி வீதி முழுவதும் நின்றனர். பெண்களும், சிறுவர்களும், வீதியின் இரு பக்கத்திலுமுள்ள கடைகளின் படிகளிலேயும், வீட்டின் மொட்டை மாடியிலும் ஒன்று திரண்டனர்.

எல்லா இடத்திலும் வேர்வை நாற்றம் மற்றும் சாராயத்தின் துர்நாற்றம் பரவியது. பீபீகாரர்கள் ஒரு பாடல் வாசித்து நிறைவு செய்து தண்ணீர் குடிக்கும் போது, வேறு ஒரு நடனமாடுபவர் ஒரு பாடலைப் பாடினார். அந்த பாடலைக் கேட்டு எல்லோரும் சிரித்தனர். அந்த கூட்டத்தின் சிரிப்பு, எதிரொலித்தது.

ராமசந்திரனின் தோளிலே அவனுடைய தந்தையின் கை விழுந்தது -"அடேய், இங்கே வா. அந்த படகின் அருகிலே நில். நான் கொஞ்சம் தண்ணி சாப்பிட்டு வரேன்".

---

* குண்பி – ஒரு வகுப்பினர்

ராமசந்திரனுக்கு, அவனுடைய தோளிலே காக்கை அசிங்கம் பண்ணியது போலவும், காதிலே ஊசி குத்தியது போலவுமிருந்தது. அப்பாவின் தாகம் என்ன, அவர் சாப்பிட நினைப்பது என்ன தண்ணீ என்பது அவனுக்கு நன்றாகத் தெரியும். அதனாலே தந்தைக்கு மரியாதை செலுத்தத் தோன்றவில்லை. கடிப்பது போலவும், எறும்பை உதறுவது போலவும் தோளை உதறினான். தந்தையின் கை நழுவியது. ஆனால், தந்தை அவனை மீண்டும் கெட்டியாகப் பிடித்தான். பிறகு மிகவும் அழுத்திக் கொண்டு கூறினான் -

“போடா, அங்கே போயி நில்லு”

அது தான் தந்தையின் கட்டளை. அதிலிருந்து கோபம் பெரிய சத்தத்திலே மேலோங்கியது. ராமசந்திரனுக்கும் மிகவும் கோபம் வந்தது. தந்தை என்றாலே இம்சை தருபவர். இந்த சிந்தனை இப்பொழுது மாறி, தந்தை என்றால் கொடுமை செய்பவர் என்பது போல அவனுக்குத் தெரிந்தது. அந்தக் கொடுமையிலிருந்து விடுவித்துக் கொள்ள ஒரே ஒரு உபாயம் தான் இருந்தது - ஓடுவது - காலிலே எவ்வளவு சக்தி இருக்கிறதோ, அவ்வளவு வேகமாக ஓடுவது. ஆனால், ஓடுவது என்றால், இங்கிருந்து வெகு தூரம் செல்ல வேண்டும். உடுக்கை, நாட்டியம் முதலானவை பார்க்க முடியாது. அது நடக்காது. இங்கேயே நிற்க வேண்டும். இங்கேயே.

ராமசந்திரன், படகின் அருகிலே சென்று நின்றான். அவனுடைய தந்தை அந்தக் கூட்டத்திலே வழி தேடி வெளியே சென்றான். ராமசந்திரனுக்கு சிறிது கூட தந்தையின் மீது மதிப்பில்லை. அவனுடைய உலகத்திலே தந்தைக்கு மரியாதையே இல்லை. அதனால் கிழவன் எந்த வழியிலே எப்போது சென்றான் என்று அவனுக்குத் தெரியாது. அவனுடைய மனம், வாத்தியத்திலும், நாட்டியத்திலும் லயித்திருந்தது. அவன் அங்கேயே நின்றான்.

* * *

பீபீகாரர்கள், ஒரு பாடல் முடிந்த உடனேயே அடுத்த பாடலை ஆரம்பிக்கின்றனர். அவர்கள் நிறைய நேரம் வெறுமனே நிற்கிறார்கள். யாராவது ஹிந்தி அல்லது தமிழ் திரைப்படப் பாடல்களின் பெயரைக் கூறுவார்கள். அவர்கள் அந்தப் பாடலை வாசிக்கிறார்கள்.

அவ்வாறு ஒரு பாடல் முடியும் போதே, மற்றொரு பாடலின் பெயரைக் கூறுவார்கள். ஆனால், பாடல் துவங்கும் முன்பே, வாத்தியக்காரர்களுக்கு முன்னேறி நடப்பதற்கு தகவல் வருகிறது. அவர்கள் முன்னேறிப் போகிறார்கள். அவர்களுடன் ராமசந்திரனும் நடக்கிறான்.

பின்னாலேயிருந்து அவனை யாரோ அழைக்கிறார்கள். அந்த படகின் பக்கத்திலே நின்றிருந்த குண்பி அழைத்துக் கொண்டிருக்கிறான்.

"ராமசந்திரா, நன்னா எங்கேடா?"

- அப்பா சாராயம் சாப்பிட போயிருக்காரு - என்று சொல்லவா? - ராமசந்திரன் யோசித்தான்- வேண்டாம் -

"எனக்கு தெரியலே"

"உனக்குத் தெரியாதுன்னா? உங்கிட்டே சொல்லிட்டு தானே போனார். தெரியலையா?"

"ஆமா. தெரியும். சாராயம் அடிக்க போயிருக்காரு, போதுமா?"

ராமச்சந்திரன் இவ்வாறு வெளிப்படையாகப் பேசியதைக் கேட்ட குண்பனுக்கு ஆச்சரியமாக இருந்தது. ராமசந்திரன் முன்னாலே நகர்ந்தான். அவன் மீண்டும் தன்னைக் கூப்பிடுவதை கவனித்தான்.

"ராமசந்திரா"

அவன் சென்று கொண்டேயிருந்தான்.

"அடேய், நில்லுடா"

அவன் திரும்பிப் பார்த்தான்.

"அடேய், உன்னுடைய அப்பாவின் படகு யாருடா கொண்டு போவா?"

"எனக்கு தெரியாது. நான் என்ன பண்ண?"

"நீ எடுக்க கூடாதா?"

- என்னாலேயா! ராமசந்திரனுக்கு வார்த்தை வரவில்லை. அந்த படகின் பாதி கூடத் தூக்க முடியாது. அது முழுவதும் தலையிலே சுமந்து குளத்தின் பக்கத்திலே கொண்டு போக வேண்டுமாம்!

"என்னடா பாக்குறே?"

"என்னாலே முடியாது"

"பின்னே யாரு எடுப்பா?"

"எனக்கு தெரியாது"

"உனக்கு தெரியாது!" அந்த குணம்பனுக்கு கோபம் வந்தது -

"அடேய், ஊர்வலம் வெகு தூரம் போயிடுச்சு. படகு எடுக்காமல் எப்படிடா யானை முன்னாலே போகும்?"

அது உண்மை. படகு மற்றும் யானை அங்கேயே இருந்தது. ஆனால் என்ன பண்ண? படகைத் தூக்கவே முடியாது. ஆறு அடி நீளமுள்ள படகு! அதன் எடை எவ்வளவு என்று யாருக்குத் தெரியும்?

குணபனுக்கு அது புரிந்தது. அவன் மற்றவரிடம் கெஞ்சினான். ஆனால், அவனும் படகைச் சுமக்கத் தயாரில்லை. சிறிது நேரத்தில், குணம்பன் வேறொரு சிறுவனை அழைத்து வந்தான். அந்தச் சிறுவனுடன் சேர்ந்து, ராமசந்திரன் அந்த படகை சுமந்தான்.

படகை தலையிலே வைக்கும் போது, ராமசந்திரனுக்கு படகின் எடை நினைத்ததைவிட மிகவும் குறைவாக இருந்ததாக உணர்ந்தான். ஆனாலும் எடையிருக்கிறது என்பது உண்மை தான். அந்த பாரத்திலே அவனுடைய மூட்டு நடுங்கியது, தலை ஒரு பக்கமாக சாய்ந்தது.

முன்னாலே வாத்தியக்காரர்கள் நின்று கொண்டிருக்கிறார்கள். அவர்களைச் சுற்றிலும், பொது மக்களும் நின்றார்கள். ராமசந்திரன் அந்த நேரத்திற்காகத் தான் காத்துக் கொண்டிருந்தான் - தலையிலே இருந்த படகைக் கீழே வைப்பதற்காக. தலை வலித்தது. கழுத்தும் வலித்தது. கால் சுட்டது.

மக்கள் கோயில் பக்கமாக ஒன்று திரண்டனர். நெடுந்தூரத்திலிருந்தே குளத்தின் வெளிப்புறச் சுவர் தெரிந்தது. படகை, அந்தக் குளத்திலே தான் விட வேண்டும். ஆனால், அங்கு சேர்க்க முடியாது. அங்கே சேர்ப்பதற்குள் இறந்தேவிடுவேன். மற்றொரு முறை அந்தப் படகை தலையிலே வைத்தால், தலை கண்டிப்பாக உடைந்துவிடும். அந்தப் படகைக் கொண்டு, இனி ஒரு அடி கூட முன்னாலே வைக்க முடியாது. அந்தளவுக்கு சோர்வு ஆகிவிட்டது. சோர்வு -

எல்லாமே அந்த ராக்ஷசனாலே - தந்தையாம் தந்தை! என்னை இங்கே இக்கட்டிலே சிக்க வைத்து குடிக்கச் சென்றுள்ளான். அயோக்கியன்!

ராமசந்திரன் சபதம் செய்தான் - அந்தப் படகை மீண்டும் தூக்க மாட்டேன். முடியாது. அவ்வளவு தான். எல்லோரும் சேர்ந்து வந்து அடித்தாலும் சரி. இறந்தாலும் சரி. ஆனால், அந்தப் படகு -

பார்த்துக் கொண்டேயிருக்கும் போது, மக்களின் மத்தியில் சலசலப்பு ஏற்பட்டது. யாரோ மக்களின் கூட்டத்திலிருந்து வெளியே வந்தார்கள். அவன் பின்னாலேயே மற்றொருவன். அவர்கள் ஒருத்தருக்கு

ஒருத்தர் அடித்துக் கொண்டிருந்தனர். அவர்களுக்குள்ளே சண்டை நடந்து கொண்டிருந்தது. சிலர், அவர்களைப் பிரித்து நிறுத்தினர்.

சாதாரணமாக இருந்திருந்தால், ராமச்சந்திரன் அவர்கள் யார், என்ன என்று பார்த்துக் கொண்டு இருந்திருப்பான். ஆனால், இப்பொழுது அவனுக்கு அந்த ஆசையில்லை. தன்னுடைய கஷ்டத்தில் மற்றவர்களுடைய சண்டை ஒன்றும் பெரிதாகத் தெரியவில்லை - சண்டை போடுங்கள் - அவன் தனக்குள்ளே கூறிக்கொண்டான் - சண்டை போடுங்கள். ஒருத்தருக்கு ஒருத்தர் சண்டை போட்டு மாண்டுவிடுங்கள்.

இந்த சம்பவத்தாலே அவனுடைய நிலை குழம்பிப் போனது. மனது விரக்தியானது.

இறுதியில், அந்தப் படகைக் குளத்திலே சேர்த்ததால் ராமசந்திரனின் அந்த தலைபாரம் நீங்கியது. மதியம் தணிந்தாலும், வெய்யிலின் வெப்பம் குறையவில்லை. அவனுடைய தகப்பனார் இன்னும் வரவில்லை.

ராமசந்திரனுக்குத் தன் தந்தை மீது எந்தவொரு பாசமுமில்லை. அவனுக்கு ஒரு கடுமையான வேலையிலிருந்து விடுவித்த சந்தோஷத்தில், கோயில் பக்கம் சென்றான். கோயில் முன்பு உத்சவ கொண்டாட்டமிருந்தது. கடைகளும் திறந்திருந்தன. மக்கள் இங்கும் அங்கும் சிதறித் திரிந்தனர். கடைக்காரர்களின் சிறுவர்கள் மணி அடித்து வாடிக்கையாளர்களை கவர்ந்து கொண்டிருந்தார்கள்.

ராமசந்திரன் ஒரு கடையின் பக்கமாகச் சென்று அங்கே இருந்த பொருட்களும், அங்கே நடக்கும் கொடுக்கல் வாங்கலையும் பார்த்துக் கொண்டு நின்றான். சிறுமிகள், வளையல், ரிப்பன், குங்குமம், மாலை போன்ற பொருட்களை வாங்கிக் கொண்டிருந்தார்கள். ஆண் சிறுவர்களுக்கு விளையாடும் பொருட்கள் தேவைப்பட்டன. ராமசந்திரன் வெறுமனே பார்த்துக் கொண்டிருந்தான். பார்த்துப் பார்த்து சலித்த பிறகு, கோயிலினுள்ளே சென்றான். கோயிலிலுள்ள பெரிய மணி நிதானமாக ஒலித்துக் கொண்டிருந்தது. சுற்று வலம் வரும் பாதையின் ஒரு மூலையில், இந்த டோல் மற்றும் பீபீ காரர்களின் இசை நிகழ்ச்சி நடந்து கொண்டிருந்தது.

ராமசந்திரன் சிறிது நேரம் அந்த சங்கீதத்தைக் கேட்டுக் கொண்டிருந்தான். இந்த சங்கீதம், சஷ்டிபரம்பிலே வாசித்ததுப் போல கவர்ச்சியாக இல்லாததனால் அவனுக்கு அந்த சங்கீதம் பிடிக்கவில்லை. இந்த பிடிக்காத தன்மையினாலோ அல்லது படகு சுமந்து வந்ததாலோ அவனுடைய தலை மிகவும் வலித்தது.

அவன் அங்கிருந்து கோயிலை வலம் வந்து வேறு இடத்திற்குச் சென்றான். வலம் வரும் மண்டபத்தின் வெளியே வெட்டவெளியில், யானைகள் நின்று கொண்டிருந்தன. அவைகள் தென்னங்கீற்றுகளைப் பிரித்து சாப்பிடுவதைப் பார்ப்பதற்கு ராமசந்திரனுக்கு குதூகலமாக இருந்தது.

அதன் பிறகு, அவன் கோயிலின் மடப்பள்ளி பக்கமாகச் சென்றான். அங்கே பெரிய பாத்திரங்களில் அரிசியும், சாம்பாரும் வெந்து கொண்டிருந்தன. அழுக்கான உடையுடனும் வேர்வை உடம்புடனும் சமையல்காரர்கள் பரப்பரப்பாக இருந்தனர். தண்ணீர் கீழே சிந்தியதால் தரை ஈரமாக இருந்தது. பல இடங்களிலே காய்கறிகளின் வெளித்தோல் மற்றும் குப்பைகளும் சிதறிக் கிடந்தன.

ராமசந்திரனுக்கு மீண்டும் மீண்டும் அரிசியும், சாம்பாரும் கொதிக்க வைத்த பாத்திரங்களின் பெருத்த அளவைப் பார்த்து ஆச்சரியம் ஏற்பட்டது. யாராவது அதில் இறங்கி நின்றால் வெளியில் இருந்து யாருக்கும் தெரியாது.

வாத்தியார் சுவாமிகள், சுவாமியுடைய விக்ரஹத்துடன் குளத்திலே இறங்கினார்கள். குளம் புனிதத் தன்மை அடைந்தது. கோயிலில் மணி அடித்தார்கள். உத்சவத்தின் முக்கிய நிகழ்ச்சி நிறைவடைந்தது.

இப்பொழுது அன்னதானம் நடைபெறும். மக்கள் கோயிலின் பக்கம் சென்றனர். ராமசந்திரனுடைய கால் தானாகவே அந்தப் பக்கமாகச் சென்றது. மற்றவர்களுடன் அவனும் அன்னதானத்திலே உட்கார்ந்தான்.

சூரியன் அஸ்தமித்துக் கொண்டு இருந்தான். வெய்யிலின் தாக்கமில்லை. கோயிலிலின் விசாலமாக இருக்கும் அந்த இடத்தில் அன்னதானத்திற்கு உட்காரும் மக்களின் பேச்சு சத்தம் கேட்கவில்லை. உடுக்கை, டோலக்கு மற்றும் மணியின் சத்தம் நான்கு மணிக்கு பிறகு கேட்காததனால் இப்பொழுது அமைதியாக இருந்தது. எல்லோரும் இப்பொழுது ஏதோ ஒரு நிகழ்ச்சி நடைபெற உள்ளது போல உட்கார்ந்திருந்தனர்.

ராமசந்திரனின் இரு பக்கத்திலும், அறிமுகமில்லாதவர்கள் உட்கார்ந்திருந்தனர். அருகிலே இருந்தவர்கள் வயதானவர்களாக இருந்தனர். அவர்கள் பேசிக் கொண்டேயிருந்தனர். அவனுக்கு அவர்களிடம் பேசத் தோன்றவில்லை என்பதால், அமைதியாக மணலில் சித்திரம் வரைந்து உட்கார்ந்தான்.

மடப்பள்ளி பக்கத்திலிருந்து, பலர் ஓடி வந்தனர். அவர்கள் கையில் வாழை இலை இருந்தது. அவர்கள் அன்னதானத்திற்காக உட்கார்ந்திருந்தவர்களுக்கு அதை வைத்தனர். மீண்டும் அமைதி ஆனது.

சிறிது நேரத்தில் மறுபடியும் மடப்பள்ளியிலிருந்து பரபரப்பு ஏற்பட்டது. சாதம் மற்றும் சாம்பார் பாத்திரங்களைக் கொண்டு பல ஆண்களும், சிறுவர்களும் ஓடி வந்தனர். அவர்கள் எல்லோருக்கும் பரிமாற ஆரம்பித்தனர். அன்னதானத்திற்கு உட்கார்ந்திருந்த அனைவருக்கும் பரிமாறி நிறைவு செய்யும் போது, அதிக நேரமானது. அதன் பின் கோயில் மணி ஒலித்தது. அது அன்னதானம் துவக்குவதற்கு சமிக்ஞையாக இருந்தது.

அது கேட்டவுடன், எல்லோரும் இலையிலே இருந்த சாதமும், சாம்பாரும் கலந்து சாப்பிட்டனர்.

காலை உணவுக்குப் பின் எப்போதும் ராமசந்திரன் சாப்பிடுவதில்லை. ஆனால், அதிக நேரம் வெய்யிலிலே சுற்றியதாலும், சாப்பாட்டு நேரத்தில் அவன் சாப்பிடாமல் இருந்ததாலும், அவனுக்குப் பசி எடுக்கவில்லை. சாப்பிடுவதைவிட உடுக்கை வாசிக்குமிடத்திலும், நாட்டியமாடும் இடத்திலும் இருக்க வேண்டும் என்று தான் ஆசையிருந்தது. ஆனால், தலையிலே படகு சுமக்க வேண்டியிருந்ததால், அங்கிருந்து நகர முடியவில்லை. அவனுக்கு பசி இல்லாமல் போனது.

ஆனால், இப்பொழுது சாப்பாட்டு கவனம் வாயிலே போடும் போது, சுவை இருந்தது. இத்தனை நேரம் காத்துக் கொண்டிருந்ததாலும், மணி சப்தம் கேட்டு எல்லோரும் சாப்பி டுவதுப் போலத் தானும் சாதத்தைக் கலந்து சாப்பிட்டான்.

“தண்ணி, தண்ணி” - தண்ணீர் பரிமாறுபவர்கள் வந்தனர். கேட்பவர்களுக்கு தண்ணீரைக் கொடுத்து அவர்கள் முன்னாலே நகர்ந்தனர்.

ராமசந்திரன் சாப்பிட்டுக் கொண்டே இருந்தான்.

தூரத்திலேயிருந்து சங்கீத அலை வந்தது. அன்னதானத்திலே அமர்ந்திருப்பவர்களுக்கு பஜனை கேட்கும்படி காற்றாடியினாலே காற்று வீசி ஏதோ ஒரு பஜனை மண்டலி வந்து கொண்டிருந்தது. அது அருகிலே வந்து ராமசந்திரனைத் தாண்டிச் சென்றது.

அவர்கள் காற்றாடி கொண்டு வீசிய காற்று, ராமசந்திரனுடைய முகத்தைத் தழுவிச் சென்றது.

திடீரென்று துரதிர்ஷ்டமாக ஒரு நிகழ்ச்சி நடந்தது. பஜனை மண்டலியிலே இருந்த ஒரு சிறுவன், ராமசந்திரனை சுட்டிக் காண்பித்தான்.

“இங்கே ஒரு குண்பி பையன், அன்னதானத்திலே உக்கார்ந்திருக்கிறான்”

ராமச்சந்திரன் பயந்தான். அவன் சாப்பிட மறந்தான். அவன் முகத்தைத் தூக்கிப் பார்த்தான். அந்த சிறுவன் அவனுடைய பள்ளிக்கூடத்திலேயே படித்துக் கொண்டிருப்பவன். அவனுக்குத் தெரிந்தவன். அந்த சிறுவனுக்கு முன்னாலே இருந்தவர், இப்பொழுது, ராமசந்திரனைப் பார்த்தார். அவனுடைய இரு பக்கமும் அமர்ந்திருந்த மூத்தவர்கள் அவனைப் பார்த்தனர்.

ராமசந்திரன் தலை குனிந்தான். கண்களை இலையிலே வைத்தான். சுற்று முற்றிலும் என்ன நடக்கிறது என்பது தெரியாதது போல் உட்கார்ந்தான். ஆனால், அவன் நெஞ்சு, உடுக்கை போல வாசித்துக் கொண்டிருந்தது.

இப்பொழுது பஜனை மண்டலியுடைய வேறு ஒருவர் வந்து என் முன்னாலே நிற்பான். குனிந்து கேட்பான் - “நீ குண்பியா?” அவன் அவ்வாறு கேட்கவில்லை என்றால், அவனுடைய கை என் மீது வரும். அவனுடைய விரலினாலே என் காது திருகப்படும். சூடு ஆகும். வலிக்கும். அவ்வாறு காதைத் திருகி என்னைப் பந்தியிலேயிருந்து எழுப்புவான். ஆயிரக்கணக்கானோர் பார்த்துக் கொண்டிருக்கும் போது அவர்கள் முன்னாலே என்னை இழுத்துக் கொண்டு போய், கோயிலின் வெளியே தள்ளுவான்.

ஆனாலும், பஜனை மண்டலிக்காரர்கள் அந்த சிறுவன் கூறியதை பொருட்படுத்தவில்லை -

“அவன் உட்காரட்டும்” - அவர்கள் கூறிக் கொண்டு முன்னாலே சென்றனர். ராமசந்திரனுக்கு ஒன்றும் நிகழவில்லை.

ராமசந்திரனுக்கு ஒன்றுமே நடக்கவில்லை - ஒன்றுமே. அவனுக்கு வாயிலேயிருந்த சோத்து உருண்டை முழுங்க முடியவில்லை. சாதத்திலே இட்ட கை அசைக்க முடியவில்லை. சாதத்திலும் சாம்பாரிலும் வைத்த கண் மாறவில்லை. இப்பொழுது வாயிலுள்ள கல்லும், விரல்கள் இலையின் மேலே உள்ள சேற்றிலும், சிக்கிக் கொண்டது. நெஞ்சிலே மட்டும் உடுக்கை அடித்துக் கொண்டே இருந்தது- “டம்... டா... டம்”

– உத்சவம்– ‘குலாகர்’–தீபாவளி மலர்–1986

13. காயம்

விசித்திரமான ஒரு சத்தம்... க... க... இல்லை அப்படி அல்ல... கம்... கம்... கம்... இல்லை அதுவுமில்லை. இப்பொழுது க்ஸ்... க்ஸ்... ஸ்... ஸ்... .என்று சத்தம். என்ன இது? கண்கள் திறந்தேன்.

முன்னாலே ஒரு வெள்ளை சுவர். விமானத்துக்கு முன்னாலே இருக்கும் காற்றாடி போலவே சுவரிலே மின்விசிறி நீண்டு சுழல்கிறது. ஸ்... ஸ்... சுவற்றிலே எப்படி நீண்டிருக்கும்? நான் கூர்ந்து கவனித்தேன். கண்களிலே ஒரு பாரம். கண்களை சரியாகத் திறக்க முடியவில்லை. தலையிலே ஒரு பாரம். கூடாது... கூடாது - நான் கண்களை மூடினேன். வெறுமனே படுத்தேன்.

எத்தனை நேரம் அப்படியே படுத்திருந்தேன் என்று தெரியவில்லை. மெதுவாக, ஒரு நிம்மதியில்லாத நிலையை உணர ஆரம்பித்தேன். எனக்கு எங்கெங்கோ... ஏதேதோ நடப்பது போல் தெரிந்தது. ஆனால், அது என்னவென்று சரியாகத் தெரியவில்லை. தொண்டை வறண்டது. அது மட்டும் சரியாகத் தெரிந்தது. தண்ணீர் வேண்டும்.

"தண்ணி" - நான் கூறினேன் - "தண்ணி கொடு"

- தண்ணீருக்கு நான் காத்திருந்தேன். என்னால் தாகம் சகித்துக் கொள்ள முடியவில்லை. என்னுடைய தாகத்தைப் பார்க்கும் போது, தண்ணீர் கிடைக்கவில்லை என்றால் நான் இறந்துவிடுவேன் போலிருந்தது. எனக்குப் பெரிய கவலை ஏற்பட்டது. நான் சத்தம் போட்டேன் -

"அம்மா, தண்ணி கொடுங்களேன்"

எனக்கு ஆச்சரியமாக இருந்தது - என்னுடைய சத்தம் எனக்கே கேட்கவில்லை. என்னுடைய குரலுக்கு என்ன ஆயிற்று? என்ன ஆயிற்று? தண்ணீருக்காக நான் சத்தம் போடும் போது, எனக்குப் பூரணமான நினைவு இருந்ததால் தண்ணீர் வேண்டும் என்று கேட்டேன். ஆனால், வாயிலிருந்து அந்த வார்த்தை ஏன் வெளிப்படவில்லை என்று தெரிந்தது - என் தொண்டையில் ஏதோ சிக்கியிருக்கிறது. நான் கைவிரலை வாய்ப் பக்கமாகக் கொண்டு சென்றேன். என்னுடைய விரலுக்குச் சிறியதாகவும், மினுமினுத்த ஏதோ ஒரு பொருள் பட்டது. அது என்னுடைய மூக்கு வழியாக உள்ளே சென்றிருக்கிறது என்பதை அறிந்தேன். என்னுடைய மூக்கின் வழியாக ஒரு பாம்புக் குட்டி உள்ளே சென்றதைப் போல் தோன்றியது. திடுக்கிட்டேன், கண்களைத் திறந்தேன்.

என்னுடைய கண்களில் அந்த வெள்ளை சுவரும் அதிலே நீண்டு சுற்றும் மின்விசிறியும் தெரிந்தது. எனக்கு அதை முன்பே பார்த்த ஞாபகம் வந்தது. அந்த சுவரும் மின்விசிறியும் ஒன்று சேர்ந்திருக்கும் அந்த

விசித்திரமான காட்சி நினைவுக்கு வந்தது. நான் கூர்ந்து கவனித்தேன். இப்பொழுது நான் தெரிந்துக் கொண்டேன். அந்த சுவர் - சுவரல்ல - அது கூரை. அந்த மின்விசிறி சுவற்றிலே நீண்டு நின்றது அல்ல. அது கூரையிலிருந்து தொங்கிக் கொண்டிருக்கிறது.

இது என்னுடைய மனதிலே தோன்ற எனக்குச் சிரிப்பு வந்தது. நான் மின்விசிறி, கூரை, சுவர் ஆகியவற்றை ஒவ்வொன்றாகப் பார்த்தேன். நான் அந்த அறையில் ஒரு கட்டிலிலே படுத்திருக்கிறேன் என்பதைத் தெரிந்து கொண்டேன். என் மீது ஒரு போர்வை இருந்தது. நான் தலையைத் திருப்பினேன். தலையைத் திருப்பும் போது என்னுடைய விரலிலேபட்ட அந்தப் பொருளைப் பார்த்தேன். அது ஒரு பிளாஸ்டிக் குழல். என்னுடைய மூக்கின் வழியாக உள்ளே சென்றுள்ளது.

தண்ணீர் தாகம் வந்தது போல உணர்ந்தேன். இப்பொழுது எனக்குத் தொண்டை மட்டுமல்ல முழு உடம்பின் சாரம் மொத்தமாக பிழிந்தது போல் அனுபவித்தேன். என்னுடைய அந்தத் தாகம் ஒவ்வொரு வினாடியும் அதிகமாகிக் கொண்டேயிருந்தது. தளர்ச்சியும் அதிகமாகிக் கொண்டேயிருந்தது. எனக்கு என்னுடைய கை விரல்களை அசைக்கக் கூட முடியாதது போலிருந்தது. மீண்டும் மரணம் கண்ணிலே தெரிந்தது. அதை நினைக்கும் போது, என்னுடைய பயம் இன்னும் அதிகமானது. கண்கள் துக்கத்தினால் அவதிப்பட்டுக் கொண்டிருந்தது. நான் சித்திரவதைக்கு உள்ளானேன். என்னாலே சித்திரவதையை சகித்துக் கொள்ள முடியவில்லை என்பதால் என்னிடமிருந்த பலத்தை எல்லாம் ஒன்று திரட்டி அந்தக் கட்டிலின் விளிம்பிலே உட்கார்ந்து சத்தம் போட்டேன்-

"தண்ணி... தண்ணி... கொடுங்கம்மா..."

- பிழைத்தேன், யாரோ வந்து கொண்டே இருக்கிறார்கள். யார்?

அழகிய முகம், வெள்ளை உடை. ஒரு பெண் -

"ஹலோ, நீ எப்படி இருக்கிறே?" அவளுடைய கைகள் என்னுடைய நெற்றியிலும் கன்னத்திலும் உலா வந்தது.

"தண்ணி கொடுங்க. தயவு செஞ்சு - "தெளிவாகப் பேச முடியவில்லை.

"ம்"

"தண்ணி." - அவளுக்குப் புரியவில்லையோ - நான் தண்ணீர் குடிக்கும் பாவனையைச் செய்தேன். அவள் புரிந்து கொண்டிருப்பாள் என்று நினைக்கிறேன் -

"இரு" அவள் மூடிவைத்த பாத்திரத்திலிருந்து தண்ணீர் கொண்டு வந்தாள். தண்ணீர் அப்படியே குடிப்பதற்காக அவளுடைய கையிலே இருக்கும் டம்பளரை பிடித்துக் கொண்டேன். ஆனால் அவள் எனக்குக் கொடுக்கவில்லை. அவள் ஸ்பூனில் தண்ணீரை எடுத்து என் வாயிலே போட்டுக் கொண்டிருந்தாள். எனக்கு சிறிது சிறிதாக இவ்வாறு ஸ்பூனில் குடிக்க வேண்டியதாயிற்று. நான் கண்களை மூடிப் படுத்தேன்.

அவ்வாறு நான் எத்தனை முறை தண்ணீர் குடித்தேன் என்றும், எவ்வளவு தண்ணீர் குடித்தேன் என்றும் தெரியாது. ஆனால் அந்தப் பெண் ஒரு முறை "இன்னும் வேணுமா?" - என்று கேட்டாள். அப்பொழுது நான் "வேண்டாம்" என்றேன்.

இப்பொழுது எனக்கு சௌகரியமாக இருந்தது. மெதுவாகக் கண்களைத் திறந்து அறையை நோக்கினேன். நான் ஒரு சிறிய அறையில் கட்டிலில் படுத்திருக்கிறேன் என்பதை தெரிந்து கொண்டேன். மற்றொரு விஷயம் அந்த அறையில் நாலாபக்கமும் வெளிர் நிறம் இருந்தது. அறையின் சுவரும், கூரையும் வெள்ளையாக இருந்தது. மேலே இருக்கும் அந்த மின்விசிறியும் வெள்ளையாக இருந்தது. நான் வெள்ளை கட்டிலில் ஒரு வெள்ளை போர்வைக்கு கீழே படுத்திருக்கிறேன். என்னுடைய அருகிலேயே அந்த வெண்ணிற ஆடை போட்டுக் கொண்டவள் இருந்தாள். எனக்கு திடீரென்று ஒரு யோசனை வந்தது - நான் படுத்துக் கொண்டிருக்கும் இந்த இடம் என்னுடைய வீடே அல்ல. நான் எங்கே படுத்திருக்கிறேன்? எதற்காக?

இந்த பெண் என்னை கவனித்துக் கொண்டிருந்தாள் -

"இப்போ எப்படி இருக்கீங்க?"

- எப்படி இருக்கீங்கன்னா? நான்... நான் எங்கே படுத்திருக்கிறேன்? எதற்கு? இங்கே எப்படி வந்தேன்? அவளிடம் கேட்கலாம் -

"நான்..."

- இல்லை. முடியவில்லை. பேச முடியவில்லை. மூக்கிலே அந்த குழாய் பட்டு வார்த்தை சரியாக வெளியே வருவதில்லை. நான் அந்த குழாயை இழுத்து, வெளியே எடுக்க முயற்சி செய்தேன்.

அவள் பயந்து குதித்து ஓடி வந்து, என்னுடைய கையைப் பிடித்தாள் -

"கூடாது... கூடாது... அதை இழுக்கக் கூடாது. உனக்கு ஆக்சிஜன் தரும் குழாய் அது "

- எனக்கு அழுகை வந்தது. அது அவளுக்குத் தெரிந்தது போல. அவள் குனிந்து சிரித்துக் கொண்டே -

"கவலைப்படாதே. இப்பொழுது டாக்டர் வருவார். உனக்குப் பரிசோதனை செய்வார். இந்தக் குழாயை அகற்றுவார். உனக்கு நிம்மதியாக இருக்கும், சரியா?"

டாக்டர்! அப்படி என்றால் நான் மருத்துவமனையில் இருக்கிறேன். எதற்கு?

"உனக்கு இப்போ எப்படி இருக்கு?" - அவள் கேட்டாள். எத்தனை முறை இதே கேள்வியை கேட்டிருப்பாள்!

நான் கண்களை மூடி யோசித்தேன். இந்தக் குழாயினால் தான் நான் பேச முடியவில்லை. உடம்பில் சக்தி இல்லாதது போல் தெரிந்தது. உள்ளே இடுப்பிலே, வயிற்றிலே அதற்குக் கீழே வலி. ஊசியாலே குத்துவது போல. இன்னும் பல இடங்களில் அசௌகரியமாக இருந்தது.

நான் வேறு பக்கமாகப் படுத்தேன். அவ்வாறு வேறு பக்கமாகத் திரும்பிப் படுக்கும் போது, என்னுடைய முதுகில் மின்விசிறியுடைய குளிர்க் காற்றுபட்டது. அந்தக் காற்று, முதுகிலே படும்போது, அசாதாரண அனுபவம் ஏற்பட்டது. நொடிப் பொழுதில் என்னுடைய கட்டில் நழுவிச் செல்வது போலத் தெரிந்தது. கண்களை மூடியும், உலகம் முழுவதும் சுற்றுவது போலவும் தெரிந்தது. தலை சூடானது. பயத்தினால், நான் கட்டிலை இறுகப்பிடித்துக் கொண்டேன். ஆனாலும் அதனுடன் நானும் சுற்றுவது போல் தெரிந்தது. மெதுவாக அப்படி சுற்றுவது குறைந்தது, அதன் பின் நின்றது. .

மீண்டும் முதுகிலே படும் அந்தக் குளிர் காற்றை உணர ஆரம்பித்தேன். விசித்திரமாக இருக்கிறது. நான் என்னுடைய புடவையை சரி செய்ய, போர்வைக்குள்ளே கையை நுழைத்தேன். நான் பயந்தேன்-

போர்வைக்குள் நான் முழு நிர்வாணமாக இருந்தேன்! நான் நிர்வாணமாகவா! எப்படி நிர்வாணம்?

சட்டென்று எனக்கு ஞாபகம் வந்தது.

அவர்கள் என்னை நிர்வாணமாக்கினார்கள், அவர்கள்-

- கடவுளே! இப்பொழுது எனக்கு எல்லாமே நினைவுக்கு வருகிறது-

- மாலை நேரம். கடுமையாகும் இருட்டு. பள்ளிக்கூடமும், டியூஷனும் முடிந்து நான் வீடு திரும்புகிறேன். குறுகிய வீதி. குறைந்த

நடமாட்டம். தள்ளித் தள்ளியிருக்கும் வீடுகள். எல்லா இடத்திலும் மௌனம் நிலவியது. என்னுடைய செருப்புச் சத்தம் தவிர.

திடீரென்று மிதிவண்டியின் மணி சத்தம் கேட்டது. சில ஆண்களின் பேச்சுச் சத்தமும். பின்னாலே திரும்பிப் பார்க்கும் போது நான்கு பேர் மிதிவண்டியில் பக்கத்திலே வந்து கொண்டிருக்கிறார்கள். என்னைப் பார்த்துக் கொண்டே சிரிக்கின்றனர். "ஹாய்"- ஒருவனுடைய வணக்கம். மற்றொருவனின் விசில். அவர்களுடைய இந்த சேஷ்டைகளினால் என்னைக் கவர்வதற்கு முயற்சி செய்தனர். நான் வீதியின் ஓரத்திலே செல்கிறேன். "அழகா இருக்கியே" அவர்களின் பேச்சு. மீண்டும் மீண்டும் என்னைப் பார்த்துக் கொண்டே அவர்கள் சென்றனர்.

என்னுடைய மனதிலே அவர்களை ஒரு புழுவைப் போல செருப்பின் கீழே போட்டு நசுக்கிக் கொல்ல வேண்டும் என்று ஆசை. கோபம் பொங்கி வருகிறது. பல்லைக் கடித்தேன். கோபத்துடன் வீதியை மிதித்து நடக்கிறேன்.

பல நேரம் அப்படியே. முன்னாலே மிதிவண்டியும், ஆண்களும். அவர்களே மீண்டும் என்னைப் பார்க்காதது போலப் போகின்றனர். சத்தமே இல்லை. நான் முன்னாலே செல்கிறேன்.

திடீரென்று என்னுடைய தோளிலே யாருடையதோ கை. பார்க்கும் போது அதே நான்கு பேர் என்னுடைய அருகில்! அவர்களுடைய பார்வை என்னுடைய மார்பிலேயிருந்து கீழே இறங்கியது.

விபத்துக்குண்டான அறிகுறி!

நான் அந்த கைகளிலிருந்து விடுவித்து கொண்டு ஓடிப் போவதற்காக முயற்சிக்கும் போது அவர்கள் என்னை விடவில்லை. என்னுடைய உடம்பு ஸ்தம்பித்து விட்டது. என்னுடைய பயம் சத்தம் போட முயற்சிக்கிறது - என்னை விடுங்கள், என்னை விடுங்கள். அவர்கள் என்னுடைய வாயை மூடுகிறார்கள். என்னுடைய வாயில் கைக்குட்டையைக் கொண்டு அடைக்கிறார்கள். என்னுடைய இருதயம் துடித்துத் தொண்டையில் வருகிறது. இதயத்திலே பட்டாம்பூச்சிகள் பறக்கின்றன. நான் முழுவதும் நடுங்கினேன்.

அவர்கள் என்னுடைய கை கால்களை கட்டிப்போடுகின்றனர். அதன் பிறகு வீதியின் ஓரத்திலேயிருக்கும் தோட்டத்திற்குக் கொண்டு போயினர். என்னுடைய சேலையைப் பிடித்து இழுக்கிறார்கள். வேண்டாம், வேண்டாம். என்னை விடுங்கள் - சப்தம் வெளியே வரவில்லை என்பதால் நான் முழுவதும் படபடப்புக்கு உள்ளாகிறேன்.

"சத்தமில்லாமல் படும்"

நான் படபடப்புக்குள்ளாகி இருந்தேன்.

“ஏய் பொண்ணு, ஆடாதே. சும்மா படு...” - பெண்ணின் குரல். பெண்ணுடையதா? நான் கேட்ட அந்த குரல், பெண்ணினுடையதா? அவர்கள் எங்கு சென்றனர்? அவர்கள்? வெள்ளை உடையுடனிருக்கும் அந்தப் பெண் இருக்கிறாள். அவள் என்னைத் தடவிக் கொடுத்தாள்.

நான் அதிக நேரம் வெறுமனே படுத்திருந்தேன். போர்வைக்குள்ளே கையை விட்டேன் ஒன்று... இரண்டு... மூன்று...

எட்டு... எட்டு இடத்தில் பஞ்சை வைத்து பேண்டேஜ் கட்டியிருக்கிறார்கள். எட்டு இடங்களிலே காயம். எனக்கு என்ன ஆயிற்று? இப்படி எனக்கு நடப்பதற்கு நான் என்ன செய்தேன்? நான் என்ன செய்தேன்?

என்னுடைய கன்னத்திலே அவள் விரல்கள். அது என்னுடைய கண்களுக்கு பக்கத்திலே வந்து தடவுகிறது. எனக்கு என்னுடைய கண்களின் ஈரம் தெரிகிறது - அவளுடைய விரல்கள் ஆடுகின்றன -

“அழாதே. ம். அழாதே. உனக்கு ஒண்ணும் ஆகாது.”

என்னால் பேச முடியவில்லை. அறையின் கதவு திறந்தது. ஒரு ஆண் உள்ளே வருகிறார். அவர் வெள்ளை நிற கோட் அணிந்திருக்கிறார். அவர் என் பக்கமாக வருகிறார். என்னுடைய இருதயம் மீண்டும் துடிக்கிறது. அவர் என்ன செய்ய வருகிறாரோ! அவரின் முகத்தில், இம்சை தரும் ஆசை இருக்கிறதா? அவரின் பார்வை என்னுடைய முகத்திலிருந்து மார்பு தாண்டி கீழே இறங்குகிறதா?

இல்லை. அவர் முகம் வேறு மாதிரியாகத் தான் இருந்தது. அவருடைய உதடுகளைப் போலவே கண்களும் சிரித்தன. அந்தக் கண்கள் என்னுடைய நேர் கொண்ட பார்வையாக இருந்தது. அந்தப் பெண் எழுந்து, அவருக்கு மரியாதை செலுத்துகிறாள்.

“நீ எப்படி இருக்கே?”

நான்... நான்... சாகிறேன்.

“ஓ, நீ பேச மாட்டியா? இருக்கட்டும். இருக்கட்டும். உனக்கு இருதயம் இருக்கான்னு பாக்குறேன்”

பேச மாட்டியா? பேச முடியவேயில்லையே டாக்டர்! அவர் அந்த வெள்ளை கோட்டிலிருந்து ஸ்தெதொஸ்கோப்பை எடுத்து காதிலே வைத்தார். சிரித்துக் கொண்டே என்னுடைய மார்புக்கு பக்கத்திலே கொண்டு வந்தார்.

வேண்டாம், வேண்டாம்

அவர்களுடைய கைகளும் இப்படித் தான் வந்தது. அவர்களுடைய விரல்களால் மார்பு நசுங்கியது. மிகவும் வலித்தது. நான் எழுப்பிய அந்தக் கதறல், சொர்க்கலோகம் வரை எட்டியிருக்கும். ஆனால் அது யாருக்கும் கேட்கவில்லை. அந்த சத்தம் வாயிலே இருக்கும் அந்தக் கைகுட்டையினாலே அதனுள்ளே சிக்கிவிட்டது. என்னுடைய புடவை கிழிக்கப்பட்டு தனித்தனியாகப் பறந்தது. என்னுடைய உடலில் மண்ணும், கல்லும் விழுகிறது. என்னுடைய நடுங்கும் உடலில் அவர்களின் நகம் பட்டு எரிகிறது.

என்னால், அசையவே முடியவில்லை. எனக்கும் இருட்டான மேகத்திற்கும் நடுவே அவர்களுடைய உடல் வருகிறது. ஆகாயத்திலே இருக்கும் நட்சத்திரத்திற்கு பதிலாக இந்த துஷ்ட மிருகங்களின் மினுமினுக்கும் கண்கள் தெரிகின்றன. அந்தக் கண்கள் என்னை கேலி பண்ணியது. அந்தக் கண்களில் தயையே இல்லாத ஆசை தெரிகிறது. பசியோடிருக்கும் ஒரு கொடூர மிருகத்தின் சுயநலமிக்க ஆசை. அந்த மிருகங்கள் என்னை அடித்துச் சாப்பிட்டன. என்னுடைய கற்பை அவர்கள் காற்றிலே பறக்கவிடுகின்றனர். நான் எரிகிறேன். எனக்குச் சத்தம் போட்டுக் கதறி இந்த உலகம் முழுவதையும் வெட்டிச் சாய்க்க வேண்டுமென்று தோன்றியது. ஆனால் என்னுடைய அழுகைச் சத்தம் வெளிவரவில்லை. என்னால் அசைய முடியவில்லை. நான் என்னுள்ளேயே அழுந்திக்கிடக்கின்றேன். கஷ்டத்தின் பல வேதனைகளை அனுபவிக்கின்றேன்.

ஒருவன்...

மற்றொருவன்...

....

மூன்றாமவன்

....

அவர்கள் எனக்கும் ஆகாயத்திற்கும் நடுவே வந்து கொடூரமாக மின்னும் கண்களால் கேலி செய்து என்னைச் சீரழித்து என்னுடைய பலத்தை இழக்கச் செய்தனர். எனக்கு தைரியமில்லாமல் போகிறது. விசித்திரமான அனுபவமாகிறது. கால்கள் இப்பொழுது எரிவதில்லை. இப்பொழுது முதுகிலே மண்ணும் கல்லும் விழவில்லை. கீழே இருக்கும் பூமி நழுவிப் போகிறது. அல்லது நான் பஞ்சு போலப் பறந்து மேலே போகிறேனா?

சர்வலோகமும் கருகிப் போகிறது. எந்தச் சிந்தனையும் வருவதில்லை. எதுவும் ஒத்து வருவதில்லை. எதுவும் கேட்பதில்லை, எதுவும் தெரிவதில்லை. இருட்டு... இருட்டு...

இப்பொழுது கண்களைத் திறந்து பார்க்கும் போது, இங்கே மருத்துவமனையில். வெள்ளை சுவர்கள். வெள்ளை கட்டில். வெண்ணிற ஆடையில் அந்தப் பெண். வெள்ளை நிறக் கோட்டில் அந்த டாக்டர்.

என்னை யார் கொண்டு வந்தார்கள்? என் அம்மா? என் அப்பா? சகோதரன்? அந்தத் தோட்டத்தின் முதலாளி? எத்தனை பேர் என்னை அந்த நிலையில் பார்த்திருப்பார்கள்? கடவுளே! எத்தனை பேர் என்னுடைய நிர்வாண கோலத்தைப் பார்த்திருப்பார்கள்!

என்னை அந்த நிலையில் பார்த்த அம்மாவுக்கு, அப்பாவுக்கு மற்றும் சகோதரனுக்கு என்ன தோன்றியிருக்கும்? என்னுடைய பக்கத்து வீட்டுக்காரர்களுக்கு, பள்ளிக்கூட நண்பர்கள் என்னுடைய இந்த கஷ்டத்தைக் கேட்டு என்ன நினைப்பார்கள்?

எல்லோரும் இப்பொழுது என்னுடைய விஷயத்தை பேசிக் கொண்டு இருப்பார்கள் -

"நீ கேட்டியா?"

"என்ன?"

"நம்முடைய லலிதா இருக்காயில்லே?"

"ஆமா"

"அவளை பலாத்காரம் பண்ணிட்டாங்களாம்"

"பாவம். யார் டி?"

"தெரியலே. நான்கு பேரு அவளை பிடிச்சிட்டு போனாங்களாம். அப்புறம்... ம்"

அவர்களுடைய பேச்சிலே கருணை இருக்கும். அவர்களுடைய மனதிலே பயத்தின் அலைகள் - அவர்களுக்கும் அப்படியே ஆகிவிடுமோ என்று!

இப்பொழுது அவர்கள் முகத்திலே எப்படி முழிப்பது? பள்ளிக்கூடத்திற்கு எப்படிப் போவது? வீட்டுக்கு வெளியே எந்த முகத்தைக் கொண்டு போவது? கடவுளே எப்படி? முடியாது. முடியாது. இறந்தால் தான் நல்லது. மரணிக்க வேண்டும்.

ஆனால் எப்படி? இங்கே ஏதாவது விஷம் கிடைக்குமா? நான் சுற்றும் முற்றும் கண்களைச் சுழற்றிப் பார்த்தேன். குழாய். ஆம் அந்த குழாய். அது வாயிலிருந்து வலுக்கட்டாயமாக இழுத்து விடு! நான் எடுக்கப் பார்த்தேன். அந்தப் பெண், என் கையைப் பிடித்தாள். டாக்டரின் பேச்சுச் சத்தம்.

“ஒகே, ஸிஸ்டர். அதை நீக்கிப் பார்க்கலாம்”

அந்தப் பெண் கட்டிலின் பக்கத்திலே வந்து, குனிந்து எதுவோ பண்ணினாள். அதன் பிறகு, நேராக நின்று, குழாயை எடுத்தாள். எனக்கு மூக்கினுள் மிகவும் வலித்தது. அதை விட எனக்குக் கூச்சம் ஏற்பட்டது. குழாய் வெளியே எடுத்த பிறகு பார்த்தால், எனக்கு அது இத்தனை தூரம் உள்ளே இருந்ததா என்று ஆச்சரியமாக இருந்தது. உடனே எனக்கு தும்மல் வந்தது.

இப்பொழுது எனக்கு மூச்சு முட்டியது - நான் மரணிக்க தயாராக இருந்தேன். இப்பொழுது என்னுடைய மரணத்தின் நேரமாகிவிட்டது. இப்பொழுது -

டாக்டர் என்னை உற்று நோக்குகிறார் -

“கஷ்டமா இருக்கா?”

- எனக்கு சாக வேண்டும். ஆனால், எங்கே அது? ஆக்சிஜன் தரும் அந்தக் குழாயை எடுத்தும் நான் மரணிக்கவில்லை. எனக்கு ஏன் மூச்சு முட்டவில்லை?

“கஷ்டமாகலே இல்லே? நல்லது, நல்லது” -

டாக்டரின் பேச்சு

அவர் அந்தப் பெண்ணிடம் ஏதோ எழுதிக் கொடுத்து வெளியே சென்றார். நான் என்னுடைய நம்பிக்கையை இழந்து அப்படியே கிடந்தேன். என் உள்ளே கோபம், உற்சாகமின்மை, நிரம்பி வந்தது. மேலும், மேலும் எனக்கு அந்த பயங்கரமான சம்பவத்தின் ஞாபகமே வந்து கொண்டிருந்தது. அந்தப் பெண்ணிடம் அதனாலே உடனே கேட்டேன்-

“இன்னிக்கு என்ன கிழமை? இப்போ எத்தனை மணி?”

அவளுடைய பதில் கேட்டு எனக்கு ஆச்சரியமாக இருந்தது - இப்பொழுது மாலை ஆகிவிட்டது!

நேற்று மாலை முதல் இன்று மாலை வரை இருபத்தினான்கு மணி நேரம், நான் ஏதோ உலகத்திலே இருந்தேன்! இனி இங்கே -

"ஸிஸ்டர், என்னை இங்கே யார் கொண்டு வந்தா? என்னுடைய அம்மா - அப்பா எங்கே? அவர்கள் என்னை எதிர்பார்த்துக் கொண்டு இருப்பார்கள்."

"உன்னுடைய அம்மா இங்கே வெளியே இருக்காங்க. உன்னுடைய சகோதரனும் இருக்கான். மற்றும் பலர் அங்கே இருக்காங்க. பயப்படாதே" -

எல்லோரும் இங்கேயே இருக்காங்களா! கடவுளே கண்களில் துக்கம் மிகுந்து உட்கார்ந்திருப்பார்கள். அவர்களுக்கு என்னுடைய விஷயத்தில் என்னவெல்லாம் தோன்றிக் கொண்டிருக்கும்!

"இரு, உன்னுடைய அம்மாவையும், சகோதரனையும் உள்ளே கூப்பிடுறேன். நேத்து முதல் அவங்க அங்கேயே உட்கார்ந்திருக்காங்க"

- வேண்டாம்! நான் அவர்களுடைய முகத்திலே எப்படி விழிப்பேன்! அப்படி நினைத்துக் கூட பார்க்க முடியவில்லை. என்னுடைய வெட்கம்... இல்லை முடியாது. வேண்டாம் ஸிஸ்டர்! வேண்டாம். அவர்களை அழைக்க வேண்டாம். ஆனாலும், அவள் வெளியே சென்றாள்.

இப்பொழுது என்ன செய்வது? எழுந்து போகவா? சென்று ஒளிந்து நிற்கவா? குளியல் அறைக்குச் செல்லவா? - நான் அவசரமாக எழுந்திருக்க முற்பட்டேன். அப்பொழுது, தொப்புளின் கீழே கடுமையான வலி தெரிய ஆரம்பித்தது. கீழேயிருக்கும் கட்டில் நழுவிப் போனது. தலை சூடானது. சுற்றுப்புறம் முழுவதும் சுற்ற ஆரம்பித்தது. உலகம் முழுவதும், என்னுடைய தலையின் நாலாபக்கமும் சுற்றும் போது என்னுடைய மார்பின் மீதுள்ள போர்வை அகன்று, இடுப்பு வரை திறப்பது எனக்கு தெரிந்தது.

தலை சுற்றுவது சரியாகிக் கொண்டு வரும் வேளையில், அறையின் கதவு திறந்து, அந்தப் பெண் பின்னாலேயே என்னுடைய அம்மா உள்ளே வருவது தெரிந்தது.

நான் என் மீது உள்ள போர்வையை இழுத்துக் கொண்டு அவர்களுக்கு முதுகு பக்கமாக இருக்குமாறு படுத்துக் கொண்டேன். கண்களை இறுக மூடிக் கொண்டேன். உதடுகளை கடித்து வைத்துக் கொண்டேன். ஊசி குத்திய பலூனைப் போல என்னுடைய கண்களின் ஓரத்திலே உள்ளே மறைத்து வைத்த அனைத்தும் திறந்தன. ஆத்மாவின் படபடப்பு, உதடுகளில் வெளிப்பட்டது...

– காயம்–'சித்த்ராங்கி'–தீபாவளி மலர்–1986

4. தயவில்லாதவன்

தாமோதர் மிதிவண்டியை ஓட்டிக்கொண்டு நொண்டி அனந்தனுடைய கடைக்கு முன்னாலே சேரும் போது, மதியம் இரண்டேமுக்கால் மணி ஆகிவிட்டது. தாமோதரனுக்கு மிகவும் பசி எடுத்திருந்தது. அவனுடைய வேலை நிமித்தமாக ஊர் முழுவதும் அலைவதும், ஊரிலுள்ள பலரையும் சந்திக்கும் வேலையாகவும் இருப்பதால், சில நேரங்களில், அவனுடைய பசியை அடக்க வேண்டியிருக்கும். ஆனால், இன்று அதிக நேரம் ஆனபடியால் பசி நன்றாக தெரிந்தது. எப்படியும் வீடு சேர்ந்து வயிற்றுக்கு ஏதாவது சாப்பிட வேண்டுமென்ற அவசரத்திலே மிதிவண்டியை ஓட்டினான்.

சட்டென்று அவனுக்கு ஞாபகம் வந்தது - கடலை பருப்பும், டீ தூளும் கொண்டு வரச் சொல்லி மனைவி காலையில் கூறியிருந்தாள். அவன் மிதிவண்டியின் பிரேக்கைப் பிடித்து, வண்டியைத் திருப்பி, அனந்தனுடைய கடையின் முன்பு நிறுத்தினான். வண்டியில் இருந்து இறங்கும் முன்பே, சத்தமாகக் கூறினான் -

"நொண்டி, அரை கிலோ கடலை பருப்பும், டீ தூள் ஒரு பேக்கெட்டும் சீக்கிரமாக எடுத்து கொடு... சீக்கிரம்... நேரமில்லே"

அவன், அனந்தனுடைய தினந்தோறும் வரும் வாடிக்கையாளர் என்பதால் அவனுடைய கேலித்தனமும் சுபாவமும் அந்த கடைக்காரருக்கு நன்றாகத் தெரியும். அதனால் அவனும் கேலியாகவே தாமோதரனிடம் பேசினான்-

"என்னப்பா அவசரம்? வீடு தீ பிடிச்சிட்டு எரிஞ்சுட்டு இருக்கா? இல்லே மனைவி பிரசவிச்சிட்டு இருக்காளா?"

"அம்மா சாகக் கிடக்கிறா - வாயு மாத்திரை கொண்டு வரப் போறேன்... சீக்கிரமா, சாமானைக் கொடு"

"அம்மா சாகக் கிடக்கும் போது, வெத்தில சாப்பிட போறவன் தானே நீ. வாயு மாத்திரை வாயிலே போடறதுக்கு முன்னாடியே அவள் எமலோகத்துக்கே போயிருப்பாள்"

"சும்மா கிடடா நொண்டி. சீக்கிரமா பொருளை எடுத்துக் கொடு"

நொண்டிக்கு அவனுடைய குதர்க்கம் தெரிந்தது. பேசிக் கொண்டே தாமோதரனுக்கு அவன் பொருட்களை எடுத்துக் கொடுத்தான். காசு வாங்கி எண்ணி கல்லாவிலே போடும் போது, அவனிடம் கேட்டான் -

"சாப்பிடலையா? எதுக்கு கோபப்படுறே?"

தாமோதர் எதுவும் பேசாமல் பொருட்களை வாங்கி வெளியே வந்தான். அங்கே மற்றவர்களும் இருந்தனர். அவர்கள், அவன் பேசியதைக் கேட்டு சிரித்துக் கொண்டிருந்தனர். ஆனால், ஒரு முதியோருக்கு இவ்வாறு பேசியது பிடிக்கவில்லை.

"என்ன பேச்சு பேசுறான் அவன். அதுவும் நான்கு பேருக்கு முன்னாலே! அம்மா சாகக் கிடக்கிறாளாம்! கோழி முட்டைப் போடுவதுப் போல சாதாரணமாக பேசறான். யாரப்பா அவன்?"

"அவன் தாமோதர் மாமா. அவன் அப்படித் தான் பேசுவான் - தமாஷுக்காக"

"தாமோதரனா, விரோகதரனா?... யாரு அவன்?"

"அவன் அந்த கொக்கனின் மகன். கீரை வித்துட்டு இருந்தானே அந்த கொக்கன்... அவனுடைய பையன்"

"சரி" முதியோர் அமைதியானார். மற்றொருவர் கூறினார் -

"அவன் ஒரு பயங்கரமானவன். மனிதத்துவம் என்பதற்கும் அவனுக்கும் எந்த சம்பந்தமுமில்லே. தமாஷாக பேசறது இருக்கட்டும். ஆனா மனுஷனுக்கு மனுஷன் வேணுமில்லையா? மருந்துக்குக் கூட அவனுக்கு மனிதத்துவமில்லே. அப்பனையே முகத்திலே அறைஞ்சவன் தானே அவன்"

"கண்ணிலே ரத்தம் இல்லாதவன்" மற்றொருவர் கூறினார் - "அவன் செய்யும் ஒவ்வொரு வேலையும் கடவுளுக்குக் கூடப் பிடிக்காது. அவன் அப்படித் தான் பக்கத்து வீட்டு நாய் குரைத்து தூங்க முடியலேன்னு இரவோடு இரவா எழுந்து ஒரு பாறாங்கல்லை வீசி அந்த நாயைக் கொன்னவன்". "நீ அதை சொல்லலறே. என்னுடைய மாடு, அவனின் நிலத்திலே போய் மேய்ந்தது என்பதாலே அவன் என்ன செஞ்சான் தெரியுமா?... வாழைப்பழத்திலே பிளேடு வச்சு அந்த மாட்டுக்கு ஊட்டினான். அந்த மாடு கருவுற்றிருந்தது. அந்த பேச முடியாத பாவப்பட்ட மாடு செத்தே போச்சு. இவன் உருப்படுவானா?" தாமோதரன் அங்கிருந்து மிதிவண்டியை எடுத்து தொலை தூரம் சென்றடைந்தான். அதனால், அவர்கள் பேசியது எதையும் அவன் கேட்கவில்லை. இவ்வாறு கோள்மூட்டுவது அவனுடைய காதிலே விழுந்திருந்தால், அங்கேயே அப்பொழுதே, அவர்களை ஏழு துண்டுகளாக வெட்டி சாய்த்திருப்பான். மூத்தவரின் உடம்பும், சரீரமும் தனித்தனியாக ஆகியிருக்கும்.

அவன் வீடு சேரும் போது மூன்று மணி ஆகிவிட்டது. வீட்டின் முன் கதவு சாத்தியிருந்தது. தாழ்ப்பாள் போடவில்லை. மிதிவண்டியை நிறுத்திவிட்டு, தாமோதரன் பொருட்களைக் கொண்டு வந்து, காலாலே உதைத்து, கதவை திறந்து, உள்ளே நுழைந்தான். பொருட்களை

சமையலறையில் வைத்து, ஷர்ட்டை மாற்றும் போது, அவனுக்கு சந்தேகம் ஏற்பட்டது - மனைவி மக்கள் எங்கே போயினர்? சத்தமே இல்லை. அவன் மற்றொரு அறைக்குச் சென்று பார்த்தான். அங்கே அவனுடைய மூத்த மகனும், அவனுடைய நண்பனும் உட்கார்ந்திருந்தனர். அவர்கள் பழைய ஆங்கில பத்திரிகையிலிருந்து படங்களை கத்தரித்து எடுத்துக் கொண்டிருந்தனர். தந்தையை பார்த்தவுடன் அந்த புத்தகத்தையும், கத்திரிகோலையும் ஒளித்து வைக்கப் பார்த்தான். தாமோதரன் அதை கண்டு கொள்ளாமல், கேட்டான் -

“அம்மா எங்கே போயிட்டா?”

“சினிமாவுக்கு. ரொம்ப நேரம் உனக்காக காத்துகிட்டு இருந்தா. அப்புறம் போயிட்டா... உங்களை சாதத்தை போட்டுக் கொண்டு சாப்பிடச் சொன்னாள்”

“அவள் வரும்வரை பட்டினியாகவே இருக்கணுமுன்னு நினைச்சுட்டு இருந்தாளா?” - தாமோதரன் கடுமையாக கூறினான். அவன் சிந்தித்தான் - இவளுடைய இந்த சினிமா மோகம். வெயிலில் வறுத்து, கறுத்து வீட்டினுள் வரும் போது சாப்பிட்டு ஆகிவிட்டதா என்று கூட கேட்பதற்கு அவளுக்கு நேரமில்லை. அவளுக்கு சினிமா பைத்தியம்! சினிமாவிற்குப் போகவில்லை என்றால் தூக்கம் வராது. ராஸ்கல், திரும்பி வரட்டும். அவளுக்கு புத்தி புகட்டுகிறேன்!

சாப்பாட்டு மேஜையில் சோறும், சாம்பாரும் மூடி வைத்திருந்தது, தட்டு குப்புற போடப்பட்டிருந்தது. அவன் அதை எடுத்து போட்டுக் கொள்ள ஆரம்பித்தான். மூடி வைத்த பாத்திரத்தை திறந்து அதிலிருந்து போட்டுக் கொள்ளும் போது, ஒரு பாத்திரத்தில் அவனுக்கு பால் பாயசம் இருப்பது தெரிந்தது. பார்க்கும் போதே. அது கோவில் பிரசாதம் என்று தெரிந்தது. அவனுக்கு ஞாபகம் வந்தது - இன்று இளைய மகனின் பிறந்த நாள். அவனுடைய பிறந்த நாளன்று கோயிலில் பால் பாயசம் நைவேத்தியம் செய்வது மனைவியுடைய பழக்கம். இப்பொழுது, அவனையும் அழைத்துக் கொண்டு திரைப்படத்திற்குச் சென்றிருக்கிறாள். தாமோதரன் சாப்பிட்டு எழுந்து, பாத்திரத்தை மூடி வைத்தான்.

அதன் பிறகு தரையிலே பாயைப் போட்டுப் படுத்தான். தூங்கிய உடனேயே, காலுக்கு எறும்புக் கடித்து அவன் எழுந்து உட்கார்ந்தான். காலுக்குக் கீழே அமுங்கிய அந்த எறும்பு சுருண்டிருந்தது. எறும்பு கடித்த அந்த இடத்தில் கடும் வலி எடுத்தது. ஆனாலும், அவளை அடிக்க உயர்த்திய அந்தக் கை, பின்னாலே இழுத்து - உன்னுடைய ஆசை தீர கடி - அவன் மனதிற்குள்ளேயே கூறிக் கொண்டான் - ஆசை தீர கடி. பிறகு என்னாகிறது என்று பார்ப்போம் - அவன் அந்த வலியைத் தாங்கி நின்றான். சிறிது நேரத்தில், எறும்பு வேறு பக்கமாகத் திரும்பி

நடக்க ஆரம்பித்தது. தாமோதரன் அதைப் பிடித்து, இரண்டு துண்டுகளாக்கி வீசினான். அதன் பிறகு கூறினான் - இப்பொழுது சொர்கத்திற்குப் போ. எனக்கு யார் வலியைக் கொடுக்கிறார்களோ, அவர்களுடைய கதி இது தான். அவன் மீண்டும் கண்களை மூடினான்.

யாரோ கதவைத் தட்டுவதைக் கேட்டு தூக்கத்திலிருந்து விழித்தான். அவன் கதவைத் திறந்து பார்த்தான். வெளியே ஒரு சிறுவன் நின்று கொண்டிருந்தான். சிறுவன், தாமோதரனுடைய பையனைக் கேட்டான். தாமோதரன் வினவினான் -

"நீ யார்?"

"நான் அவனுடைய வகுப்பிலே படிக்கிறேன் - ராம்நாத்"

"ம், அவனை கூப்பிடுறேன்... நீ யாருடைய பையன்?"

"விட்டலனுடைய பையன்"

விட்டல் என்ற பேரை கேட்டவுடனே, தாமோதரனுடைய மனதிலே ஒரு பெரிய உருவம் எழுந்து வந்தது. பெருத்த உடம்பு, அகலமான முகம். பெரிய மீசையுடையவன், சிவந்த கண்களை உடையவன். முடிக்கு வகிடு எடுக்காமல், தூக்கிவாரி சீவி இருக்கும். ஆனால், அவன் தலையை ஆட்டும் போது, சீவியிருந்த முடி தெரித்து, முகத்திலே வந்து விழும். கை கால்கள் தென்னை மரம் போல பெருத்து இருந்தது. கை எப்பொழுதும் மீசையிலே விளையாடும். ஊரிலே எங்கெல்லாம் அடி தடி நடக்குமோ, அங்கெல்லாம் இவனுடைய பலம் தெரியும். அவன் தான் இந்த சிறுவனின் தந்தையா? -

"எந்த விட்டல்?"

"குளத்துக்கு பக்கத்திலே வீடு"

"ஷெட்டியுடைய கடையிலே வேலை பார்ப்பவரா?"

"ஆமா"

"ஓ... ஓ" - அவனே தான்! - தாமோதரன் யோசித்தான் - அவனே தான்! அவன் என்னுடைய மனைவியை கேலி செய்தவன், என்னுடைய மிதிவண்டியின் காற்றை பிடுங்கிவிட்டவன், மிதிவண்டியின் டியூபை ஆணி குத்தி பஞ்சர் ஆக்கியவன். ஒரு முறை கோயில் விசேஷத்தின் போது, என்னிடம் சண்டை போடுவதற்கு சந்தர்ப்பம் பார்த்துக் கொண்டிருந்தான். முந்தைய வருட கோயில் அன்னதானத்தின் போது, பரிமாறப் புறப்படும் போது, ஏதோ காரணத்தைக் கூறி என்னுடைய வயற்றிலும், கன்னத்திலும் மீண்டும் மீண்டும் அடித்து துன்புறுத்தியிருந்தான். அங்கே குழுமியிருந்த மக்களின் முன்பு கீழே தள்ளி என்னுடைய நெஞ்சிலே மிதித்தான்.

அவனுடைய முஷ்டிக்கு என்னுடைய முஷ்டிக் கொடுத்து சண்டையிட என்னால் முடியாமல் போனது. ஆனாலும் நிறைய அடி வாங்கும் போது, நான் முடிவு பண்ணினேன் - அட தாசியின் மகனே, என்னைத் துன்புறுத்தியதற்குண்டான கூலியை ஒரு நாள் உனக்கு கண்டிப்பாகத் தந்தே தீருவேன். அந்த நாளில் நீ அழுவாய்.

இன்று இங்கே, என்னுடைய வீட்டில், அவன் மகன்! -

“நீ இங்கே முதல் தடவையா வரியா? உன்னை இதற்கு முன்னே பார்த்ததில்லையே?”

“நான் நிறைய தடவை வந்திருக்கேன். நீங்க அப்போ இல்லே”

இவங்களுடைய பேச்சைக் கேட்டு, தாமோதரனின் மகன் அங்கே வந்தான். நண்பனையும் அழைத்துக் கொண்டு புறப்பட்டான். தாமோதரன் கேட்டான் -

“எங்கே போறே?”

“இங்கே தான் அப்பா. வேறு எங்குமில்லே”

தாமோதரனின் மனதிலே ஒரு சிந்தனை வந்தது. அவன் கூறினான்-

“தூரமா எங்கும் போகாதே. சரியா? சீக்கிரமா வா. அவனையும் கூட்டிட்டு வா. இங்கேயே உட்கார வை. நான் வெளியே போகணும்”

“சரி”

தாமோதரன் மனதிற்குள்ளேயே சிரித்துக் கொண்டான் - விட்டலா! நீ இன்று அழுவாய். இன்று எனக்கு பால் பாயசத்தின் நாள்! ஆஹா... ஆஹா... அவன் சமையலறைக்குச் சென்று மேஜையில் வைத்திருந்த பால் பாயசத்தின் பாத்திரத்தைத் திறந்து பார்த்தான் - இருக்கிறது. வேண்டுமளவு இருக்கிறது. ஒரு சிறுவனின் வயிறு நிறைய போதுமான அளவு இருக்கிறது”

உடனே பக்கத்திலே உள்ள அறைக்குச் சென்று, அலமாரியில் வைத்திருந்த பூச்சிக்கொல்லி மருந்தின் பொட்டலத்தைக் கொண்டு வந்து, அந்தக் கொடூரமான பொருளை முழுவதாக பால்பாயசத்திலிட்டு கலக்கினான். இப்பொழுது, இனிப்பு குறைந்திருக்குமென்று, சர்க்கரையைச் சேர்த்தான். மனதிலே கூறிக் கொண்டான் - விட்டலனுடைய குட்டியே, இன்று உன்னுடைய தந்தையை அழ வை! எனக்கு உன்னைப் பார்த்தால் பாவமாக இருக்கிறது. உன்னை அழிப்பதை நினைத்தால் கஷ்டமாக இருக்கிறது. ஆனால், நீ நிறைய கஷ்டப்படமாட்டாய், வெறும் நான்கு - ஐந்து மணி நேரம் தான். அவ்வளவு தான். அதன் பிறகு நீ அமைதியாக இருப்பாய். உன்னுடைய அப்பாவுக்குத் தான் பதட்டம் ஆரம்பிக்கும்.

என்னையும், ஊர்காரங்களுக்கும் அவன் கொடுத்த இம்சைக்கு வருத்தப்படப் போகிறான். அவனே என்னுடைய இந்தச் செயலுக்குக் காரணம். நீ என்னுடைய எதிரியல்ல. நீ அப்பாவி. நான் உன்னை பழிவாங்க நீ என்ன தவறு செய்தாய்? ஆனால் உன் தந்தை இருக்கிறானே - அவன் சண்டாளன். அவனுடைய உடம்பின் தோலை உரித்து உப்புக் கண்டம் போட்டு உயிருடன் புதைக்க வேண்டும். எனக்கு பலம் இருந்தது என்றால் அவ்வாறு செய்திருப்பேன். அந்த கடோத்கஜன், என் கையிலே கிடைக்க வேண்டுமே! அவன் எங்கே கிடைக்கப் போகிறான்? அவனுடைய சுண்டு விரலில் கைப்பட்டாலே, என்னுடைய கழுத்தை அவன் நெரிப்பான். அதனால், அவனுக்கு பதில் நீ...

தாமோதரன் இன்னும் சிந்தித்தான் - சிறுவனுக்குப் பால் பாயசத்தை சாப்பிட வைத்துச் சீக்கிரமாக அவனுடைய வீட்டில் சேர்க்க வேண்டும். அங்கு யாருக்கும் இதைப் பற்றி தெரியாமல் இது அத்தனையும் நடத்த வேண்டும். சிறுவன் இங்கே வந்ததும், யாருக்கும் தெரியக் கூடாது. எப்படிச் செய்வது? முடியுமா? சிறுவன் இங்கே வந்ததை பல பேர் பார்த்திருப்பார்கள். அவர்களுடைய பேச்சை நிறுத்த முடியாது. அவனுக்கு பால் பாயசத்தை சாப்பிட வைத்ததுக் குறித்து கூறுவதற்கு என் மகனும் கூடுவான். அவ்வாறு எப்படி செய்வது? ஒரு வழி உண்டு... விட்டலின் குட்டிக்கு பால் பாயசத்தை சாப்பிட வைத்து, அதன் பின் ஏதாவது ஹோட்டலுக்கு சென்று சாப்பிட வைக்க வேண்டும். என்னுடைய மகனையும் அவ்வாறே சாப்பிட வைப்பது... இல்லையென்றால், மகனைக் கூப்பிட்டுப் போக வேண்டாம்... விட்டல் ஜூனியர் மற்றும் நான் மட்டும் ஹோட்டலுக்குச் சென்று சாப்பிடுவது. சேர்ந்தே செல்வது. எல்லோரும் பார்ப்பார்கள். பார்க்கட்டும். நாம் எதுவும் தகராறு செய்யாமல் செல்வது. எல்லோரும் பார்த்து, பிறகு ஞாபகப்படுத்தட்டும். சிறுவன், விஷம் கலந்த பால் பாயசத்தினால், இரவிலே இறந்துவிடுவான். அவன் முதலில் வாந்தி எடுப்பான். நானும் இரவு வீட்டிற்கு சேர்ந்தவுடனே, உப்பை தண்ணீரிலே இட்டு குடிப்பேன். அவ்வாறு செய்தால், வயிற்றுக்குள்ளே இருக்கும் அனைத்தும் வெளியே வரும். ஹோட்டலுடைய சாப்பாட்டிலே இருந்த விஷத்தினாலே சிறுவன் இறந்தான் என்று செய்துவிடலாம். அதே காரணத்தால், நானும் வாந்தி எடுத்தேன் என்று வரும். நல்ல யோசனை. அப்படியே செய்யலாம். நிறைய யோசிக்க வேண்டாம். நேரம் நெருங்கிவிட்டது. இனி ஒன்றரை மணி நேரத்தில், மனைவி திரும்பி வருவாள். அதன் பிறகு, ஒன்றும் செய்ய முடியாது.

தாமோதரன் பொறுமையில்லாமல், குழந்தைகளை எதிர் நோக்கிக் காத்திருந்தான். அப்பாவிற்கு எந்த அளவு கோபம் வரும் என்பதை அறிந்திருந்தபடியால், மகன் நண்பனையும் அழைத்துக் கொண்டு வேகமாகத் திரும்பி வந்தான். இரு குழந்தைகளும் இறகுப் பந்து விளையாட ஆரம்பித்தார்கள். தாமோதரன் ஒரு சாதக வாய்ப்பிற்காக

காத்துக் கொண்டிருந்தான், மகனை சிறிது நேரம் ஓய்வு எடுக்கச் சொல்லி, மற்றவனுடன் விளையாட ஆரம்பித்தான். விளையாடிக் கொண்டிருக்கும் போது, சத்தம் போட்டு பேசியும், சிரித்தும் இருந்தான். சுற்றிலும் இருப்பவர்களுக்கு தன்னுடைய செய்கையால் தெரிவிக்கிறான் - பாருங்கள், எனக்கும் விட்டலின் மகனுக்குமிடையே எத்தனை விளையாட்டும், சிரிப்பும் ஏற்படுகிறது என்று! அதன் பிறகு அவனுக்கு ஏதாவது நேர்ந்தால் என்னை சந்தேகிக்காதீர்கள்! நான் அவனை ஒன்றும் செய்யவில்லை.

அரை மணி நேரம் கழித்து, தாமோதரன் பேட்டை கீழே போட்டு, தண்ணீர் குடிப்பதற்காக உள்ளே சென்றான். அவனுடைய மகன், பேட்டை எடுத்து அவன் நண்பனுடன் விளையாட ஆரம்பித்தான். சிறிது நேரத்தில், நண்பனுக்கும் தாகம் எடுத்தது. தண்ணீருக்காக இரு குழந்தைகளும் உள்ளே சென்றனர். தண்ணீர் குடிக்கும் போது, தாமோதரன் அறைக்குள்ளே பிரவேசித்துக் கேட்டான் -

“கோயில் பிரசாதமான பால் பாயசத்தை சாப்பிட்டியா?”

அவன் மகன் ஆமோதித்தான்.

“நானும் சாப்பிட்டிருக்கேன். நிறைய பாக்கி இருக்கே. ராம்நாத்திற்கும் கொடுக்கலாமே”

“எடுடா” மகன் நண்பனிடம் கூறினான்.

“நிறைய இருக்கு. எனக்கு இவ்வளவு வேண்டாம்” ராம்நாத் கூறினான்.

“வேணும்கிற அளவுக்கு சாப்பிடு. பாக்கி உள்ளதை நான் சாப்பிடுகிறேன்” - தாமோதரன் பால் பாயச பாத்திரத்தை, ராம்நாத்திடம் கொடுத்தான். அவன் பாயசத்தை சாப்பிட ஆரம்பித்தான்.

தாமோதரனுடைய நெஞ்சு படபடத்தது. ஒரு அப்பாவிக் குழந்தையைத் தான் கொல்லப் போகிறோமே என்ற தெளிவில்லாத சிந்தனை ஏற்பட்டது. ஆனாலும் அதை உதறித் தள்ளினான். அந்த சிந்தனையை உதறித் தள்ளும் போது, அந்த அறையிலிருந்து மற்றொரு அறைக்குச் சென்றான். சிறுவனை உடனடியாக அவனுடைய வீட்டில் சேர்க்க வேண்டும் என்ற ஒரே சிந்தனை தான் மனதிலே ஓடிக் கொண்டிருந்தது. அவன் வெளியே செல்லும் எண்ணத்தில் இப்பொழுது உடை மாற்ற ஆரம்பித்தான். குழந்தைகளும் சீக்கிரமாக வந்தனர். தாமோதரன் சமையலறைக்குச் சென்று பார்த்தான். பால் பாயச பாத்திரம் காலியாகிருந்தது. அவன் அதை நன்றாகக் கழுவி வைத்தான். முதலில் கழுவியது சரியாக இருந்திருக்காது என்பதாலே பாத்திரத்தைத் தேய்த்து வைத்தான். இந்த பாத்திரம் மட்டுமில்லாமல் மற்ற சாம்பார்

பாத்திரத்தையும் தானே சாப்பிட்டுவிட்டுத் தேய்த்துக் கழுவி வைத்தான். யாராவது விசாரித்தால், மிகவும் களைத்துப் போய் வீட்டிற்கு வந்ததால், அதிக பசி இருந்தமையால் எல்லாமே தானே உண்டுவிட்டதாக கூறலாம் என்று முடிவு செய்தான்.

சிறுவர்கள் மீண்டும் விளையாட ஆரம்பித்தனர். தாமோதரன், முற்றத்திலே இறங்கி, மிதிவண்டி அருகிலே சென்று நின்றான். ராம்நாத்திடம் கேட்டான் -

"ராம்நாத் நான் உன் வீட்டு பக்கமா போறேன். வரீயா?"

"இல்லே"

"ஏன்?"

"இன்னும் கொஞ்சம் விளையாடிட்டு அப்புறமா போறேன்"

"வேண்டாம். வா. நீ இங்கே வந்தது தெரிஞ்சா, உன் அப்பா கோபிச்சுக்கமாட்டாரா?"

"நான் வந்தது அவருக்கு தெரியாது"

"வேண்டாம்பா. உன் அப்பா, என்னை அவருடைய எதிரியா நினைசுக்கப் போறாரு. விளையாடினது போதும். நீ என்னோட வரலேன்னா பரவாயில்லே. வீட்டுக்கு போ"

"கொஞ்சம் நேரம் விளையாடிட்டு போறேன்"

தாமோதரன் சிந்திக்க ஆரம்பித்தான் - விஷத்தின் பாதிப்பு எப்போது தெரியும்? அரை மணி நேரத்திலா? ஒரு மணி நேரத்திலா? இல்லை அதன் பிறகா?

அவனை இங்கேயே இருக்கச் சொல்லலாம். ஆனால் இங்கேயே இறந்தால்!

"வேண்டாம். வேண்டாம். நீ என்னுடன் வா. உன்னை உன் வீட்டிலே விடுறேன்". சிறுவன் இப்பொழுது வேண்டாம், பிற்பாடு என்று பல முறை கூறி, இறுதியிலே மிதிவண்டியின் பின்புறமாக ஏறி தாமோதரனின் பின்னாலே உட்கார்ந்தான். மிதிவண்டி மிதித்து முன்னாலே செல்லும் போது, இந்தச் சிறுவனை அழைத்து வந்தது நல்லதாயிற்று என்று நினைத்தான். அவனை அங்கேயே விட்டுவிட்டு வந்திருந்தால், கண்ணுக்கு முன்னாலேயே நடந்ததை, மக்கள் பார்த்து என் மீது குற்றம் சுமத்துவார்கள். இப்பொழுது அவ்வாறு நடப்பதற்கு வாய்ப்பில்லை. உணவு விடுதிக்காரரையும் இதிலே சிக்க வைப்பது தான் நல்லது.

உணவு விடுதியினுள்ளே நுழையும் போதே, அவன் தோசையும் சாம்பாரும் கொண்டு வர கூறினான். தோசை கொண்டு வந்து தரும் போது உணவு விடுதிக்காரருக்கு வியப்பாக இருந்தது -

"ஆஹா, இது விட்டலனுடைய பையனாச்சே"

"ஆமா. இப்போ என்ன ஆச்சு?"

"உன்னோட எப்படி?"

"என்னோட வந்தா என்ன? நான் அவனை முழுங்கிடுவேனா?"

"ஆனா, விட்டல் உன்னோட விரோதி ஆச்சே"

"பெரியவங்க நடுவிலே நடக்கிற சண்டையிலே குழந்தைகளை கொண்டு வராதீங்க"

"நான் சும்மா கேட்டேன். எனக்கு என்ன?"

"சரி. அவனுக்குக் கொஞ்சம் சாம்பார் பரிமாறு - எனக்கும் பரிமாறு"

உணவு விடுதியிலிருந்து வெளியே வரும் போது, ராம்நாத் கூறினான் -

"நான் போறேன்" - அவனுடைய வீடு அங்கேயே பக்கத்திலேயே இருந்தது.

"சரி, போ... நீ எங்க வீட்டுக்கு வந்தது உன் அப்பாவுக்குத் தெரியுமா?"

"இல்லே"

"நீ ஏன் சொல்லலே?"

"நீங்க அவருடைய விரோதி தானே?"

"யார் சொன்னது?"

"எனக்குத் தெரியும்"

"எப்படி?"

"போன கோயில் விசேஷத்திலே நீங்க அடிச்சிக்கிட்டீங்களே"

"இது எல்லாம் உனக்கு யார் சொன்னா?"

"எல்லாருக்கும் தெரியும்"

"சரி. அது போகட்டும். நீ என்னுடைய வீட்டுக்கு வந்தது தெரிஞ்சா உன் அப்பா அடிக்கமாட்டாரா?"

"கொலையே செஞ்சுடுவார்"

"அவரிடம் சொல்லாதே... யாரிடமும் சொல்லாதே. வேறெங்கோ போனதா சொல்லு. ஆனா, என் வீட்டுக்கு வந்தேன்னு சொல்லாதே"

"ம்"

தாமோதரன் அங்கிருந்து மிதிவண்டியை மிதித்து வேறு பக்கமாகச் சென்றான். அவனுக்கு இப்போது நிம்மதி ஆயிற்று - சிறுவன் அவன் வீட்டுக்குச் சென்று சேர்ந்துவிட்டான். இனி அவனுக்கு எது நடந்தாலும் நான் பொறுப்பல்ல. அவன் இறந்தாலும், அவனுடைய தாய் மற்றும் தந்தையின் கையாலேயே இறப்பான். அவனுடைய வீட்டிலேயே எல்லோருடைய கண்களுக்கு முன்னால். விட்டலா, உன்னுடைய கர்மத்தின் பலத்தை அனுபவி! அழுவதற்கு தயார் ஆகிக்கொள்! இப்பொழுது உனக்கு தென்னைமரம் போல கை கால்களிருந்தும், பயன்படாது. உன்னுடைய பலம், என்னுடைய புத்தி அளவு எட்டாது. ஞாபகம் வை!

இப்பொழுது அழு! அழு!... உன்னை அழவைப்பதற்கு, உன்னுடைய மகனின் உயிரை பலிக் கொடுக்க வேண்டியதாயிற்று. கஷ்டமாக இருக்கிறது. ஆனால், அது ஒன்றும் அப்படிப் பெரிய துக்கமல்ல. இந்த உலகத்தில், எத்தனையோ பேர் இறக்கிறார்கள். ஒவ்வொரு நிமிடமும்

ஆயிரக்கணக்கானோர், பாசத்தாலேயும், விரோதத்தாலும் ஒருத்தரை ஒருத்தர் அடிக்கின்றனர்! மருத்துவமனையிலிருக்கும் மருத்துவர்கள் கூட நோயாளிகளை அழிக்கின்றார்கள். அதனால், நான் ஒரு தவறு பண்ணினால் என்ன ஆயிற்று? விட்டலின் மகனை கொலை செய்ததால், உலகத்திலே பிரளயம் வந்துவிடாது. மீறிப் போனால் என்னவாகும்? அவனுக்கு நான் விஷம் கொடுத்தாக உலகம் கூறும், காவலர்கள் என்னைப் பிடித்து சிறையில் தள்ளுவார்கள். நான் உணவு விடுதிக்காரனை, விரல் காட்டுவேன் - தோசை, சாம்பார் சாப்பிட்டு, சிறுவன் இறந்தான். நானும் நிறைய வாந்தி எடுத்திருக்கிறேன்... பிடியுங்கள் அவனை... உணவு விடுதிக்காரனும் என்னுடன் கம்பி எண்ணுவதற்குக் கூடவே இருப்பான். மீதமுள்ள நாட்களை சிறையிலேயே கழிக்க வேண்டியிருக்கும். கழுத்துக்கு தூக்குக் கயிறு கூட வரலாம். ஆனால், விட்டலா உன் கண்ணில் துக்கம் தெரியும் போது, எனக்கு பால் பாயசம் சாப்பிட்டது போலவே இருக்கிறது...

தாமோதரனுக்கு இதை கொண்டாடுவதற்கு மதுபானம் விற்கும் கடைக்கு செல்ல மிகவும் ஆசையாயிற்று. ஆனால், அதன் பின் அது வேண்டாமென்று நினைத்தான் - வீட்டிற்குச் சென்று சூடான உப்புத் தண்ணீரைக் குடித்து, எல்லோருக்கும் முன்பு வாந்தி எடுக்க வேண்டும்...

மது வேண்டாம். சிறிது நாட்களுக்கு வேண்டாம். பிறகு பார்க்கலாம்... அவன் ஊர் முழுவதும் சுற்றி, மக்களை சந்தித்துக் கொண்டேயிருந்தான். அவர்களிடம் சுதந்திரமாக பேசிக் கொண்டிருந்தான். தமாஷ் பேசிக் கொண்டிருந்தான். சிரித்துக் கொண்டே இருந்தான். அதன் பிறகு, மக்களுக்கு காட்டுவதற்காக, வாந்தியும் எடுத்துக் கொண்டேயிருந்தான்.

இரவு சுமார் எட்டு மணியிருக்கும் போது, மீண்டும் அந்த உணவு விடுதிக்குச் சென்று, எல்லோர் முன்பும், உணவு விடுதிக்காரரிடம் தகராறு பண்ணினான் -

"என்னப்பா உன் தோசையும் சாம்பாரும்? சாப்பிட்டு போன உடனேயே வாந்தி குமட்டிக் கொண்டு வந்தது"

"அப்படி ஆவதற்குக் காரணமே இல்லேயே"

"எனக்கு தெரியாது. அரிசி ஏதாவது ரேஷன் கடையிலே கம்மி விலைக்கு வாங்கினதா? இல்லே சாம்பாரிலே கலப்படம் பண்ணியிருக்கியா? அப்போலே இருந்து வயித்திலே ஒரு கட - முடா. அப்புறம் வாந்தி வர ஆரம்பிச்சது... சாகமாட்டேனில்லே"

"என்னப்பா வாயிலே வந்த மாதிரி எல்லாம் பேசறே? எத்தனை பேர் வந்து சாப்பிட்டு போயிருக்காங்க"

"அவங்களுக்கு ஏதாவது ஒண்ணுன்னா அவங்களா வந்து சொல்லப் போறாங்க? நான் ஒருத்தன் வந்து சொல்றேன்"

"..."

"பொண்டாடிகிட்டே சொல்லிடுறேன் - தூங்கின பிறகு, நாளைக்கு கண்ணு முழிக்கலேன்னா இங்கே வந்து கேளுன்னு"

அவன் மிதிவண்டியை மிதித்து முன்னே சென்றான். விட்டலின் வீடு முன்பு போகும் போது அங்கு யாரும் தென்படவில்லை. மகனையும் அழைத்துக் கொண்டு மருத்துவமனைக்குச் சென்றிருப்பார்கள்! அவ்வாறு நினைத்துக் கொண்டிருக்கும் போது அவன் மனதிலே ஒரு மாறுதல் தோன்றியது - ஒரு ஜீவன் மடியப்போகிறது. என் கைப்பட்டு! தவறா? இது தேவையா? எடுத்த உயிர், மீண்டும் தர முடியுமா? பாவம் சிறுவன்! அவன் எனக்கு என்ன செய்தான்?... ஆனால், அவன் அவனுடைய அப்பாவின் மகன். விதை போலச் செடி. இவனும் பெரியவனாகும் போது, விட்டலனைப் போலவே ஏதாவது தீயது செய்வான். எதுவும் வருத்தப்பட வேண்டாம். ஒரு மகன் இறந்து விட்டான் என்பதினாலே, அந்த ரௌடியின் குடும்பம் ஒன்றும் அழிந்து போகாது. ஆனாலும், இந்த தாமோதரனிடம் விளையாடினால், என்னவாகும் என்று அவனுடைய புத்தியிலே உறைக்கும். அந்த புத்தி அவனுக்கு வரட்டும். அவனுடைய

மகன் இறக்கட்டும். ருத்ராயா ஸ்வாஹா! தாமோதரன் சமாதானமாக வீட்டை நோக்கிச் சென்றான். வீட்டின் அருகிலே செல்லும் முன்பே, இருட்டிலே அவனுடைய இளைய மகன் ஓடோடி வந்தான்.

"அப்பா, அப்பா. சீக்கிரம் வா"

"என்னாச்சு? வீட்டின் மேலே தென்னை மரம் விழுந்திருச்சோ?"

"இல்லே அண்ணா... அண்ணா" -

"அண்ணாவுக்கு என்னாச்சு? கிணத்துலே விழுந்துட்டானா?"

"இல்லே, அவனுக்கு வயிறு வலிக்குதாம். சத்தம் போடறான்"

"என்ன?" - தாமோதரன் குழம்பினான். அவன் மிதிவண்டியை வேகமாக மிதித்து, வீட்டின் அருகிலே வந்து, அதை அங்கேயே போட்டுவிட்டு உள்ளே ஓடினான். உள்ளே அறையில், மூத்த மகன், வயிற்றைப் பிடித்துத் துடிதுடித்துக் கத்திக் கொண்டிருந்தான். பக்கத்திலே உட்கார்ந்திருந்த மனைவி மகனைப் பிடித்து, அழுதுக் கொண்டிருந்தாள்-

"என்ன ஆச்சுடா மகனே, சாயந்திரம் வரை நல்லா தானே இருந்தே - சொல்லு என்ன ஆச்சு?"

- மகன் எழுந்து உட்கார முயற்சி செய்தான். உட்காரும் முன்பே அவனுக்கு வாந்தி வந்து ஆ... என்று வாந்தி எடுத்தான். மறுபடியும்... மறுபடியும் வாந்தி எடுத்தான். தாய் கேட்டாள் -

"சொல்லு... எங்கே போயிருந்தே? என்ன சாப்பிட்டே?" மகனுக்கு அந்த கேள்விக்குப் பதில் சொல்லுமளவு சக்தியில்லை. அவன் சோர்வடைந்து சரிந்து படுத்தான். தாமோதரனின் தலையிலே இடி விழுந்தது போலயிருந்தது. அவனுடைய கண்கள் இருண்டது, முழு உடம்பிலே நடுக்கம். ஆனால், ஒரு கேள்வி மட்டும் அவன் மனதிலே தோன்றியது - அவன் இவனையும் சாப்பிட வைத்தானா? இவனையும் சாப்பிட வைத்தானா? ஓ...

"புறப்படு, அவனை மருத்துவமனைக்குக் கூப்பிட்டுப் போகலாம்" அவன் மனைவிடம் கூறிவிட்டு, இளைய மகனிடம் கூறினான் - "போடா, பக்கத்திலே எங்காவது ஆட்டோ கிடைக்குதான்னு பாரு. இல்லைன்னா, பக்கத்து வீட்டிலே போய், சீக்கிரமாக ஒரு ஆட்டோவை அழைச்சுக்கிட்டு வரச் சொல்லு..."

மனைவி சீக்கிரமாகப் புறப்பட்டு வந்தாள். மகன் அருகிலே அமர்ந்து அழ ஆரம்பித்தாள். "என் மகனே... என் மகனே... என்னடா ஆகுது உனக்கு" - அதன் பிறகு, அவள் தாமோதரனிடம் கூறினாள் -

"நல்லாயிருந்த பையன். நான் வரும் போதுக் கூட விளையாடியும், சுத்திகிட்டும் இருந்தான். நான் இல்லாதப்போ, அவன் எங்கே போய் எதை தின்னான்னு தெரியலே... கடவுளே... என் கடவுளே..."

"நான் இருக்கும் போதும் அவனுக்கு ஒண்ணுமில்லேயே. ஒரு தடவை வெளியே போய் வந்தான். விஷமுடைய எதையாவது சாப்பிட்டானோ?"

அவனால் அதிகமாக எதுவும் பேச முடியவில்லை. "விஷமா? குழந்தைக்கு யாரோ விஷம் கொடுத்ததா நீங்க சொல்லறீங்களா? விஷம் தர அவன் என்ன செஞ்சான்? அவன் யாருடைய நல்லது கெட்டதுக்குமில்லே. அவன் பாட்டுக்கு இருப்பான்... கடவுளே, காப்பாத்து கடவுளே. உனக்கு ஒரு கல்யாண உத்சவம் செய்யறேன்... என்னுடைய பையனை வாழ வச்சிரு... கடவுளே..."

மகன் முணங்கிக் கொள்ள ஆரம்பித்தான். வயிற்றைக் கசக்கி, புரண்டு படுக்க ஆரம்பித்தான். அதன் பின் எழுந்து வாந்தி எடுக்க முயற்சித்தான் - ஆ... ஆஆ... தாமோதரன் அவனுடைய முதுகைத் தடவிக் கொண்டிருக்கும் போது, மகன், முதலில் எவ்வாறு அவதிப்பட்டானோ, அதே போல கஷ்டப்பட்டுச் சாய்ந்தான். தாமோதரனின் நெஞ்சு படபடத்தது. மகனின் நிலைபார்த்து, மனைவியும் படபடத்தாள் -

"கடவுளே, உனக்கு கல்யாண உத்சவம் செய்யறேன். பையனுடைய நிலைமையை நீயே பார்... அவனுடைய வயித்துக்கு விஷம் கொடுத்த அந்த துஷ்டனுக்கு நீயே தண்டனை கொடு... என்னுடைய பையன் என்ன கஷ்டப்படுறானோ, அதே அளவு அவனுடைய பையனுக்கும் கஷ்டத்தைக்கொடு... இந்தத் தாயின் பிரார்த்தனையை கேள்... நான் இது வரை யாருக்கும் தீங்கு நினைச்சதேயில்லே. என்னுடைய மகனும் எந்த தீங்கும் செய்ததில்லே... அவனுக்கு விஷம் கொடுத்தவனுக்குத் தண்டனையை கொடு... சாமி, உனக்கு தேவையின்னா அவனுடைய பையனைக் கொண்டு போய் அவனுக்கு சந்தான இழப்பு துக்கத்தைக் கொடு..."

தாமோதரனின் கை கால் வெலவெலத்துப் போயின. வயிற்றிலிருந்து ஏதோ மேலே எழுந்தது. அவனுக்கு வார்த்தை வரவில்லை. அவனுடைய சிந்தனையே நின்றுவிட்டது. என்ன செய்ய வேண்டுமென்று அவனுக்குத் தெரியவில்லை. அவன் கைவிரல்களை தேய்த்துக் கொண்டே உட்கார்ந்தான்.

பிறகு, ஆட்டோ வந்தது. தாமோதரன், மகனை மருத்துவமனையில் சேர்த்தான். ஆனால், மூன்று மணி நேரம் கழிந்து அவன் மகன் இறந்துவிட்டான்.

– தயவில்லாதவன்